சிவப்புச் சட்டை சிறுமி

சிவப்புச் சட்டை சிறுமி

ஸர்மிளா ஸெய்யித் (பி. 1982)

இலங்கையில் கிழக்கு மாகாணம் ஏறாவூரில் பிறந்தவர். சமூகப் பணித்துறையில் பட்டப் படிப்பையும் அரசியல் விஞ்ஞானத்தில் மேற்படிப்பையும் இதழியல், கல்வி முகாமைத்துவம், உளவியல் துறைகளிலும் பயின்றவர். பத்தாண்டுகளுக்கும் மேலாக பத்திரிகைத் துறையில் பணியாற்றியவர். மனித உரிமைச் செயற்பாட்டாளராகவும் பெண்கள், சிறுமிகளின் நலன்களுக்காகவும் இருபதாண்டு களாகச் செயற்பட்டுவருகிறார்.

கவிதை, கட்டுரை, சிறுகதை, நாவல், அனுபவம் உள்ளிட்ட இலக்கிய வகைமைகளில் எழுதி வருகிறார். இது இவரது மூன்றாவது நாவல்.

மின்னஞ்சல்: sharmilaseyyid@gmail.com

ஸர்மிளா ஸெய்யித்

சிவப்புச் சட்டை சிறுமி

காலச்சுவடு பதிப்பகம்

அன்பார்ந்த வாசகருக்கு,

வணக்கம்.

காலச்சுவடு நூலை வாங்கியமைக்கு நன்றி.

நூலின் உள்ளடக்கம், உருவாக்கம், அட்டைப்படம் இன்ன பிற அம்சங்கள் பற்றிய உங்கள் கருத்துகளையும் ஆலோசனைகளையும் காலச்சுவடு வரவேற்கிறது. தகவல், எழுத்து, வாக்கியப் பிழைகள் தென்பட்டால் அவசியம் தெரிவித்து உதவுங்கள். நூல் தயாரிப்பில் கடும் குறைபாடு இருப்பின் மாற்றுப் பிரதி உங்களுக்குக் கிடைக்கக் காலச்சுவடு ஏற்பாடு செய்யும்.

மின்னஞ்சல்: **publisher@kalachuvadu.com**

காலச்சுவடு நாகர்கோவில் அலுவலகத்துக்குக் கடிதம் அனுப்பலாம்.

தங்கள்
எஸ்.ஆர். சுந்தரம் (கண்ணன்)
பதிப்பாளர் – நிர்வாக இயக்குநர்

சிவப்புச் சட்டை சிறுமி ◆ நாவல் ◆ ஆசிரியர்: ஸர்மிளா ஸெய்யித் ◆ © ஸர்மிளா ஸெய்யித் ◆ முதல் பதிப்பு: டிசம்பர் 2024 ◆ வெளியீடு: காலச்சுவடு பப்ளிகேஷன்ஸ் (பி) லிட்., 669, கே.பி. சாலை, நாகர்கோவில் 629001

காலச்சுவடு பதிப்பக வெளியீடு: 1321

civappuc caTTai ciRumi ◆ Novel ◆ Author: Sharmila Seyyid ◆ © Sharmila Seyyid ◆ Language: Tamil ◆ First Edition: December 2024 ◆ Size: Demy 1 x 8 ◆ Paper: 18.6 kg maplitho ◆ Pages: 208

Published by Kalachuvadu Publications Pvt. Ltd., 669 K.P. Road, Nagercoil 629001, India ◆ Phone: 91-4652-278525 ◆ e-mail: publications @kalachuvadu.com ◆ Printed at Mani Offset, Chennai 600077

ISBN: 978-93-6110-896-9

12/2024/S.No. 1321, kcp 5438, 18.6 (1) ass

முதல் பாகம்

1

மரணிக்கும்போது என்ன நடக்கிறது? எல்லையற்ற உள்வெளிப் பயணத்தில் என்னுடன் பயணித்த ஒரு பாதுகாவலரின் நினைவுபோல ஒன்று இருந்துகொண்டிருக்கிறது. மரணத்தின் யதார்த்தம் விசித்திரமான முடிவற்ற உள் அடுக்கு களில் மரணத்தின் பிறகு காத்திருக்கும் மர்மம், உலகம் அறியாதவற்றுள் மறைக்கப்பட்டுள்ளது. இறுதி மூச்சு என் உடலைவிட்டு வெளியேறும் போது, நான் வாழ்ந்துகொண்டிருந்த எல்லையைத் தாண்டிய பயணத்தை என் ஆத்மா தொடங்கி விட்டிருந்தது. மரணம் என்பது ஒரு மாற்றம்; ஒரு இருத்தலிலிருந்து மற்றொன்றுக்குத் தடையற்ற பாதையை அது துலக்கமாக்கித் தருகிறது.

எங்கே, தோற்றுவிடுவோமோ என்ற மோசமான பயத்திலிருந்து மீண்டுவிட்ட பிறகு எனது சிந்தனை நிகழ்காலத்தில் கவனம் செலுத்து கிறது. இந்த உள்வெளிப் பயணத்தில் நான் கற்றுக் கொண்டது என்னவென்றால், இப்போது என்ன கனவு காண்கிறேனோ நான் நினைத்தால் அதனை நிறைவேற்ற விரும்பினால் அதனை நடத்திக் காட்டும் ஆற்றல். நான் இப்போதே அவற்றைச் செய்யப்போகிறேன்.

நான் மிகவும் அதிர்ஷ்டசாலி' இப்போது நடந்துகொண்டிருக்கும் எதனையும் அனுபவிக்க வில்லை. எனக்கு நடந்தவற்றின் சரடு துண்டிக்கப் பட்டது. பறக்கும் புறாவிலிருந்து உதிர்ந்த சிறு இறகுபோல.

என் தாயின் கதறல் என்னைக் கலங்கடிக்கிறது. மயக்கத்தில்போல கேட்டுக்கொண்டிருந்த அவளின் குரல் எனக்கு அருகில் கேட்கிறது. என் நெஞ்சுக்குழிக்கு மிகச் சமீபத்தில் கேட்கிறது. என்ன ஆச்சரியம், என் தாயையும் அவள் கண்ணீரையும்

துள்ளியமாகப் பார்க்கவும் முடிகிறது. எனது தாய் ஜெய்நூரில் அவளது பெயரின் அர்த்தங்களான எழிலும் ஒளியும் முற்றிலுமாய் மறைந்துவிட்டது.

நான் எங்கே இருக்கிறேன், என்னவாக இருக்கிறேன்? நிச்சயமாகத் தெரியவில்லை. சில மணிநேரங்களுக்கு முன்பு கடும் வயிற்றுவலியால் துவண்டுகிடந்தேன். குரலை உயர்த்திப் பேசுவதற்குக்கூட உடலில் பலம் இருக்கவில்லை. தொண்டை வற்றிக்கிடந்தது. சிறு கரண்டியால் தண்ணீரைப் பருகத் தர, இறுகிய பற்கள் சுவர்போலாகித் தடுத்துக் கடைவாயால் வழிந்து போகச்செய்தது. உம்மாவும் என் உடன்பிறந்த சகோதரிகளும் என்னைச் சூழ்ந்திருக்கிறார்கள். வாப்பா என் கால்களைப் பிடித்து அழுத்துகிறார். என் றாத்தா[1]மார் நெற்றியை ஒருவரும் நெஞ்சை ஒருவரும் வயிற்றை மற்றையவரும் மெதுமாகத் தடவித் தருகிறார்கள். அவர்களின் சூடேறிய கைகளால் என் குளிர்ந்த சின்ன மேனியை வருடுகையில் அத்தனை இதமாக உணர்கிறேன்.

நான் ஒரு வண்ணத்துப்பூச்சியாகச் சிறகு விரித்துப் பறந்து விடக் காத்துக் கிடந்த அந்தக் கணங்களில் கூட்டமாகப் பறந்து திரிந்த வண்ணத்துப்பூச்சிகளின் கூட்டம் என்னெதிரே விரிகிறது. எல்லாமே தூய மினுங்கும் வெள்ளை வண்ணத்துப்பூச்சிகள். ஒவ்வொரு வண்ணத்துப்பூச்சியாகக் கவனமாகப் பார்க்கிறேன். வண்ணத்துப்பூச்சிகள் எல்லாமும் எல்லாமுமே எனக்குத் திருப்தி தராத வெண்ணிறத்தில் மட்டும். ஒப்பாத என் மனம் எதையெல்லாமோ எண்ணிக்கொள்கிறது. என்னிடம் மட்டும் வகை வகையான நிறங்கள் இருந்தால் இங்கே பறக்கும் அத்தனை வண்ணத்துப்பூச்சிகளிலும் நிறங்களை அப்பியும் அள்ளித் தூவியும் வர்ணஜாலம் நிகழ்த்தியிருப்பேன். ஆனால் வண்ணத்துப்பூச்சி வடிவில் என்னை அழைத்துப் போக வந்திருக்கும் இவர்கள் யார்? உயிரை எடுத்துச்செல்ல இவ்வளவு அருகில் வந்தவர்கள் எனக்காக எதைக் கொண்டு வந்துள்ளார்கள்? என்னை என் தாய் தகப்பனிடமிருந்தும் சகோதரிகளிடமிருந்தும் எனது சின்ன ஊரிலிருந்தும் பிரித்துக் கொண்டு செல்லப்போகிறார்களா? நாளை நான் பள்ளிக்குப் போக முடியாதா? அப்படியென்றால், இறைவா! எனக்கு நிகழ்ந்த கதியைச் சொல்வதற்கு முன்பே என்னை எடுத்துக் கொள்ளப்போகிறாயா?

“எல்லாமே அல்லாஹ்வின் ஏற்பாடு. அவன் நாடியபடி தான் அனைத்தும் நடக்கும்”. இது உம்மா அடிக்கடி சொல்கின்ற

---

1. தமக்கை

கூற்று. அல்லாஹ்தான் மனிதர்கள் அனைவரதும் வாழ்வுக்கும் மரணத்திற்குமிடையிலான அனைத்தையும் தீர்மானிக்கிறான் என்பதை நம்பியிருக்கும் உம்மாவுக்குத் தன் சின்ன மகளைப் பிரித்தெடுக்கும் அல்லாஹ்வின் ஏற்பாடு தெரிந்திருக்க வாய்ப்பில்லை. இந்தத் தீர்ப்பின் நோக்கமோ தேவையோ புரிபடாதது. இயற்கை நியதிகள் பல சந்தர்ப்பங்களில் எதனோடும் தொடர்புபடாதது.

நான் பார்த்துக்கொண்டிருக்கும் எல்லாமும் என்னைப் பற்றியது, என்னைச் சுற்றியே நடப்பது. நான் என்பதன் பொருள் என்ன? அங்கே என்னைப் போல ஒரு சிறுமி. என்னைப் போல அவளா? அவள்போல் நானா? அல்லது அது என் வெற்று உடலா?

பொழுது முழுவதும் நான் படுத்துக்கிடந்த பாயை எடுத்துச்சென்று கிணற்றிலிருந்து அள்ளியெடுத்த குளிர்ந்த நீரால் கழுவுகிறார்கள். என் உடலை ஒட்டியிருந்த சட்டையைக் கழற்றியெடுத்து அதனையும் தோய்த்து அலசிக் கழுவுகிறார்கள். எனக்கு நடந்த கதியை எப்படியாவது உம்மாவிடம் சொல்லி விட வேண்டுமென்று அங்கலாய்த்தபடி அவளையே நோட்ட மிட்டுக்கொண்டு, சொல்லப்போனால் அவளுக்கும் எனக்கு மிடையில் இடைவெளி உண்டா என்றுகூடத் தெரியவில்லை. ஆனால் அவளுக்கு எனது கேவல் கேற்பதாயில்லை. கண் அசைவிலும் முகச் சோர்விலும் தளர்ந்த நடையிலுமே என் முழுப்பிறப்பியலையும் கண்டறிந்து பழகிய உம்மாவுக்கு என் மனக்கலக்கம் புரியவில்லை.

“என்ட அழகு மகள் பூவா உதிர்ந்து கிடக்கிறாளே... என் தங்கமே! என்னால் தாங்க முடியல்லையே... யா அல்லாஹ்[2]! உனக்கு இரக்கமேயில்லையா, என்ட பச்ச மண்ணை எனக்கிட்ட இருந்து பறிச்சிட்டியே...” தலைவிரி கோலமாகக்கிடந்து கதறுகிறாள். அவளைத் தேற்றக்கூடியவர்கள் அங்கு யாரும் இல்லை. எனது தகப்பனார் இயல்பிலேயே கறுத்த தோல் நிறம் கொண்டவர். பாசத்துக்குரிய சின்ன மகளை இழந்துவிட்ட துயரில் ஒரு கற்பாறையைப் போல இறுகிப்போய்விட்டார். சகோதரிகளுக்கு, பாசத்துக்கும் நேசத்துக்குமுரிய தங்கை நான். இனி அவர்கள் யாரின் தலையை வாரி ஜடைபோட்டு அழகு பார்ப்பார்கள்! பள்ளிக்குச் செல்லத் தயாராகிய பிறகு என் கையைப் பிடித்துக்கொண்டு முதலில் போவது யாரென்று றாத்தாக்கள் மூவரும் தங்களுக்கிடையில் சண்டை பிடித்துக் கொள்வது இனி நடக்காது.

---

2. அல்லாஹ் மிகப் பெரியவன்

என் பெயர் மர்ஜானி. என்னை எல்லாரும் செல்லமாக ராணி என்றுதான் அழைப்பார்கள்.

“என்ட செல்ல ராணி”

இப்படி வாப்பா கூப்பிடும்போது அப்படியொரு களிப்புண்டாகும்; ஒரு செவ்வரத்தம் பூ காற்றில் மெல்ல அசைவதைப் போல, ஒரு மொட்டு அவிழ்வதைப் போல.

ஒரு குட்டிப் பூனையாக மெத்தென்று அவர் மடியில் தாவி விழும் எனது சிவந்த கன்னங்களை நிமிண்டும்போது, “என் தங்க மாதுளம் பழம்” என்பார் வாப்பா. மாதுளம் பூக்களை பிஞ்சுகளைப் பார்த்திருக்கிறேன். அது சிவந்த கனியாக இருக்கையில் பார்த்ததில்லை. ருசித்ததுமில்லை. “தங்க மாதுளம் பழம்” என்று வாப்பா கொஞ்சினாலும் என்னிடம் ஒரு பொட்டு அளவு தங்க அணி ஆபரணங்கள் இல்லை.

“என்ட அழகு ராணிக்குத் தங்கத்தில் ஒரு மின்னிக்குச்சி[3] வாங்கிப்போடணும்” உம்மா சொல்லும்போதெல்லாம் காதுமடல்களை விரல்களால் தடவிக்கொள்வேன்.

எல்லாம் ஒரு கனவில் போல நடந்துகொண்டிருக்கிறது. எனது உடலிலிருந்து கழற்றிக் கழுவிய சட்டையை முறுக்கிப் பிழிந்து கொடியில் காயப்போடுகிறாள் என் பெரியம்மா. இந்தப் பூவுலகில் எனக்கிருந்த உடமைகளில் நான் மிக அதிகம் உபயோகப்படுத்தியதும் அதிகம் விரும்பியதும் இந்தச் சட்டையைத் தான். இந்தச் சட்டையைத் தைப்பதற்காக வாங்கிய துணியை இரண்டு இரவுகள் அணைத்துக்கொண்டு உறங்கினேன். உடனே தையல்காரியிடம் எடுத்துச்சென்று தருவதற்கு உம்மாவுக்கு நேரமிருக்கவில்லை. அதனால் தான் பஞ்சுபோல மிருதுவாகப் பார்க்கப்பார்க்கக் களிப்பூட்டும் அழகுடனிருந்த அந்தத் துணியைக் கிடைத்தபோதெல்லாம் கைகளில் எடுத்துப் பார்த்தேன். மூக்கின் நுனியைத் துணியின் அருகே கொண்டு சென்று உரசும்போது அதிலிருந்து வந்த புத்தம்புதியதான இனம்பிரித்தரிய முடியாதவாசனை என் நாசித் துவாரங்கள் வழியாகச்சென்று என் நாடி நரம்பு ரத்தம் முழுவதிலும் கலந்துவிட்டாற்போல மயக்கமுண்டாக்கியது.

எனக்கு வழக்கமாகச் சட்டை தைக்கும் தையல்காரப் பெண்ணின் பெயர் உமையாழ். யாரினது பெயர்களும் அவ்வளவு ஞாபகத்தில் இல்லை. இளம் தையல்காரப் பெண் உமையாழின் பெயர் மட்டும் அத்தனை ஆழமாகத் தண்ணீரின்

---

3. காதணி

ஆழத்தில் போட்ட கல்லைப் போல என் நினைவலைகளுக்குள் அசையாமல் துலக்கமாகத் தெரிகிறது. எனக்குத் தெரிந்து அவளொரு கெட்டிக்காரத் தையல்காரி. உம்மா வாங்கித் தரும் துணியை அவ்வளவு கனகச்சிதமாக வெட்டித் தைத்து எனக்குச் சட்டையாக்கித் தருவாள். சின்னச் சின்னதாகச் கொசுவம்பிடித்து ஓரத்திற்கு ரிபன் வைத்துத் தைக்கப்பட்ட கைளுக்கு "முட்டக்கை" என்று பெயர். ஒன்றுக்குள் ஒன்று செருகியதுபோல் நேராகப் பிடித்து நிறுத்த முடியாத கொசுவங்களை இடுப்பை வளைத்து வைத்துத் தைத்த அந்தச் சட்டை "கொசுவச் சட்டை"."முட்டக்கை கொசுவச் சட்டை" என் மேனியில் ஏறிய முதல் நாள் நான் அடைந்த குதூகலங்களுக்கு அளவேயில்லை. என் கால்கள் தரையில் நடக்கவில்லை. அந்தச் சட்டையில் என்னைப் பார்த்தவர்கள் எல்லாரும் வாயைப் பிளந்து வியந்தார்கள். "அட, யாரிந்த தேவதை" என்று கன்னங்களை நிமிண்டினார்கள். சிலர் குனிந்து எனது மெத்தென்ற கன்னங்களில் கொஞ்சினார்கள். எனது அழகைப் பேரழகாக உயர்த்திய அந்தச் சட்டையோடு என் உயிரின் பாதி ஒட்டியிருக்கிறதா என வீட்டார் சந்தேகிக்கும்படியாக அதனுடன் என் நேசம் வலுவாகியிருந்தது. அந்தச் சட்டையை அவ்வளவு விரும்பினேன். உம்மாவோடு எங்கே செல்வதென்றாலும் அந்தச் சட்டையைப்போட்டுக் கொண்டுதான் செல்ல வேண்டும் என்று அடம்பிடித்தேன். வெளியே எங்கேயும் போவதற்கென்று என்னிடமிருந்த ஒரேயொரு சட்டை வெளுத்துப்போனபோது, அதனை வீட்டிலும் விளையாடவும் என்று சதாவும் போட்டுக் கொண்டிருந்ததில் நைய்ந்து பிய்ந்து துணியின் நூல்கள் சிலந்தி வளைபோல விரிந்து பிரிந்தபோதுதான் இந்தத் துணியை வாங்கிக் கொண்டு வந்தாள் உம்மா. அதன் பிறகும் இரண்டு சட்டைகளை அதே என் பிரியத்துக்குரிய உமையாழ் தன் மெல்லிய கரங்களால் வெட்டித் தைத்துத் தந்தபோதும் இந்தச் சட்டையால் உருவான விழாக் கோலத்தை நான் பெறவில்லை.

துணியிலிருந்த முருங்கையினதுபோன்ற சின்ன மஞ்சள் பூக்கள் மங்கி மறைந்துவிட்டன. பூக்கள் இருந்ததற்கான தடயங்களாக அங்கங்குப் புள்ளிகளாக மஞ்சள்நிறம் ஒட்டிக் கொண்டிருந்தது. எண்ணிக் கணக்கெடுக்க முடியாதபடி சட்டை எங்கும் பொத்தல்கள். உம்மாவின் கையாலேயே நூல் கோர்த்துப் பொத்தலை அடைத்த தழும்புகளே சட்டைக்கு மேலதிக அலங்காரமாகி அழகுகாட்டிக்கொண்டிருந்தது. உண்மையில் எனது பிரியத்திற்குரிய சட்டை காலாவதியடைய வேண்டிய காலத்தை எப்போதோ எட்டிவிட்டது. அந்தச் சட்டையை மட்டுமல்ல இனி எந்தச் சட்டையையுமே போட்டு அழகு பார்க்க

முடியாதபடி காலாவதியான எனது இந்த வாழ்விலிருந்து விந்தனையான பல எண்ணங்கள் கோர்வையாகத் தோன்று கின்றன. அது எனக்காகத் தைக்கப்பட்ட சட்டையில்லை. அந்தச் சட்டைக்காகவே நான். ஒரு சட்டையின் வாழ்வுக்குரிய காலத்திற்கும் எனது ஆயுளுக்கும் பெரிய வித்தியாசங்கள் ஒன்றுமில்லை.

மைய்யித்தை[4]க் குளிப்பாட்டுவதற்கான நீர் தயாராகி விட்டது. இலந்தை இலை கலந்த இளம் சூடான நீரில் கற்பூரம், சந்தனம் கலந்து உடலில் மெதுவாக வார்த்து அழுத்தாமல் தேய்த்துக் குளிப்பாட்டும் சடங்கைப் பெரியம்மாவும் உம்மாவும் செய்கிறார்கள். நீட்டி நிமிர்ந்து படுக்கவைப்பட்டிருந்த மைய்யித்தின் வலப்புறத்திலிருந்து மெதுவாக நீரை ஊற்றுகிறாள் பெரியம்மா. தெப்பமாக நிரம்பிய கண்களால் பார்த்துக்கொண்டே மைய்யித்தாகிப்போன மகளின் பிஞ்சு உடலைக் கண்ணீரும் தண்ணீரும் கலந்து குளிப்பாட்டிக் கொண்டிருக்கும் உம்மாவையே உற்றுப் பார்த்துக் கொண்டிருக்கிறேன். இதுவரைக்கும் ஒரு நூறு முறையாவது "உம்மா" "உம்மா" என்று கூப்பிட்டுப் பார்த்துவிட்டேன். என் குரல் என்னைத் தாண்டிச் சென்றதாகக்கூடத் தெரியவில்லை. உம்மாவின் துயர் எனக்கு நன்றாகப் புரிகிறது. உம்மாவின் வலியையும் ஏமாற்றத்தையும் முழுவதும் உணர்கிறேன். எனது குரலைக் கேட்கச் செய்துவிட்டால் அவளது துயரத்தின் அர்த்தமற்ற நிலையைத் தெளியவைத்துவிட முடியும். ஆனால் எனது குரலின் ஓசையை எப்படி மீட்பேன்? மாற்றிமாற்றி ஐந்து முறைகள் என்னுடலைக் குளிப்பாட்டினார்கள்.[5] மெல்லிய பஞ்சுபோன்ற துணியைக் கொண்டு மெதுவாகத் தலையைத் துவட்டிக் கூந்தலை வாரி ஜடை பின்னத் தொடங்கினாள் உம்மா. நேற்று பள்ளிக்கு அனுப்பும் போது உச்சி பிரித்துப் பின்னல் போட்டதைப் போலவே. குளிப்பாட்டிய உடலில் சந்தனம் பூசி, காது மூக்குத் துவாரங்களுக்கு அத்தர்[6] தோய்ந்த பஞ்சுத் துண்டுகளைச் செருகி மகளின் இறுதி யாத்திரைக்குத் தயார்படுத்துவதிலேயே கவனமாக இருக்கும் உம்மாவிடம் எனக்கு நடந்த கதியைச் சொல்லவே வேண்டும் என்கின்ற அங்கலாய்ப்பு ஒரு சிறு அலையாகக் கிளம்பி வளர்ந்து வேகமாக உயர்கிறது.

---

4. பூதவுடல்
5. மரணித்தவர்களின் உடலை ஐந்து முறைகள் குளிப்பாட்டுவது இஸ்லாமிய சடங்கு
6. வாசனைத் திரவியம்

மிகச் சொற்ப காலத்து வாழ்வை முடித்துக்கொண்டு இறுதி யாத்திரைக்குத் தயாராகக் கிப்லா[7]வின் திசையை நோக்கித் தூய்மையான வெள்ளைக் கபன்[8]துணியில் சுத்தி வைக்கப்பட்டிருக்கும் ஜனாசா[9]வைப் பார்ப்பதற்கு வருகிறவர்கள் எல்லாருமே விம்மி வெடித்துக்கொண்டே வெளியாகிப் போகிறார்கள். அழுது ஆர்ப்பரிப்பது ஒரு ஜனாசாவைத் துன்பமூட்டும் காரியமாகக் கருதப்படுகின்ற நம்பிக்கைக்கு மாற்றாக நடந்துவிடக் கூடாதென்ற உறுதிப்பாட்டுடன் வாய்க்குள் முந்தாணையைத் திணித்துக் கொண்டு போகும் பெண்கள் தங்களுக்குள் கிசுகிசுத்துக் கொள்கிறார்கள். சிலர் கிசுகிசுப்பதாக எண்ணி உரத்தும் பேசிக்கொள்கிறார்கள்.

“இந்தச் சின்னஞ் சிறுசுக்கு என்னதான் நடந்துவிட்டது” ஒரு பெண் சற்று வயதான இன்னொரு பெண்ணைக் கேட்கிறாள்.

“அந்த யாரப்[10]புதான் அறிவான் மகளே! நேற்றுப் பள்ளிக்குப் போய்ட்டுவந்த பிள்ளை இன்டைக்குக் கப்று[11]க்குப் போக ஆயத்தமாவிட்டாள்...” கைகளிரண்டையும் வானுக்குத் தூக்கிப் பார்வையையும் மேலுயர்த்துகிறாள் அவள்.

அங்கு வந்தவர்களில் பெரும்பாலானவர்கள் பேசிக் கொள்வதெல்லாம் மைய்யித்தாகப் படுத்திருப்பவளின் முக அழகை மட்டுமல்ல, பண்பு குணங்கள் பற்றியும்.

“இந்தச் சின்ன வயசில் இவளுக்கு என்னவொரு ரோசமும் தன் மானமும் என்டு நான் வியக்காத நாளே இல்ல”

“அவள் ஒரு சிரிப்புச் சிரிப்பாள் பார்த்திருக்கிறீங்களா... யா அல்லாஹ்! உன்னைக் கருணையாளன் என்றல்லவா நம்புகிறோம். இந்தப் பூவை ஏன் உதிரச்செய்தாய். இதுபோலொரு பேரழகு முகத்தை வெளிச்சம் தரும் சிரிப்பை இந்தப் பூமி இனிமேப்பட்டுப் பார்க்குமா?”

---

7. கிப்லா என்பது சவூதிஅரேபியாவின் மக்காவில் அமைந்துள்ள அல்–மஸ்ஜித் அல் – ஹரம் பள்ளிவாசலில் உள்ள காபாவை நோக்கிய நிலையான திசையாகும். உலகில் எப்பகுதியில் இருந்தாலும் இஸ்லாமியர்கள் அனைவரும் இந்தத்திசையை நோக்கியே தொழுகை செய்வர்.
8. மரணித்தவரைக் குளிப்பாட்டி அணிவிக்கும் ஆடை
9. சடலம்
10. அல்லாஹ்
11. மண்ணறை

அவ்வளவு அடர்த்தியாகத் துயரம் நிரம்பிக்கொண்டிக்கும் அதே இடத்தில் தான் சில மணி நேரங்கள் முன்பு கால்கள் நீட்டி ஈரம் முழுவதும் வற்றி வாடி வதங்கிப்போன ஒரு செடியைப் போலக்கிடந்தேன். சிறு வயிற்று வலியால், ஒரே ஒரு இரவில் உடலை வருத்திய காய்ச்சலால் ஒரு பட்டுக் குழந்தையின் உயிர் பிரிந்துவிட்டதென்பதை ஊரில் யாருமே நம்பத் தயாரில்லை. அது நம்பத் தகுந்த உண்மையில்லை என்று அறிந்தும், மரணத்தின் சூட்சுமத்தை இறைவனிடம் பாரம் சுமத்தி மனக் காயத்தை ஆற்றிக்கொள்கிறார்கள். மறுமையில் எந்தக் குறைகளும் துன்பமும் இல்லாத சுவர்க்க வாழ்வை இந்த மகளுக்குக் கொடுத்திடு யா அல்லாஹ் என்று நெஞ்சுருகிப் பிரார்த்தபடியே இருந்தார்கள். அவர்களின் கண்ணீர் மழைத்துளிகள் போல விழுகிறது. அவர்கள் ஒவ்வொருவரும் சிரிப்புமூட்டிய மகிழ்ச்சி யினதும் வெகுளித்தனமான நடத்தைகளினதும் பின்னிப் பிணைந்த கதைகளைப் பேசிப்பேசி என்னைப் பற்றிய இருப்பின் தெளிவான சித்திரத்தை வரைந்துகொண்டிருக்கிறார்கள்.

நான் யாரென்றே அறிந்திராத இவர்கள் எல்லாம் என்னில் அன்பைப் பொழிந்துகொண்டிருக்கும் இந்தத் தருணத்திலேயே என் மறுஉலக ஈடேற்றத்திற்காக முழுமனதாகப் பிரார்த்திக் கொண்டிருக்கும் இக்கணமே எனக்கு நடந்த கதியைச் சொல்லி விட முடிந்துவிட்டால் அதுதான், அதுவல்லவா இக்கணத்தில் எனக்குரிய உய்வு நிலை! இவர்கள் நம்புவதுபோல மரணித்தவர்கள் எல்லாரும் சுவர்க்கத்திற்குப் போய்விடு வார்களா? பாவிகள் நரகில் எரிந்துகொண்டிருக்கும் நெருப்பில் தள்ளப்படுவார்களா? நான் இப்போது எங்கே இருக்கிறேன்? நான் பாவியா, அப்பாவியா? எல்லா வகையான தீயவர்களும் நரகில் தள்ளப்படுவதன் நியாயம் எனக்குப் புரிபடவில்லை. நான் மரணிக்கக் காரணமாக இருந்த அநியாயக்காரனை நரகில் தள்ளிவிட்டால் இழந்த என் சிறுபிராயம் திரும்பக் கிடைத்துவிடுமா?

நான் அவசரப்படுகிறேன். பிரபஞ்சத்தின் புதிரான மடிப்புகளில் மறைக்கப்பட்ட பதில்களைத் தேடுவதைத் தவிர்க்க வேண்டும். எண்ணங்களை என்னால் கட்டுப்படுத்தவே முடியவில்லை. மேலும் இப்போது நான் எண்ணிக் கொண்டிருக்கின்ற இவை எல்லாம் முன்னர் அறிந்திராதவை. இவ்வளவு தெளிவாகவோ தெளிவற்றோ என்னால் சிந்திக்க முடிகிறதென்பது எனக்கே பேராச்சரியமாயுள்ளது. இங்கே நடப்பதைக் கவனிப்பதிலிருந்து இனி, இவர்கள் எனது ஜனாசாவைச் சுமந்து சென்று அடக்கம் செய்ய வேண்டும்.

நன்றாக நினைவிருக்கிறது; உம்மா சொல்லித் தந்தவை எதனையும் நான் மறக்கவில்லை. இந்த உலகம் அழிந்துவிடக் கூடியதென்பது உம்மாவின் அசைக்க முடியாத நம்பிக்கை. வாழும் காலத்தில் செய்கின்ற ஒவ்வொரு காரியங்களுக்குமான கூலியும் மறுமை எனப்படும் மரணத்திற்குப் பிந்திய வாழ்வில் நமக்குக் கிடைக்குமாம். எப்போது படைக்கப்பட்டார்கள் என்று இறைவனைத் தவிர வேறு யாருக்கும் தெரியாத, ஒளியினால் படைக்கப்பட்ட ஊன் உறக்கம் எதுவும் கிடையாத ஆணுமல்லாத பெண்ணுமல்லாத மலக்குகளை[12] தன்னைத் துதித்துக்கொண்டிருப்பதற்காகவும் தனது கட்டளைகளை நிறைவேற்றுவதற்காகவுமே அல்லாஹ் படைத்திருக்கிறான். இப்படிப் படைக்கப்பட்ட ஒவ்வொரு மலக்குவிற்கும் ஒவ்வொரு பொறுப்புகள். மழையைப் பொழிவிப்பதற்கு ஒரு மலக்கு. காற்றை உருவாக்குவதற்கு இன்னொரு மலக்கு. உயிரைக் கைப்பற்றுவதற்கு மற்றொரு மலக்கு. இப்படி உலகத்துக் காரியங்கள் ஒவ்வொன்றுக்கும் ஒவ்வொரு மலக்கை நியமித்திருக்கின்ற அல்லாஹ் மனிதர்கள் செய்கின்ற நல்அமல்க[13]ளையும் தீய காரியங்களையும் எழுதுவதற்கென்றும் இரண்டு மலக்குகளைப் படைத்திருக்கிறான்.

ஒவ்வொரு மனிதரிலும் வலதுபக்கத் தோளில் இருப்பவர் நன்மைகளைப்பதிவுசெய்வார். இடதுபக்கத் தோளில் இருப்பவர்தீமைகளைப்பதிவுசெய்வார். ரகீப், அத்தீத் என்ற பெயர் கொண்டு அழைக்கப்படும் இந்தக் கண்ணியத்திற்குரிய எழுத்தாளர்கள் எழுதிய பட்டோலை[14] ப் பிரகாரம் தான் ஒருவர் நல் அமல்கள் செய்தவரா தீய காரியங்கள் செய்தவரா என்பது முடிவுசெய்யப்பட்டுச் சுவர்க்கத்திற்கும் நரகிற்கும் அனுப்பப்படுவார்கள். நல் அமல்கள் செய்தோரின் ஏடு அவர்களது வலது கையிலும் தீய காரியங்கள் செய்த பாவிகளின் ஏடு அவர்களது இடது கையிலும் வழங்கப்படும். தத்தமது செயல்களைப் பார்த்து நல்லடியார்கள் சந்தோஷப்படுவார்கள்; அவர்களால் ஸிராத்[15] பாலத்தைக் கடந்துவிட முடியும். பாவிகள் கைசேதப்படுவார்கள்; ஏனெனில் அவர்களை நரகம் எடுத்துக் கொண்டுவிடும். சுவனத்திற்குச் செல்லும் இந்தப் பாலத்தை ஒவ்வொருவரும் கடந்தேயாக வேண்டும். இந்தப் பாலத்தைக்

12. வானதூதர் / தேவன்

13. நன்மையான காரியங்கள்

14. இஸ்லாம் மத நம்பிக்கையின்படி நன்மை தீமைச் செயல்களை விவரிக்கும் ஏடு

15. இஸ்லாம் மதத்தின் பிரகாரம், மரணத்திற்குப் பிந்திய வாழ்விலான மறுமையில் நரகத்திற்கு மேலாக உள்ள பாலத்தின் பெயர்

கடப்பது இலகுவாக அமைவதும் சிரமமாக அமைவதும் அவரவரது செயல்களின் எடையைப் பொறுத்தது. சிலர் அதை மின்னல் வேகத்திலும் சிலர் குதிரை வேகத்திலும் சிலர் தவழ்ந்தும் சிலர் நடந்தும் சிலர் அதைப் பிடித்துத் தொங்கியவர்களாகவும் கடப்பார்கள். அப்போது பாவ காரியங்களின் எடை கூடியவர்களை நரகம் எடுத்துக்கொள்ளும்.

"எழுதப்பட்ட நன்மை தீமைகளைக்கூடியதா குறைவானதா என்று எப்படி எடை பார்ப்பது?"

"அதற்குத்தான் மீஸான்[16] தராசு இருக்கே மகள். நல்ல காரியங்களையும் பாவ காரியங்களையும் அது துல்லியமாகக் கணித்துச் சொல்லிவிடும். அதுமட்டுமில்ல, மறுமைநாளில், மனிதர்கள் அனைவரது செயலுக்குமான முதன்மை சாட்சியாளனாக அல்லாஹ் இருப்பான். அதோடு, நம் உறுப்புகள் – கை, கால், தோல் எல்லாமும் அங்கு சாட்சி சொல்லும். அல்லாஹ்வின் விசாரணையிலிருந்தும் அவன் தீர்ப்பளிப்பதிலிருந்தும் யாருமே தப்பிக்க முடியாது".

வயதை மீறி அடர்ந்து வளர்ந்திருந்த எனது முடிக்கற்றைகளின் சிக்கை அவிழ்த்துத் தலைவாரி ஈர் பேன்களைக் கிள்ளிப்பொறுக்கிக்காத்தல் செய்கின்றபோது "போதும்" என்று நான் சிணுங்காமலும் திடீரென்று திமிறிக்கொண்டு ஓடிச் செல்லாமல் இருப்பதற்காகவும் உம்மா சொல்லிய போதனைக் கதைகள் எல்லாம் இப்போது பூதாகர உருவம் எடுத்தாற்போல என் எண்ணங்களுக்குத் தடைப்போடுகின்றனவே. நான் எங்கே போகவேண்டியவள். உலகம் அழிந்த பின்புதானே எல்லார் கையிலும் பட்டோலைத் தரப்படும். அப்படியெனில் விசாரணை நாள் வரையிலும் கப்று தான் என் வீடாக இருக்கப் போகிறதா? கப்றுக்குள் இருட்டைத் தவிர வேறு எதுவும் இருக்காதே! இறைவா! எனக்கு மயக்கமுண்டாகிறது. எனது வாழ்வைப் பறித்து ஏன் என்னை இவ்வளவு பீதிகொள்ள வைக்கிறாய்? என் பாசத்துக்குரிய குடும்பத்திடமிருந்து என்னை ஏன் பிடுங்கி எறிகிறாய்? நான் எங்கே போக வேண்டியவள்? உம்மாவின் மடியில் இறுதி மூச்சோடு என் இதயத்தின் சுவாச வேர்கள் போராடிக் கொண்டிருந்தபோது வண்ணத்துப் பூச்சிகள் பறந்து திரியும் ஒரு வெளியைப் பார்த்தேனே! சுவர்க்கத்தின் வாசலாக இருக்குமோ அந்த வெளி. எந்தத் தீய காரியங்களையும் அறியாத என்னை இப்போதே சுவர்க்கத்திற்கு அனுப்பிவிடுவதற்கு இறைவா நீ தீர்மானித்து

---

16. மறுமையில் நன்மை தீமைகளை அளவிடும் தராசு

விட்டாயா? உன் அளவற்ற இரக்கத்தை எங்ஙனம் என்னில் பொழியப்போகிறாய்?

திடீரென்று ஒரு பேரிரைச்சலைப் போலக் குரலுயர்த்திப் பெண்கள் எல்லாரும் ஒப்பாரிக்க ஸன்தூக்கில்[17] வைக்கப் பட்டிருந்த ஜனாசாவை ஆண்கள் நான்கு பேர் தூக்குகிறார்கள். வாப்பாவும் ஒரு பக்கமாகப் பிடித்துத் தூக்குகிறார். சந்தனமும் பன்னீரும் கமகமக்க, சாம்பிராணி தூபம் முழுமையான அசைவின்மையை மென்சூரியனுக்குத் தந்ததுபோல ஒரு நொடி எல்லாம் மங்கி மறைந்திருக்க இறுதி ஊர்வலம் தொடங்குகிறது. "இன்னாலில் லாஹிவ இன்னா இலை ஹிராஜிஊன்[18]" துக்கமுண்டாக்கும் கனத்த குரலில் எல்லோரும் ஓதுகிறார்கள். ஓ! எனது விடுதலைப் பயணம் தொடங்கிவிட்டது. எனக்கு நடந்த கதியை எவ்வளவு பெருங்குரலெடுத்துக் கத்தினாலும் இவர்களுக்குக் கேட்கப் போவதில்லை. எனக்கும் இவர்களுக்குமிடையில் கண்ணாடிபோல விழுந்திருக்கும் திரையின் ஸ்தூலம் யாதென்று அறிந்துகொள்ளும் முதிர்ச்சி எனக்கில்லை. என்னை விரைவாகக் கொண்டு செல்லுங்கள். நான் சில காலமே படித்த, புத்தம் புதிய எனது பள்ளியிருக்கும் அதே வழியால் என்னைக் கொண்டு செல்லுங்கள். எவ்வளவு விரைவாக முடியுமோ அவ்வளவு விரைவாகக் கொண்டு செல்லுங்கள்.

---

17. பூதவுடலை அடக்கத்திற்காக ஊர்வலமாக எடுத்துச் செல்லும் தொட்டில்
18. நாங்கள் அல்லாஹ்வுக்கே உரியவர்கள்; அவனிடமே திரும்பிச் செல்பவர்கள்

2

"சுலைமான் இறைத்தூதராக மட்டுமல்ல, அரசனாகவும் இருந்தார். அவரது அரசாங்கம் எகிப்திலிருந்து ஆப்கானிஸ்தான் வரையிலும் பரவியிருந்தது. அவர் தங்குவதற்காக விசேடமான தொரு மாளிகையை ஜின்கள் நிர்மாணித்துக் கொடுத்தார்கள். ஆயிரம் பாகங்கள் கொண்ட ஓர் அபூர்வமான நாற்காலி அவரிடம் இருந்தது. ஒவ்வொரு பாகத்திலும் ஆயிரம் அறைகள். இவற்றில் மனிதர்களும் ஜின்களும் தங்க முடியும். இதன் ஒவ்வொரு பாகத்தையும் ஆயிரம் ஜின்கள் சுமந்து கொண்டிருந்தன. சுலைமான் நபி எங்கு செல்ல நாடுகின்றாரோ, காற்று அந்த இடத்திற்கு அந்த அதிசய நாற்காலியைக் கொண்டு போய்ச் சேர்க்கும்".

"இவரிடம் பறவைகள் படையொன்றும் இருந்தது. அதற்கு ஹூத்ஹூத்[1] தலைமை வகித்தது. சுலைமான் நபி மிருகங்கள், பறவைகள், ஜின்கள் ஒவ்வொன்றிற்கும் ஒவ்வொரு பொறுப்பைக் கொடுத்திருந்தார். ஹூத்ஹூத்தின் பொறுப்பு என்ன தெரியுமா? தண்ணீருள்ள இடத்தைக் கண்டறிவது. எந்த இடத்தில் தண்ணீர் கிடைக்கும் என்று துல்லியமாகக் கண்டறிந்து சொல்லுமாம் ஹூத்ஹூத். அந்த இடத்தில் ஜின்களை விட்டுத் தோண்டி போதுமான அளவு தண்ணீரைப் பிரயாணங்களின்போது பெறுவதை சுலைமான் நபி வழக்கமாகக்கொண்டிருந்தார்."

"ஹூத்ஹூத்தின் தலைமையில் பன்னிரண்டாயிரம் உதவித் தலைமைப் பறவை களும், ஒவ்வொரு உதவித் தலைமைப் பறவை யின் கீழும் பன்னிரண்டாயிரம் உதவி புரியும்

---

1. ஹூத்ஹூத் என்பது மரங்கொத்திப் பறவை

பறவைகளும் இருந்தன. சுலைமான் நபி பவனி வரும்போது அத்தனை பறவைகளும் வானில் பறந்து குடைபிடித்து வரும்."

"ஹா… இதெல்லாம் நம்புற மாதிரியா இருக்கு"

"அய்லி" அதட்டினாள் ரெஜினா.

"அய்லி இங்கப் பார், இதெல்லாம் நம் மார்க்கத்தில் நாம் ஈமான்[2] கொண்டிருக்கிற விசயங்கள். இது நபிகளின் வாழ்க்கை வரலாறு. இதையெல்லாம் கேலி பேசக் கூடாது"

வீட்டுக்கு வந்து பாடங்கள் சொல்லித் தரும் ரெஜினாவுக்கு அய்லியைச் சமாளிக்க முடியவில்லை. வீட்டாரின் கட்டுப்பாட்டை மீறி முக்கியமாக அவளது மூத்த சகோதரனிடமிருந்து தப்பித்து எப்படியாவது பல்கலைக்கழகம் போய் விடுதென்று தயாராகிக்கொண்டிருக்கிறாள் ரெஜினா. தான் வசிக்கும் தெருவில் உள்ள வீடுகளுக்குச்சென்று பாடங்கள் சொல்லித் தந்து பணம் சேர்த்துக்கொண்டிருந்தாள். உயர்தர வகுப்பு இறுதியாண்டு மாணவியே அவள் என்றாலும், தெருவில் வசிக்கும் பிள்ளைகள் எல்லாம் அவளை ரெஜினா டீச்சர் என்றே அழைத்தார்கள்.

"ஹூத்ஹூத் பறவையின் மூலமாகத்தான் பல்கீஸ் ராணியைப் பற்றி சுலைமான் நபி தெரிந்துகொண்டார். சுலைமான் நபி விலங்குகள் பறவைகளின் மொழியைப் புரிந்து கொள்ளும் ஆற்றல் பெற்றவர். அவர் அவற்றுடன் உரையாடக் கூடியவர்".

ரெஜினா தான் கொண்டுவந்திருந்த புத்தகத்திலிருந்து மேலும் வாசிக்கத் தொடங்கினாள். குப்புறப்படுத்துக்கொண்டு மடித்த தனது கால்களை ஆட்டிக்கொண்டிருந்தாள் அய்லி. முழங்கைகளைத் தரையில் ஊன்றி தாடையை உள்ளங்கையில் தாங்கிப் பிடித்தபடி ரெஜினா வாசித்தவற்றைக் கேட்டுக் கொண்டிருந்தாள். எப்பாடுபட்டும் அவளுக்கு இந்தப் பாடத்தில் சுவாரசியம் வரவேயில்லை.

தினமும் வீட்டுக்கு வந்து இரண்டு மணித்தியாலங்கள் அய்லியைப் பிடித்து வைத்துச் சொல்லித் தரும் பாடங்களில் இரண்டு நாட்கள் இஸ்லாம் பாடத்தையும், தமிழ், கணக்குப் பாடங்களையும் வாசிப்பு எழுத்துப் பயிற்சிகளையும் மற்ற நாட்களில் தொடர்ந்தாள் ரெஜினா. உறவுக்காரப் பெண் என்பதாலும் முதல் தலைமுறைப் பட்டதாரியாகப் போகிறவள் என்பதாலும் நிஸாவும் தாவூதும் அவளிடம் பூரண சுதந்திரமாக அய்லியை ஒப்படைத்திருந்தார்கள். எழுத்து, வாசிப்புப்

2. நம்பிக்கை

பாடங்களுக்குத் தரும் கவனத்தைக் கணிதப் பாடத்திற்கும் தருகிறாளில்லை; இஸ்லாம் பாடத்தை முற்றிலுமே கவனிக்கிறாளில்லை – இப்படியான புகார்களுடன் பாடங்களைத் தொடர்வதே ரெஜினாவின் வழக்கம் .

"பள்ளிக்குச் சேர்த்து ஐஞ்சாறு மாசங்கள்கூட ஆகலை. அதற்குள் குழந்தையைப் பிடித்து ஏன் வதைக்கிறீர்கள்" என்று அய்லியின் உம்மம்மா ஜெய்நூர் கண்ணீர் விடாத குறைதான்.

"இப்பவே வளைச்சால்தான் உண்டு".

நிஸாவும் தாவூதும் ஒரேயடியாகப் போடும் கூப்பாட்டில் உம்மம்மாவால்அய்லிக்கு உதவ முடிவதில்லை.

"நீ ஆறு வயசுக்குள்ளேயே குர்ஆனை ஓதி முடிச்சிருக்கக் கூடாதுடி... இப்ப பார் மத்தப் புள்ளைகள் மதரசா[3]க்கு ஓதப் போற நேரத்தில உன்னைப் புடிச்சி வச்சிப் பாடம் நடத்துறாங்கள்"

கற்கண்டு, மிளகு, பிஸ்கட், ஊதுபத்திப் பெட்டி ஒன்று, தீப்பெட்டி ஒன்று, ஆலிமுக்குத்[4] தரவேண்டிய கட்டணம் இவை எல்லாவற்றோடும் அய்லியையும் கையில் பிடித்துக்கொண்டு "குச்சுப்பொட்டி ஆலிம்" நடத்தும் மதரஸா வாசலில் நிஸா நின்றபோது அய்லிக்கு நான்கு வயது முடியக்கூட இல்லை. கட்டையான கால்களுடைய செவ்வக வடிவிலான மேசைக்குப் பின்னால் சம்மணம்போட்டு அமர்ந்திருந்த ஆலிம், பெட்டியைப் பிரித்து அதிலிருந்த சந்தன மணம் கமகமக்கும் ஊதுபத்திகளை எடுத்து ஏற்றினார். ஜிப்பா போன்றதொரு வெள்ளைச் சட்டை, வெள்ளைத் தொப்பி, கட்டம்போட்ட வெள்ளைச் சாறன், முறுக்கு மீசை, கூர்மையான பார்வை, சட்டைப் பையில் கண்ணாடி, மெலிந்த உயர்ந்த தோற்றம் – ஆலிமையும் அவரை ஒட்டியிருக்கும் அனைத்தையும் பார்வையால் அளந்து பார்த்தபடி நின்றாள் அய்லி. சிவந்த நுனிநாக்கை நீட்டிய பாம்புபோல நெளிந்து வளைந்து அந்த இடத்தையே சுற்றிக்கொண்டிருந்தது ஊதுபத்தியின் புகை. காற்றில் கலந்திருந்த அதன் நறுமணத்தை நாசியால் உள்ளிழுத்த ஆலிம், கற்கண்டு, மிளகு, பிஸ்கட் மூன்றையும் தெரியும்படியாக அவர் முன்னாலிருந்த தட்டையான செவ்வக வடிவ மேசையில் வைத்து சூறத்துல் பாத்திஹாவை [5]ஓதி அய்லியை ஆசிர்வதித்தார்.

---

3. மதகல்வி நிலையம்
4. குர்ஆனை ஓதக் கற்றுத் தருபவர்
5. குர்ஆனிலுள்ள முதலாவது அத்தியாயம்

குர்ஆனை ஓதத் தொடங்குவதற்கு முன்பு "பிஸ்மில்லாஹிர் ரஹ்மானிர் ரஹீம்⁶" என்று சொல்லி மிளகையும் கற்கண்டையும் ஒன்றாக வாயில் போட்டு மென்று விழுங்கச்சொன்னார். உம்மாவை அண்ணார்ந்து பார்த்தாள் அய்லி.

"அதொன்றுமாகாது... வாயில் போடும்மா..." சில மிளகுகளையும் கற்கண்டுத் துகள்களையும் உள்ளங்கையில் எடுத்து அய்லியின் வாயில் போட்டுவிட்டாள் நிஸா. மிளகு உறைப்பிற்குப் பயந்து கண்களை இறுக்கிப் பொத்திக்கொண்டு தாடை அசைய மென்றாள் அய்லி. காரத்தின் சுவையில் கண்கள் இரண்டிலும் கண்ணீர் நிரம்பி மூடியிருந்த இமைகளைத் தாண்டிக் கன்னத்தில் வடிந்தது. வாயை நிறைத்த உமிழ் நீர் கடைவாயில் நுரையாகத் தள்ளியது.

"அப்படியே விழுங்கிடும்மா..." நிஸாவும் ஆலிமும் உற்சாகப்படுத்தினார்கள்.

ஒரு வழியாக கற்கண்டு, மிளகை மென்று விழுங்கிவிட்டு நாக்கை நீட்டிக் காண்பித்தாள். பள்ளியில் குர்ஆன் ஓதிக் கொண்டிருந்த மற்றெல்லாப் பிள்ளைகளுக்கும் மிளகு, கற்கண்டு, பிஸ்கட் இவைகளைப் பகிரச் சொன்னார்கள். அய்லி தனது சின்னக் கைகளால் தட்டில் எடுத்துச் சென்று எல்லாப் பிள்ளைகளுக்கும் பரிமாறினாள். இந்தச் சடங்கு முடிந்த பிறகு தனக்கு முன்னால் இருந்த நீளமான பாங்கில் அய்லிக்காக நிஸா வாங்கிச் சென்ற தத்ரீஸூல் குர்ஆனை ⁷விரித்து, மீண்டும் பிஸ்மில்லாஹிர் ரஹ்மானிர் ரஹீம் சொல்லிஅய்லியையும் சொல்லச் சொன்னார். ஏற்கெனவே வீட்டில் உணவருந்துவதற்கு முன்பாக இப்படிச் சொல்லிப் பழகியிருந்த அய்லி சிரமமில்லாமல் உச்சரித்ததும், புன்முறுவல் பூத்த முகத்தோடு அவளை ஆழமாகப் பார்த்துக்கொண்டே "அலிஃப்⁸" என்று முதல் எழுத்தைச் சொல்லிப் பாடத்தைத் தொடக்கினார் ஆலிம்.

தங்குதடையில்லாமல் தெளிவாகச் சலசலத்து ஓடும் நீரோடையைப் போல அடுத்தடுத்த நாட்களில் மிக அழகாக எழுத்துகளை உச்சரிக்கவும் அடையாளம் காணவும் தெரிந்து விட்டிருந்த அய்லியில் ஆலிமுக்கு அன்பு அளவற்றுப் பெருகியது. ஒரே மாதத்தில் தத்ரீஸூல் குர்ஆனை முடித்துவிட்டாள்.

---

6. அளவற்ற அருளாளனும், நிகரற்ற அன்புடையோனுமாகிய அல்லாஹ்வின் திருப்பெயரால் (துவங்குகிறேன்)

7. அரபு அரிச்சுவடி

8. அரபி மொழியின் முதல் எழுத்து

சிவப்புச் சட்டை சிறுமி

ஓராண்டுக்குள் குர்ஆன் முழுவதையும் தெளிவான உச்சரிப்போடும் பிழையில்லாமலும் ஓதுவதற்குக் கற்றுக் கொண்டாள்.

"சுலைமான் நபியின் வாழ்க்கை வரலாற்றைப் பற்றிய கதைகளில் மிகவும் சுவாரசியமானது அவருக்கும் எறும்புக்கும் நடக்கும் ஓர் உரையாடல். தமது படை பரிவாரங்களுடன் சிரியாவிலிருந்து ஏமன் நாட்டுக்கு சுலைமான் நபி பயணித்துக் கொண்டிருந்தபோது நடந்தது. நபி அவர்கள்படை பரிவாரங் களுடன் பவனி வருவதைப் பார்த்த ஒரு எறும்பு மற்ற எறும்புகளிடம்,

"எறும்புகளே, புற்றுக்குள் நுழைந்துகொள்ளுங்கள். சுலைமானும் அவரது சேனைகளும் உங்களை நசுக்கிவிடக் கூடும்" என்று எச்சரித்தது.

இதனைச் செவிமடுத்த சுலைமான் நபி அந்த எறும்பிடம் சென்று,

"எனது படையினர் யாருக்கும் தொல்லை தருவதில்லை என்பது உனக்குத் தெரியாதா" எனக் கேட்டார்.

"தாங்கள் கூறுவது முற்றிலும் சரியாக இருக்கலாம். நான் எனது கூட்டத்தாருக்குத் தலைமை வகிப்பதால், அவர்களை எச்சரிப்பது எனது கடமையல்லவா?" என்றது.

"தலைமை வகிக்கிறாயா என்ன தொகை?"

"எனது தலைமையின் கீழ் பல படைப்பிரிவுகள் உள்ளன. நான்காயிரம் பெரிய அதிகாரிகள். ஒவ்வொரு அதிகாரியின் கீழும் நான்காயிரம் சிறிய அதிகாரிகள் உள்ளனர். ஒவ்வொரு சிறிய அதிகாரியின் கீழும் நாற்பதாயிரம் எறும்புகள் உள்ளன"

"அய்லி" மீண்டும் அதட்டினாள் டீச்சர் ரெஜினா.

பாடத்தைக் கவனியாமல் எதைஎதையோ யோசித்துக் கொண்டிருக்கும் அய்லியின் மேல் ரெஜினாவுக்குக் கடுங்கோபம் ஏற்பட்டது.

"இந்தக் கதை உனக்கு வியப்பாக இல்லையா..."

"இல்லவே இல்ல..." உதட்டைப் பிதுக்கித் தலையாட்டி னாள் அய்லி.

"நிஸா றாத்தா..."

உக்கிரமான தொனியில் உம்மாவை ரெஜினா அழைக்கவும் குப்புறப்படுத்துக் கிடந்த அய்லி எழுந்து சம்மணமிட்டு அமர்ந்தாள்.

இரவுணவு தயாரிப்பதற்காகப் பிட்டுக்கு வறுத்த கோதுமை மாவைத் தண்ணீர் விட்டுக் குழைத்துக்கொண்டிருந்த நிஸா மாவு அப்பிய கையுடனே வரவேற்பறைக்கு வந்தாள்.

"பாருங்க றாத்தா... பாடத்தைக் கவனிக்கிறாளே இல்லை."

"அய்லி, அகப்பக்கணையால் ரெண்டு தரட்டா?" உம்மா பற்களை நறநறவென்று கடிப்பது அய்லிக்குக் கேட்டது.

"இல்லம்மா..." அழும் பாவணையை முகம் எடுத்துக் கொண்டிருந்தது.

சோறும் சுவையான அறுசுவை உணவுகள் அத்தனையை யும் பரிமாறப் பயன்படும் அகப்பையின் கணையால் அடித்துத் தனது கைகளை வீங்கச் செய்யும் கலை உம்மாவுக்குக் கைவந்த தென அய்லி அறிந்திருந்தாள். முன்பு ஒருமுறை அகப்பைக் கணையால் அடி வாங்கிய வலி இன்னமும் மறையவில்லை. தமிழ் அரிச்சுவடி எழுதுவதற்குப் பழகும்போது, பள்ளியில் சேர்வதற்கு சில நாட்களுக்கு முன்பாக உம்மாவின் கோபம் அவளைப் பதம் பார்த்தது. பிஞ்சும் கனியுமாகக் காய்த்துச் செழித்துக் கிடந்த பிலிங்காய் மரத்தின் நிழலில், கிளியின் சொண்டாகச் சிவந்தஅரிசி அளவேயான சிறு பூக்கள் பரவிக் கிடந்த குருத்து மணலில் அந்த விஷப்பரீட்சை நடந்தது. தமிழ் அரிச்சுவடியிலுள்ள முதல் எழுத்துகளை அய்லிக்குப் பயிற்றுவிக்குகின்ற அந்தப் பொழுது, தாய் மகளின் பிணைப்பை வலுவாக்கும் சிறப்புத் தருணமாக, விலைமதிப்பற்ற நேசத்துக் குரிய நினைவாக மாற வேண்டிய அந்தப் பொழுது, தடம் புரண்ட ரயில்போல விபத்தில் முடிந்தது.

நிஸா தனது வலது உள்ளங்கையை மண் மேற்பரப்பில் வைத்து வலம் இடமாகத் தேய்த்து நேர்த்தியாக்கிவிட்டுத் தமிழ் உயிரெழுத்துகளில் தலையாய எழுத்து "அ" வை எழுதிக் காட்டினாள். மகளின் வலதுகையின் ஆட்காட்டி விரலைப் பிடித்து மணலில் எழுதினாள். மண்ணில் எழுத்தை எழுதுவதும் அழிப்பதும் குழம்பிய மண்ணின் மேற்பரப்பை உள்ளங் கையால் துழாவிச் சீராக்குவதும் உம்மா தனது விரலைப் பிடித்து எழுதச் செய்வதும் ஒரு களிப்பான விளையாட்டுப்போல அய்லிக்குப் பிடித்திருந்தது. இதமான சூரிய ஒளியும் குளுமை யான காற்றும் அந்தச் சூழலின் அழகைக் கூட்டிக் கொண்டிருக்க, முதலில் இந்த எழுத்துப் பயிற்சியை விளையாட்டு என்றுதான் எண்ணினாள். உம்மாவின் முகத்தில் மெல்லப் மெல்லப் பரவிய இறுக்கமும் குரலில் வந்த சலிப்பும் கடுமையும் அவளைத் திணறடித்தது. "அ" மட்டும் என்ன செய்தும் அவளால் நேராக எழுதவே முடியவில்லை. புருவத்தை நெளித்துக்கொண்டு

கோணிய உதடுகளுடன் ஒவ்வொரு முறையும் தலை தூக்கி உம்மாவைப் பார்க்கப் பார்க்க இதயம் வேகமாகத் துடிக்கத் தொடங்கிவிட்டிருந்தது. சின்னதாக ஒரு உருண்டையைக் கீறி அதன் மேலிருந்து சுழித்துக்கொண்டு விரலைக் கீழே இறக்குவதற்குள் உடல் வியர்க்கத் தொடங்கிவிட்டது. "ஆங் அப்படித்தான்" என கூவும் உம்மாவின் குரல் விரல்களை நடுங்கச் செய்தது. "ப்ச்" என்று உம்மா சலிப்போடு முறைத்த போது மூத்திரமே வந்துவிடும்போல மிரட்சியடைந்தாள். இந்த முயற்சிகள் ஒரு முறை இரண்டு முறையாக இருந்து பத்தாவது பன்னிரண்டாவது முறையாக மாறியபோது இருவருமே எரிச்சலும் கோபமும் ஏமாற்றமும் அடைந்தார்கள்.

"ஒரு எழுத்தெக்கூட எழுத ஏலாத விரல என்ன செய்றன் பாரு"

அய்லின் மிருதுவான பிஞ்சுக் கைகளை இறுக்கிப் பிடித்து வாசலில் இருந்தே குசினிவரையும் இழுத்துக்கொண்டு வந்த நிஸா, கோபத்தின் உச்சத்தில் இருந்தாள். அகப்பையினை எடுத்து மகளின் வலக்கையில் பலமாக அடித்தாள், ஒரேயொரு அடி. சுர்ரென்று சிவந்த முகத்தைக் காட்டிக்கொண்டு, வலது பெருவிரல் நகத்திலிருந்து இரத்தம் கொட்டியது.

உப்பு மஞ்சள் சேர்த்து அம்மியில் வைத்து அரைத்து விளக்கெண்ணெய் தடவிய வெற்றிலையை நெருப்பில் வாட்டி யெடுத்து, மகளின் வெடித்த நகத்திற்கு மருத்துவம் பார்த்துக் கொண்டிருந்த நிஸாவை தாவூதுவும், ஜெய்நூரும் சொற்களால் வதைத்துக் கொண்டிருந்தார்கள். ஒரு தாயாக அவளது திறனை அவர்கள் கேள்விக்குட்படுத்தினார்கள். ஒருவரின் தவறுகளை ஒப்புக்கொண்டு அதே தவற்றை மீண்டும் செய்துவிடாமல் சிறப்பாக இருப்பதற்கு முயற்சி எடுப்பதே தவறுகளிலிருந்து கற்றறிய வேண்டிய உண்மையான வளர்ச்சி என்பதைப் புரிந்தவர் யாராவது தன்னைத் தேற்ற மாட்டார்களா என அவள் இதயக் காதுகள் விரும்பின. அவளது வருத்தம் குழந்தையை அடித்ததைத் தாண்டி விரிந்தது.

அகப்பைக்கணை ஓர் ஆயுதம் என்று அன்றைக்குத்தான் அய்லி நம்பத் தொடங்கினாள். அடிவாங்கிய முதல் நிகழ்ச்சியே கடைசியுமாக இருந்துவிட வேண்டுமென அவள் சபதம் எடுத்துக்கொண்டதும் அன்றுதான். உம்மாவை ஆத்திர மூட்டும் செயலைச் செய்யக்கூடாதென்ற எச்சரிக்கை உணர்வு அவளை வியாபிக்கத் தொடங்கியது. அகப்பைக் கணைக்கு அய்லி எவ்வளவு பயந்து நடுங்கினாளோ, அதைவிட அதிகமாக மகளை அடித்துவிடக் கூடாதென்கிற எச்சரிக்கை உணர்வும்

நிஸாவுக்கு அன்றைக்குப் பிறகு வந்துவிட்டிருந்தது. அவ்வளவு ஆத்திரப்பட்டதற்குப் பொருளில்லை என்பதை அவள் சீக்கிரமே உணர்ந்துகொண்டு அதற்காகச் சொல்ல முடியாதளவுக்கு வருந்தினாள்.

தன்னை இயக்கிய கோப உணர்ச்சியை அவள் வெறுத்தாள். வேதனை இதயத்தை அழுத்துவதனாலோ, கன்னங்களில் வழியும் கண்ணீரினாலோ நிகழ்ந்து முடிந்த தீங்கைப் போக்க முடியாது; கோபத்தில் கொதித்தெழுந்த தருணத்தின் நினைவை அழிக்கவும் முடியாது. தனது மகிழ்ச்சியின் ஆதாரமாக இருப்பவளான மகளின் மீதுள்ள நிபந்தனையற்ற அன்பை மீறிக் காயப்படுத்த முடியும் என்று அவள் ஒருபோதும் நினைத்திருந்தா ளில்லை. குழப்பமும் காயமும் நிறைந்த மகளின் கண்ணீர் முகம் அவள் உள்ளத்தைத் துளைத்துக்கொண்டிருந்தது. தன் அப்பாவி மகளின் மீது ஏற்படுத்திய காயத்தை எந்த வார்த்தைகளாலும் சரிசெய்ய முடியாதென்பதை அறிந்திருந்தாள். இப்படியொரு தருணத்திற்கு வழிவகுத்த விரக்தியின் புயல் தனக்குள் எப்படி உருவானதென்று சிந்தித்தபடியே இருந்தாள். வாழ்வின் எந்த சவால் தன்னை இந்த இடத்திற்குக் கொண்டுவந்து நிறுத்தியதென்று அவளுக்குத் தெரியவில்லை. குற்றவுணர்வு அவளை ஒரு பேய் போலப் பிடித்தாட்டியது. இதுபோன்ற செயல் இனியொருபோதும் நிகழாது என்று சபதம் செய்த பிறகும் அவளால் குற்றவுணர்விலிருந்து விடுபட முடியவில்லை.

அந்தத் தருணத்தை அவள் திரும்பப் பெற விரும்பினாள். நடந்து முடிந்த சூடான தருணத்தை அழித்து, பொறுமையும் புரிதலுமான காட்சியை அவள் வரைய விரும்பினாள். அழகான நினைவொன்றை வெறும் உணர்ச்சியால் களைத்துப்போட்டு, தன் மகளின் நம்பிக்கைக்குத் துரோகம் செய்துவிட்டதற்காக ஆயிரம் ஊசிகள்போலக் குத்தும் வலியை இதயத்தில் தாங்கிக் கொண்டிருந்தாள்.

சில நாட்கள் கழிந்த பிறகு, அய்லியின் பெருவிரலைச் சுற்றியிருந்த துணியைப் பிரித்தபோது பயந்துகொண்டு கண்களை இறுக மூடியிருந்தாள் நிஸா. அடிபட்ட நகம் விழுந்து விடும் என்று எல்லோரும் சொல்லியதால் உண்மையில் அவள் பீதியடைந்திருந்தாள். விழுந்த நகம் மீண்டும் முளைத்து விடும் என்றாலும் தனது கொடும் தண்டனையால் மகளின் பிஞ்சு நகம் விழுந்துவிடக் கூடாது என்று கடுமையாக மனம் வருந்திக் கிடந்தாள். கடலின் ஆழத்திலிருந்து அப்போதுதான் கரையொதுங்கிய பாற்சிப்பியைப் போல அய்லியின் பெருவிரல் நகம் பளபளவென்றிருந்ததைப் பார்த்தபிறகுதான் அவளுக்குச் சீவனே வந்தாற்போலிருந்தது. மகளின் விரல்களைப் பிடித்து

முத்தமிட்டாள். கண்களில் ஒட்டிக்கொண்டாள். மகளுடனான சிதைந்த நம்பிக்கையை மீண்டும் கட்டியெழுப்ப முயற்சித்தாள். இது எளிதானது அல்ல, மகள்மீது வைத்திருக்கும் அன்பு அவளை முன்னோக்கிச் செலுத்தியது. தனது சொந்த செயல்களுக்குப் பொறுப்புக் கூற வேண்டும் என்பதையும், குற்றவுணர்ச்சிக்கு அர்த்தமுள்ள பிரதியாகத் தன்னை மொழிபெயர்க்க வேண்டுமென்பதையும் உணரச் செய்த அனுபவமாக இதனை எடுத்துக்கொண்டிருந்தாள். அவள் தன்னை மன்னிக்கக் கற்றுக்கொண்டாள். வலியும் வருத்தமும் கற்பித்த பாடங்களையும் ஏற்றுக்கொண்டிருந்தாள்.

இவ்வளவு சுய அறிதலுக்குப் பிறகும், தனது தவறையும் குற்றவுணர்ச்சியையும் வெளிப்படுத்தி மகளுடனான பாசப் பிணைப்பை மெல்ல மெல்ல மீளக்கட்டியெழுப்பும் நீட்சியான அன்றாட வாழ்வில், 'அகப்பைக் கணையால் ரெண்டு தரட்டுமா'வென கேட்பதிலிருந்து நிஸாவும், உம்மா இவ்வாறு கேட்கும் தோறும் அய்லி பயந்து நடுங்குவதும் நிற்கவேயில்லை.

3

ஒரு சுழிபோல எனது கனவுகளையும் ஆசைகளையும் அடித்துக்கொண்டோடும்படியாக எனக்கு நடந்த கதியை யாரும் அறியாமலேயே என்னுடலை மண்ணறையில் புதைத்துவிட்டார்கள். விசித்திரமாக நான் இன்னும் இங்கேதான் இருக்கின்றேன். இப்போது என்னவாக இருக்கிறேன் என்பதைப் பற்றி எனக்கு எதுவும் தெரியாது. என் உடலைச் ஸன்தூக்கில் வைத்துச் சுமந்து சென்றார்களே, இளமைக் காலத்தில் நான் வாழ்ந்த அதே வீட்டிலேயே தான் இன்னும் வாழ்கிறேன். உண்மையில் இவர்கள் எல்லோரும் என்னை மறந்த ஒரு வாழ்வை வாழ்ந்துகொண்டிருக்கிறார்கள். எனது உடமைகள் புதிய வீடுகளைக் கண்டடைந்திருக்கின்றன. என்னைப் பற்றிய நினைவு மங்கி மறைந்து காற்றில் ஒரு கிசுகிசுப்பாக மாறியிருக்கிறது. இந்த யதார்த்தம் பற்றி நான் சிறுதும் வருத்தமுறவில்லை. ஏமாற்றமடையவுமில்லை. மரணம், வாழ்க்கையைச் சாத்தியமாக்கும் ஒரு தொடர்ச்சியான செயல்முறை என்பதை முழுமையாகப் புரிந்துகொள்வதிலேயே என் இத்தனை ஆண்டுகளைக் கழித்திருந்தேன். பிரபஞ்சத்தைப் புத்துயிர்ப்புடன் வைத்திருக்கும் மர்மமான காரணியாக இறப்பு இருந்துகொண்டிருக்கிறது. இருத்தலுக்கூடாக அது இறக்கிறது, மீண்டும் பிறக்கிறது. ஒவ்வொருமுறையும் அது மீண்டும் பிறக்கும்போது, ஒரு சிறந்த பிரதியை உருவாக்குகிறது. உயிரினங்களின் மரணம் இல்லாமல் பரிணாம வளர்ச்சியைப் புரிந்துகொள்ள முடியாது. ஆழமாக, இன்னும் மர்மமாக தன்னைத் தாக்கும் ஒரு காரணத்திற்காக, ஒவ்வொரு உயிரினத்திற்கும் எப்படி இறப்பதெனத் தெரியும். பிரபஞ்சத்தின் வான இழையில், எனக்கு முன்வந்த எண்ணற்ற

ஆன்மாக்களுடன் பிணைக்கப்பட்ட பரந்த பிரபஞ்ச வலையின் ஒரு பகுதியாக மாறிவிட்டேன். வாழ்வும் மரணமும் எல்லைகளைத் தாண்டும்போது இருத்தலின் ஒரு புதிய பரிமாணம் வெளிப்படுகிறது.

என் உடல் மண்ணறையில் அடக்கமாகிப் பத்து ஆண்டுகளாகிவிட்டது. எனது உணர்ச்சிகரமான மதிப்பைக் கொண்டிருந்த நான் அதிகம் விரும்பிய அந்தச் சட்டையைத் தலையணைக்குள் வைத்துத் தைத்து இன்னமும் அதனில் தான் தலைசாய்த்துப் படுக்கிறாள் உம்மா. எனது இருப்பு அந்தச் சட்டையில் நீடித்திருப்பதாக அவள் எண்ணுகிறாள். என்னுடைய காலத்தில்போல ஒரு சட்டை தைப்பதற்கான துண்டுத் துணிக்கே வழியற்றவள் இல்லை உம்மா இப்போது. இருத்தலுக்கான அவளின் போராட்டங்கள் அவளைச் சிறந்த பிரதியாக உருவாக்கியிருக்கிறது. குடும்பத்தின் பேரரசியாகப் பரிணாமம் அடைய அவள் இறத்தலை விடவும் கொடிய போராட்டங்களை வாழ்தலினூடாக நிகழ்த்தியிருக்கிறாள். அவளின் கடிய உழைப்பினால் குடும்பத்தைப் பிடித்தாட்டிய வறுமையுடன் பிடிவாதமாகப் போராடிவென்றவள். தனது உழைப்பினால் சேர்த்த சொத்துக்களைப் பேரரசி போல ஆளுகிறாள். தன் மக்களுக்கு நல்லாசியும் தங்கமும் பொருளும் அள்ளித் தந்து புகழ் நிரம்பிய பசுமையான ஆட்சியை நிகழ்த்திக்கொண்டிருக்கிறாள். என் ராத்தாமார் மூவரும் மணம்முடித்துவிட்டார்கள். இவர்கள் யாவருமே உம்மாவின் ஏற்பாட்டின்படி அருகருகாகத் தனித்தனி வீடுகளில் எந்தக் குறைகளுமற்ற மகிழ்ச்சியான வாழ்வை வாழ்கிறார்கள்.

நான் உம்மாவுடன் வளர்ந்த வாழ்ந்த என் குழந்தைப் பருவத்து வாழ்க்கையின் கூட்டு நனவு முத்திரைகள் பொறிக்கப் பட்டுள்ள பழம்பெருமையான வீட்டில் எனது ராத்தாநிஸா வாழ்கிறாள். இந்த வீட்டை ராத்தாவுக்குக் கிரயச் சொத்தாக எழுதிக் கொடுத்துவிட்டு உம்மா வேறு வீட்டை நிர்மாணித்துக் கொண்டு சென்றபோது நானும் உம்மாவோடு சென்று விட்டிருக்கலாம். எத்தனையோ பரிமாணங்களைச் சாத்தியப் படுத்தியவள் உம்மா; எனினும் அவள் நினைவிலிருந்து நான் மட்டும் மங்கிப்போய்விடவில்லை. காலநதியில் ஓய்ந்துவிடாத அலையாக நீடிக்கும் என் நினைவிலேயே உருகிக்கிடக்கும் உம்மாவைக் கண்ணெதிரில் தோன்றி ஆற்றுப்படுத்தவும் கண்ணீரைத் துடைத்துவிடவும் சக்தியற்ற நான் அவளுடன் சென்றுவிடுவதால் எதை நிகழ்த்திவிடப்போகிறேன்? என் குரலைக் கேள முடியாத குறைந்தபட்சம் எனது இருப்பை உணரத்தானும் முடியாத அவளுடன் சென்றுவிடுவதை விட

இந்த வீட்டில் இருப்பதற்கான எனது முடிவுக்கு மிக உறுதியான காரணமொன்று இருக்கிறது.

எனது ஆத்மாவைக் குளிர்விக்கும் ஒரு கொடையாக இருக்கும் இந்தப் பிடிமானத்தை, எனது சட்டையை நேசித்ததைப் போலவே, இல்லை அதிலும் அதிகமாக நேசிக்கிறேன். நிஸா ராத்தாவின் மகள் அய்லி; இவளை நான் பிரபஞ்சத்தின் கொடை என்றே கருதுகிறேன். இதுவரை யாருக்கும் கேட்காத எனது குரலைக் கேட்கக்கூடிய வலிமையுடன் எனக்காகவே இவளைப் பிரபஞ்சம் பரிசாக்கியிருக்க வேண்டும். நான் இந்த உலக வாழ்வை விட்டு நீங்கியபோதிருந்த அதே வயதை இப்போது அடைந்திருக்கும் அவளது கண்கள் என்னுடையதைப் போலவே கூர்மையானவை. பளபளக்கும் அந்தக் கண்கள் சுருங்க அவள் சிரிப்பதும் அப்படியே நான் சிரிப்பதுபோல. அவளுக்கும் சிவப்பு நிறத்தில் கொள்ளை மோகம். இரட்டைப் பின்னலுக்கு சிவப்பு ரிபன் கேட்டு என் போலவே கால்களைத் தரையில் உதைக்கிறாள். என்னைப் போலவே முழங்காலை விட்டுக் கீழே இறங்கிவிடாத கட்டையான சட்டைகள் அணிய விரும்புகிறாள். நான் அணிந்த சிவப்புச் சட்டையை ஒருபோதும் பார்த்திராத அவள் “முட்டைக் கை வைத்த கொசுவச் சட்டையை” அவ்வளவு விரும்பி அணிகிறாள்.

ஒன்றிரண்டு சட்டையைத் திரும்பத் திரும்பத் துவைத்துக் கழுவி உடுத்தும் அவசியம் அய்லிக்கு இல்லை. அவள் தகப்பனார் பெரிய பாரஊர்திகளின் உரிமையாளர். ஒரு நகரிலிருந்து இன்னொரு நகருக்குப் பொருள்களை ஏற்றி இறக்கும் வியாபாரி. ஒவ்வொரு நாளும் ஒரு புதுச் சட்டையைக் கூட அவளால் அணிய முடியும். எனது தாய்க்கு முதலாவது பேரப் பிள்ளையான அய்லி வர்ணிக்க முடியாதளவு செல்லமாகவும் செழிப்பாகவும் வளர்கிறாள். எனக்குச் சட்டைகளைத் தைத்துத் தந்த மிகவும் கெட்டிக்காரியான தையல்காரப் பெண் உமையாழ் இன்னமும் கச்சிதமாகத் துணிகளை வெட்டிச் சட்டைகள் தைக்கிறாள். துரதிருஷ்டவசமாக அவள் தைக்கும் சட்டைகளை அய்லி அவ்வளவு விரும்பவில்லை. இப்போதெல்லாம் தைத்து அணிந்துகொள்வதற்குத் தயாராகக் கடைகளுக்கு வரும் சட்டைகளை அவளது தகப்பனார் கொழும்பு போன்ற பெரிய நகரங்களுக்கு வியாபார நோக்கங்களுக்காகப் பயணித்துவிட்டுத் திரும்பி வரும்போது வாங்கிக் கொண்டுவருகிறார். ஒன்றைப் போல ஒன்றல்லாத புதிய மாதிரியான அந்தச் சட்டைகளிலேயே அவள் மோகங் கொண்டிருக்கிறாள். மிகவும் அழகாகவும் கவர்ச்சியாகவும் விதவிதமான பூத்தையல் போடப்பட்ட துணிகளில் வண்ணப்

பெரிய பொத்தான்கள் பொருத்தப்பட்ட பின்னால் இழுத்துக் கட்டக்கூடிய அகன்ற நாடாக்கள் வைத்துத் தைக்கப்பட்ட அந்தச் சட்டைகளை அய்லி அணியும்போதெல்லாம் நானே அணிந்து கொள்வது போலவே பரவசமாகிறேன்.

உடலாயும் உயிராயுமில்லாத எனதிந்தப் புதிரான இருத்தலில் இப்போதுதான் பிடிப்பு உண்டாகத் தொடங்கி யிருக்கிறது. வாழ்வின் புதிரில் முற்றிலுமாக இல்லை என்றாலும் சொற்ப அளவுக்குத் தெளிவு கிடைத்திருக்கிறது. முன்பிருந்த மனக்கலக்கங்கள் துர்ச்சம்பவங்கள் பற்றிய அச்சங்களிலிருந்து விடுதலை பெற்றுவிட்டேன். வானிலையைப் போல மனித வாழ்வு நிலையாமையும் சுழற்சியும் கொண்டது. அழிந்து மீளுருவாகும் இயற்கையின் பேரழகில் ஒரு பகுதியே வாழ்வு. திரும்பத் திரும்ப வரும் பனிக்காலம்போல, திரும்பத் திரும்ப இலையை உதிர்த்து நிற்கும் மரத்தைப் போல மனித வாழ்விலும் சுழற்சி தவிர்க்க முடியாமல் நிகழ்கிறது. பிரபஞ்சத்தின் இயக்கத்திற்கு உள்ளாவதைத் தவிர அதைக் கட்டுப்படுத்தவோ அறியவோ அதற்குப் பொறுப்பாகவோ என்னால் முடியாது. எனது உடலை ஸன்தூக்கில் தூக்கிச் சென்று ஆறு அடி ஆழமாகத் தோண்டப்பட்ட கப்றுவில் அடக்கம் செய்தபோது நான் தெளிவாகத் தெரிந்து கொண்டது உடலென்பது மனிதனுக்குச் சொந்தமானதில்லை. அது அற்புதங்கள் நிரம்பிய இயற்கையின் ஒரு பகுதி. தோன்றும்போது தோன்றி மலரும் போது மலர்ந்து உதிரும்போது தன்னை உதிர்ப்பதே அதன் பணி. என்னுடலை இயற்கை எடுத்துக்கொண்டது. அல்லது நானே ஒப்புவித்துவிட்டேன்.

உருவத்தில் என்னைப்போலவே இருப்பவளான அய்லியின் வாழ்வை எனதுபோலப் பார்த்துக்கொண்டு இருப்பதால் நான் அடையக்கூடியது என்ன என்கிற கேள்விக்குப் பதிலாக எண்ணற்ற விசயங்கள் ஒருசேர ஒளிரக் காண்கிறேன். மறுபுறம், எண்ணற்ற விஷயங்கள் வெளியே வந்து தங்களை ஒளிரச் செய்வதையும் காண்கிறேன். இந்தச் செயல்முறையை அறிந்துகொள்வதன் மூலம், உள்ளேயும் வெளியேயுமான ஸ்தூல உலகின் நுட்பங்களில் ஒளி விழுகிறது. இது பொருள் – உலகம் அல்ல. பொருள்கள் வெளியே வந்து என்னை அனுபவிக்கின்றன என்பதல்ல; எண்ணற்ற பொருள் களும் எண்ணற்ற போதனைகளும், அனைத்தும் வெளிப்பட்டுத் தங்களை ஒளிரச்செய்கின்றன. இது நம்மால் கட்டுப்படுத்தக் கூடிய பொருள் அல்ல. உலகம் மக்களுக்குச் சொந்தமானது அல்ல; நாம் உலகத்தைச் சேர்ந்தவர்கள். நாம் உலகின் ஒரு பகுதி; எண்ணற்ற விஷயங்களில் ஒன்று.

அய்லி என்னைப் போலவே இருப்பதால், அவளும் என்னைப் போலவே யோசிக்கிறாளா இல்லையா என்பது அனைத்து ஒற்றுமைகளின் ஒருங்கிணைந்த பகுதி வழியாக அறிந்துகொள்ள வேண்டியது. மிக முக்கியமான விஷயம் என்னவென்றால், ஒன்றை அகற்றிவிட்டு மற்றொன்றைக் கண்டு பிடிக்க வேண்டும் என்று எண்ணக் கூடாது. இது மாயையின் உலகம். எண்ணற்ற விஷயங்கள் வெளியே வந்து தங்களை அனுபவிக்கின்றன, எல்லாவற்றையும் அனுபவிக்கின்றன. ஒற்றுமையை அனுபவிக்கின்றன. வேற்றுமைகளையும் அனுபவிக்கின்றன.

உம்மா எனக்குச் சொல்லியது போன்ற கதைகளையே ரெஜினா அய்லிக்குச் சொல்லித் தருகிறாள். அய்லியைப் போல இந்தக் கதைகள் நம்பக்கூடியதாக இல்லை என்றும் வியப்பளிப்பதாக இல்லை என்றும் சொல்லும் திராணி எனக்கிருக்கவில்லை. அல்லது அப்படி யோசிக்கத் தெரிந்திருக்க வில்லை. அய்லியின் துடுக்கான கேள்விகளால் அந்தக் குழந்தைப் பருவத்துக் கதைகளில் மறக்காதவற்றை மீண்டும் மீண்டும் அசைபோட்டபடி அந்தக் கதைகளின் பொருட்கள் முழுவதும் மாறுபட்ட அர்த்தங்களாகிப் பரந்து விரியும் வெளியில் மூழ்கிக்கொண்டிருக்கிறேன். உம்மா சொல்லிய அத்தனையும் அவரின் ஆழமான நம்பிக்கைக்குரிய மதத்தை உயர்த்திக் காட்டும் ஒரு சில அரபுக் கதைகளும் வாழ்வை நல்லடியாராக நன்மாராயங் கூறப்பட்ட வகையில் வாழ்ந்துவிட வேண்டுமென எச்சரிக்கும் மறுமை வாழ்வு பற்றிய சில கதைகளும்தான். அவை குர்ஆனிலோ வெறேதும் கிதாபுகள் கிரந்தங்களிலோ இருந்திருக்கக்கூடியன. அவற்றுடன் உம்மாவுக்கு நேரடிப் பரிச்சயம் எதுவுமிருந்ததாக நான் அறிந்திருக்கவில்லை. எல்லாம் செவிவழியாக அறிந்தவைதான். தலைவாரி சிக்கெடுக்கும் போது என்னைப் பிடித்தமர்த்துவதற்காக உம்மா சொல்லிய இந்தக் கதைகளைக் கேட்டுக்கொண்டிருக்கையில் தோன்றிய ஆழ்ந்த பயமும் பிரமிப்பும் இப்போது இல்லை. இவற்றின் உருவாக்கத்தையும் மீளுருவாக்கத்தையும் வெகுசிறப்பாக என்னால் கூர்ந்துணர முடிகின்றது. நூற்றாண்டுகள் பழமையான தென்றாலும், பல்கீஸ் ராணியின் கதையை ஆர்வம் குறையாமல் மக்கள் சொல்லிக்கொண்டே இருக்கிறார்கள்.

ஒழுக்கம், நற்குணம், பணிவடக்கம், வீரம் இப்படிப் பலதையும் ஆராதிக்க ஹதீஜா, ஆயிஷா, ஃபாத்திமா, ஸபிய்யா, சுமையா ஆகியப் பல பெண்களின் கதைகளை உம்மா எனக்குச் சொல்லியுள்ளாள். என்னைப் பெரிதும் ஈர்த்த இரு பெண்கள் விசித்திர முடிவுகளுக்கு ஆளானவர்கள். சதுரங்கம் விளையாடு கிறவர்களுக்குத் தெரியும், ஒவ்வொரு காயும் எந்தெந்தக்

கட்டத்தின் வழியாக நகர வேண்டும், எப்படியெல்லாம் நகர்த்தப்பட வேண்டும் என்கிற அடிப்படை. காய் நகர்த்தும் வித்தை தெரிந்தவர்கள் காய்களைச் சமயோசிதமாக நுணுக்கமாக நகர்த்துவார்கள். குதிரைகளை ஒவ்வொன்றாக வெளியேற்றுவார்கள். எந்தவொரு சூழலிலும் குதிரையை மட்டும் பலியாக்கிவிடாமல் பார்த்துக்கொள்வார்கள். ஏனெனில், ஆட்சிக்கு வேண்டுமானால் ராணி அவசியப்படலாம். ஆனால் ஆட்டத்துக்குக் குதிரைதான் உண்மையான ராணி.

சுலைகா, எதிராளியின் காய்களுக்கு எதிராக முன்னிறுத்தக்கூடிய பலமுள்ள காய்.

அரண்மனை அடிமைகளில் ஒருவரான யூசுப் மீது, எஜமானனின் மனைவி சுலைகா காதல் வயப்பட்டுள்ளாள் என்கிற விசயம் சிறிது சிறிதாகக் கசிந்து அந்தப் பட்டணத்தி லுள்ள பெண்களின் கிசுகிசுவாக மாறுகிறது. யூசுப் அவ்வளவு அழகானவர். உலகத்தின் வெளிச்சத்தில் அதுவரை நபியாக அறியப்பட்டிராத அவர், சிறுபிராயத்திலேயே உடன்பிறந்த சகோதரர்களின் சதிக்குப் பலியாகிக் குடும்பத்தின் அரவணைப்பை இழந்து அன்புத் தந்தையைப் பிரிந்தவர். இவரைச் சந்தையிலிருந்து அடிமையாக வாங்கி வந்து வளர்த்தவரான எஜமானன் வீடுதான் இங்கு சதுரங்கக் களம்.

வீட்டிற்குள் சிறுவனாக வந்து இளைஞனாக வளர்ந்து விட்ட யூசுப் மீது சுலைகாவுக்குத் தீராத ஆசை. அவள், அவர் மீது விருப்பங்கொண்டு, கதவுகளைத் தாழிட்டுக்கொண்டு "வாரும்" என்று அழைத்தபோது, "அல்லாஹ்வே! இத்தீய செயலிலிருந்து என்னைக் காத்தருள்வானாக எனப் பிரார்த்திக்கிறார். "உன் கணவர் என் எஜமானர், என் இடத்தைக் கண்ணியமாக்கி வைத்திருக்கிறார். அநியாயம் செய்பவர்கள் நிச்சயமாக வெற்றிபெற மாட்டார்கள்" எனக் கூறி, அவளை விட்டுத் தப்பி ஓடுகிறார். ஒருவரை ஒருவர் முந்திக்கொள்ள வாசலின் பக்கம் ஓடினார்கள்; அவள் அவருடைய சட்டையைப் பின்புறத்தில் கிழித்துவிட்டாள்; அப்போது எதிர்பாராத விதமாக அவளுடைய கணவரை வாசல் பக்கம் இருவரும் காண்கிறார்கள். கணவனைக் கண்டதும் தன்னைக் காத்துக் கொள்வதற்காக, "உம் மனைவிக்குத் தீங்கிழைக்க நாடிய இவருக்குச் சிறையிலிடப்படுவதோ அல்லது நோவினைத் தரும் வேதனையைத் தருவதோ அன்றி வேறு என்ன தண்டனை இருக்க முடியும்?" என்று கேட்டாள். யூசுப் அணிந்திருந்த சட்டை பின்புறமாகக் கிழிந்திருந்தபடியால் அவள் பொய் சொல்கிறாள் எனக் கணவனுக்குத் தெரிந்துவிடுகிறது.

“நிச்சயமாக அவள் பகிரங்கமான வழிகேட்டில் இருக்கிறாள்” என ஊர் பெண்கள் தன்னைப் பற்றி பேசுவது சுலைகாவின் காதுக்கு வருகிறது.

இந்த அவமானத்திற்கு ஒரு முற்றுப்புள்ளி வைக்க சுலைகா முடிவுசெய்தாள். தன்னைப் பற்றிப் புறம்பேசித் திரியும் எல்லாப் பெண்களையும் விருந்திற்கு அழைத்தாள். விருந்துக் காக வந்த பெண்கள் ஒவ்வொருவரிடமும் ஒரு பழத்தையும் கத்தியையும் தந்தாள். சுலைகா முன்பே சொல்லி வைத்த விதமாக யூசுப் நபி, விருந்துக்கு வந்திருந்த பெண்கள் இருந்த பக்கமாக நடந்து வர, அவரைப் பார்த்த பெண்கள் அனைவரும் பழத்திற்குப் பதிலாக விரல்களை வெட்டிக்கொள்கிறார்கள். யூசுப் நபியின் அழகில் மயங்கிய அந்தப் பெண்கள், “இவர் நிச்சயமாக ஒரு மனிதரே இல்லை, இவர் ஒரு மலக்காக[1] இருக்க வேண்டும்” என்றார்கள்.

“எவருடன் இணைத்து என்னை நீங்கள் இழிவுபடுத்திக் கொண்டிருந்தீர்களோ அந்த அடிமை இவர்தான். ஒரு கணம் பார்த்ததற்கே உங்கள் கைகளை வெட்டிக்கொண்டீர்கள். நான் இவருடன்தான் வாழ்ந்துகொண்டிருக்கிறேன்” என்றாள் சுலைகா.

அதோடு நிற்கவில்லை. “என்றாவது ஒருநாள் என் ஆசைக்கு இவர் இணங்கவில்லை என்றால், நிச்சயமாகச் சிறையில் அடைக்கப்படுவார்” எனவும் எச்சரித்தாள்.

நபி யூசுப் அல்லாஹுவிடம் பிரார்த்தித்தார், “என்னுடைய ரட்சகனே இவர்கள் என்னை எதன் பக்கம் அழைக்கிறாரோ அதைவிடச் சிறைச்சாலையே எனக்கு விருப்பமானது. மேலும் இப்பெண்களின் சூழ்ச்சியிலிருந்து நீ என்னைக் காப்பாற்றவில்லை என்றால் அவர்கள் பக்கம் சாய்ந்துவிடுவேனோ என அஞ்சுகிறேன். மேலும் அறிவீனர் களில் ஒருவராக ஆகிவிடுவேன்”.

அவருடைய பிரார்த்தனையை அல்லாஹ் ஏற்றுக் கொண்டான்; பெண்களுடைய சதியிலிருந்தும் இழிவான செயலிலிருந்தும் அவரைக் காப்பதற்காக அவர் சிறையில் அடைக்கப்பட்டார்.

பலியாக்குவதற்கெனவே பலமான காய்களை இறக்குவது, ஒரு குதிரையைக் கொண்டு ஆட்டத்தையே மாற்றுவது சதுரங்க விளையாட்டில் அறியப்பட்ட நுணுக்கங்கள். சுலைகாவைச் சபலப் புத்தியுடைவளாக்கிய மனிதர்களுக்குப் பல்கீஸ்

1. வானதூதர் / தேவன்

ராணியை அதிகம் பிடிக்கிறது. சதுரங்க ஆட்டத்தில் இரு ராணிகளும் நேருக்கு நேர் தான் இருப்பார்கள். ஆனால் தனது ராணியைக் கொண்டு எதிராளியின் ராணியை வீழ்த்துபவன் தானே சிறந்த ஆட்டக்காரனாக முடியும்!

பல்கீஸ் ராணி ஒரு பேரரசி. வளங்களும் சக்தியும் படைத்தவளான அவள் தெற்கு அரேபிய தீபகற்பத்தில் ஏமனில் உள்ள ஒரு ராஜ்யத்தை ஆட்சி செய்தாள். "மஆரிப்" என்றழைக்கப்பட்ட நிலப்பரப்பில் வாழ்ந்த "சபவு" கோத்திரம் இவளது ஆளுகைக்குட்பட்டிருந்தது. இவர்கள் சூரியனை வணங்குபவர்கள். பளிங்கு மாளிகையில் வாழ்ந்து வலம்வரக் கூடியவளான பல்கீஸ் தங்கத்திலான சிம்மாசனத்தில் அமர்ந்தபடி செழிப்பான நிலங்களையும் வளங்களையும் மக்களையும் ஆட்சி புரிந்தாள் என்பதாக உம்மா விவரிக்கும் போது பல்கீஸாக என்னையே நான் உருவகித்துக் கொண்டேன். சுலைமான் நபி என்கின்ற இறை வரம்பெற்ற மனிதரிடம் பல்கீஸ் ராணி பணிந்து மண்டியிட்டாள் எனக் கதை முடிந்தபோது நான் துயரடையவில்லை.

"ஏன் அப்படி, இனி பல்கீஸ் ராணியாக ஆட்சி செய்ய முடியாதா" என்ற கேள்வியை மட்டும் உம்மாவிடம் கேட்டேன்.

"எல்லாம் அல்லாஹ்வின் ஏற்பாடு. அவன் நாடியபடி தான் அனைத்தும் நடக்கும்" என்ற பதில் உம்மாவிடமிருந்து கிடைத்தது.

அல்லாஹ்தான் மனிதர்கள் அனைவரதும் வாழ்வுக்கும் மரணத்திற்குமிடையிலான அனைத்தையும் தீர்மானிக்கிறான் என்று சொல்லிக்கொண்டு மிகவும் சாவதானமாக உம்மா எழுந்து போனதை நான் மறக்கவில்லை. பல்கீஸ் ராணியைப் போலவே தங்க ஆபரணங்களால் என்னை எப்படி அலங்கரிப்ப தென்று ஒரு செயல்முறையை நினைவில் வைத்திருந்ததையும் மறக்கவில்லை. எனது காதணிகள் காசுக்குற்றிகள்போல வட்ட வடிவமாகப் பெரிதாக இருக்கும். பல வண்ண ரத்தினக் கற்கள் கம்பீரமாக மின்னிக்கொண்டிருக்கும் காது மடல்கள் நெடுகவும் பனித்துளிகள்போல சிறு தங்கப் புள்ளிகள். ஒவ்வொரு புள்ளியிலிருந்தும் தொடங்கும் தங்கச்சங்கிலிகளை ஒன்றாகக் கோர்த்த பெரியதொரு வண்ணப் பொட்டு காதுக்குப் பின்னால் கூந்தலில் கோர்த்திருக்கும். பட்டாடையில் அங்கங்குத் தங்க முத்துக்கள் ஜொலிக்க நடந்துவருவேன். இரு மருங்கிலும் பிரதானிகளும் அமைச்சர்களும் சூழ்ந்திருக்க தங்கமும் வைரமும் பொதித்த ஆசனத்தில் கம்பீரமாக அமர்ந்தபடி தீர்ப்புக்களை அறிவிப்பேன்.

பல்கீஸ் ராணி வாழ்வின் முதல் பகுதியே என் விருப்பத்திற் குரியது. ஒரு பெரும் நிலப்பரப்பை ஆட்சிபுரிந்த புத்திசாலியான பெண் அவள். ஆணதிகாரமும் கர்வமும் கொண்ட நபி சுலைமானிடம் அவள் பணிந்துபோயிருக்கவே கூடாது; அதற்கு யாதொரு தேவையும் அவளுக்கு இருக்கவுமில்லை. சுலைமான் நபியைப் பற்றி என்னதான் வீரதீரங்களைச் சொன்னாலும் பேராற்றல் மிக்க இறைவனின் ஆசியே கிடைக்கப் பெற்றவராகவே அவர் இருந்திருந்தாலும், சுலைமான் நபியைவிட ராணி பல்கீஸ் விவேகமானவள்.

அய்லிபோல ஏன் அப்போது கேள்விகள் கேட்கவில்லை என்று எனக்குத் தெரியவில்லை. எனது காலத்திலோ, அய்லியின் காலத்திலோ இதுபோல யாராவது கேட்டிருக்கிறார்களா என்பதுவும் தெரியவில்லை.

பல்கீஸ் ராணியை இஸ்லாத்தின் பக்கம் வரும்படி அழைத்து ஹூத்ஹூத் பறவையிடம் ஒரு கடிதம் அனுப்பினார் சுலைமான் நபி. "உண்மையாக வணங்கப்படத் தகுதியானவன் அல்லாஹ்வைத் தவிர வேறு யாருமில்லை. அவன் மகத்தான அர்ஷின்[2] இரட்சகன்." என்ற வசனங்கள் அக்கடிதத்தில் எழுதப்பட்டிருந்தன.

"எனது கடிதத்தை எடுத்துச்சென்று அவர்களிடம் போட்டு விட்டு ஒதுங்கி நின்று அவர்கள் என்ன முடிவுசெய்கிறார்கள் என்று கவனித்துக்கொண்டுவா" என்று ஹூத்ஹூத்திடம் சுலைமான் நபி சொல்லி அனுப்ப, பறவையும் அப்படியே செய்தது.

கடிதத்தைப் பெற்ற இளவரசி பல்கீஸ் "நிச்சயமாக இதுவொரு சங்கையான கடிதம்" என்கிறாள். அல்லாஹ்வின் திருப்பெயர் கொண்டு தொடங்கப்பட்டுள்ள இந்தக் கடிதம் "நீங்கள் என்னிடம் ஆணவம் கொள்ளாதீர்கள். முஸ்லிம்க ளாகவே என்னிடம் வாருங்கள்" என்று அழைப்பு விடுக்கிற தென்று பிரமுகர்களுக்கு அறிவித்துவிட்டு,

"பிரமுகர்களே, இந்த விஷயத்தில் என்ன ஆலோசனை கூறப் போகிறீர்கள்" என்று கேட்டாள். அதற்கவர்கள்,

"நாம் பலசாலிகளாகவும், போராடக் கூடிய அனைத்து வளங்களும் பெற்றவர்களாகவும் இருக்கின்றோம். முடிவு உங்களது. உங்களது ஏவலின்படி செயல்புரிவோம்" என்றார்கள்.

---

2. (அல்லாஹ்வின்) ஆட்சிபீடம் அல்லது ஆசனம்

போர் தொடுக்கப் போதிய வளமும் பலமும் தன்னிடம் இருந்தபோதும், போரை மறுக்கும் ஒரு தீர்மானத்தினை ராணி பல்கீஸ் எடுக்கிறாள். போரொன்றை நிகழ்த்தித் தனது நாட்டு மக்களின் நிம்மதியான வாழ்வைக் கெடுத்துக்கொள்ள அவள் விரும்பவில்லை.

“அரசர்கள் ஒரு நகரத்துள் நுழைவார்களானால் நிச்சய மாக அதைச் சீரழித்துவிடுகிறார்கள். கண்ணியமிக்கவர்களை இழிவானவர்களாக்கிவிடுகிறார்கள். அவ்வாறுதான் இவர்களும் செய்வார்கள். ஆகவே, நிச்சயமாக அவர்களுக்கு அன்பளிப்பை அனுப்பித் தூதர்கள் என்ன முடிவுடன் திரும்புகிறார்கள் என்பதைக் கவனிக்கப்போகிறேன்”.

போருக்கு எதிரான இந்தப் பிரகடனமும் அதற்கான காரணமும் ராணி பல்கீஸ் மீதான பேரன்பை அவளை நினைவுகூரும் ஒவ்வொரு தருணத்திலும் பல்கிப் பெருகச் செய்கிறது.

“என்னது, பொருளைக் கொண்டு எனக்கு உதவி செய்கிறீர்களா? அல்லாஹ் எனக்குக் கொடுத்திருப்பது, உங்களுக்கு அவன் கொடுத்திருப்பதைவிட மேலானதாகும்; உங்களின் அன்பளிப்பைக் கொண்டு நீங்களே மகிழ்ச்சி யடையுங்கள்” என்ற செருக்கான பதிலை ராணி பல்கீஸ் அனுப்பிவைத்த தூதுவர்களுக்குத் தருகிறார் சுலைமான் நபி.

“இங்கிருந்து திரும்பிச் செல்லுங்கள், உங்களால் எதிர் கொள்ள முடியாத பலமுள்ள படைகளுடன் வருவோம். சிறுமையடைந்தவர்களாக இருக்கும் உங்களை மேலும் இழிவடைந்தவர்களாக மாற்றி, உங்கள் ஊர்களிலிருந்தும் உங்களை வெளியேற்றுவோம்” போரைக் கொளுத்திவிடும் எச்சரிக்கையும் ராணி பல்கீஸூக்குக் கிடைக்கிறது.

சுலைமான் நபியின் அத்து மீறும் கடுஞ்சொற்களைக் கேட்டுத் திருப்பித் தாக்குவதற்குத் திமிறி எழுந்து, பல்கீஸ் ராணி அளிக்கப் போகும் உத்தரவைச் சிரமேந்தக் காத்திருந்த தளபதிகள் படைபரிவாரங்களை அவளது நகர்வு ஏமாற்றியது. சுலைமான் நபியை அவர் இடத்திற்கே தேடிச்சென்றாள். சூரியனை வணங்குவதிலிருந்தும் தனது சமூகத்தைத் தடுத்து அல்லாஹ்வின் பக்கம் திருப்புவேன் என வாக்குறுதியளித்தாள்.

சுலைமான் நபியின் விசித்திரச் செயல்களையும் எச்சரிக்கைகளையும் கண்டு பிரமித்து அஞ்சிப் போய் அவள் இஸ்லாம் மதத்தை ஏற்றுக்கொள்கிறாள். தனது ராஜ்ஜியம், ஆட்சி அதிகாரம் அனைத்தையும் பணியச் செய்து சுலைமான் நபியைக் கண்ணியப்படுத்துகிறாள்.

இப்படித்தான் இந்தக் கதையை முடித்துவைத்தாள் உம்மா.

"உங்களைத் தவிர வேறு யாரையும் திருமணம்செய்து கொள்ள மாட்டேன்" என்று ராணி பல்கீஸ் காலில் விழாத குறையாக மன்றாடி சுலைமான் நபியைத் திருமணத்திற்குச் சம்மதிக்க வைத்தாளாம்.

ராணி அனுப்பிய தூதுவர்களிடம் "உங்கள் இளவரசியை இங்கு வரச் சொல்லுங்கள்" என்று கட்டளையிட்ட சுலைமான் நபி, அவளது வருகைக்கு முன்பாகவே அவளது சிம்மாசனம் இவ்விடம் இருக்க வேண்டும் எனவும் எதிர்பார்க்கிறார்.

"பல்கீஸ் வந்து சேருமுன் அவளது அரியாசனத்தை இவ்விடம் கொண்டுவர உங்களில் யார் தயாராக இருக்கிறீர்கள்" என்று ஜின்களைப் பார்த்துக் கேட்கிறார்.

"தாங்கள் உத்தரவிடுவீர்களேயானால், இந்த அடியேன் அந்த அரியாசனத்தை சூரியன் நடு உச்சிக்கு வருவதற்கு முன் கொண்டு வந்து சேர்ப்பித்துவிடுவேன்" என்கிறது ஒரு ஜின்.

"அதற்கும் முன் இங்கு கொண்டுவர யார் தயாராக இருக்கிறீர்கள்?" என்று கேட்கிறார் நபி மீண்டும்.

"கண்ணிமைப்பதற்குள் அந்தச் சிம்மாசனத்தை இவ்விடம் கொண்டு வந்துவிட முடியும்" என்கிறது மற்றைய ஜின்.

சுலைமான் நபி உற்சாகத்துடன் அனுமதியளிக்கிறார். சிம்மாசனமும் அவ்விடம் வந்துவிடுகின்றது.

எடுத்துக்கொண்டு வரப்பட்ட அவளது சிம்மாசனத்தில் உடனடியாகச் சில திருத்தங்கள் செய்யப்படுகின்றது. தனது சிம்மாசனத்தை அடையாளம் கண்டுகொள்கிறாளா அல்லது அறிந்துகொள்ள முடியாதவர்களில் ஒருத்தியாக இருக்கிறாளா எனச் சோதனை வைக்கப்படுகின்றது.

"இது எனது சிம்மாசனம் போலவே இருக்கிறது" என ராணி பல்கீஸ் சொல்லும்போது, அட இந்தப் பெண்மணி ஞானமுள்ளவள் என அவ்விடம் மதிப்புறுகிறாள்.

ராணி பல்கீஸின் வருகைக்கு முன்பாக இன்னொரு காரியத்தையும் சுலைமான் நபி செயல்படுத்துகிறார்.

சுலைமான் நபி, ராணி பல்கீஸைத் திருமணம் செய்யக் கூடும் என்று ஊகித்த சில ஜின்கள், அவ்விதம் நடந்தால் தாம் அவளுக்குச் சேவகம் செய்வதிலிருந்தும் தப்பித்துக் கொள்வதற்காகச் சில பொய்களை உருவாக்கி சகுனி வேலைகளில் ஈடுபடுகின்றன.

சிவப்புச் சட்டை சிறுமி 39

“பல்கீஸ் ராணியின் கால்கள் அழகற்றவை. கழுதையின் கால்களைப் போல” என்றவொரு பொய்யினை இதுவரை ராணியைப் பார்த்திராத நபியிடம் ஜின்கள் அவிழ்த்து விடுகின்றன.

ராணியின் கால்களின் தன்மையைப் பரீட்சித்துப் பார்க்க விரும்பும் சுலைமான் நபி, அதற்காக ஒரு திட்டத்தைத் தீட்டுகிறார். பிரம்மாண்டமானதொரு மாளிகையை எழுப்பி மாளிகையின் நுழைவுப் பகுதியில் பெரிய குளத்தை உருவாக்கு கிறார். வண்ண மீன்களை நீந்தவிட்டுக் குளத்தைக் கண்ணாடிப் பளிங்குத் தளம் கொண்டு மூடச்செய்கிறார். தண்ணீர் நிறைந்த அந்தக் குளம் கண்ணாடியால் மூடப்பட்டிருப்பது அறியாமல் ராணி பல்கீஸ், தனது ஆடை நனைந்துவிடாதிருக்கச் சற்றுத் தூக்கிக்கொண்டு தண்ணீரில் இறங்குவதாக எண்ணி நடக்கிறாள். அவளது காலின் அடிப்பாகமும் கெண்டைக்காலும் தெளிவாகத் தெரிந்துவிடுகின்றன. தடாகத்தை மூடியிருந்த கண்ணாடியை மிஞ்சிப் பளபளக்கும் அந்தக் கால்களைப் பார்த்த சுலைமான் நபி, பல்கீஸின் கால்கள் கழுதையினுடையதைப் போல அழகற்றவை என்று ஜின்கள் சொன்னதில் உண்மையில்லை என்பதைத் தெரிந்துகொண்டார்.

“ஹா... இதெல்லாம் நம்புற மாதிரியா இருக்கு”

அய்லி கேட்ட கேள்வி சரிதான்.

ஆட்சி அதிகாரமுள்ள ராணியையும் அவள் ஆட்சிக்குட் பட்ட பிரதேசத்து மக்களையும் இஸ்லாம் மதத்தை ஏற்கச் செய்வதை நோக்கமாகக் கொண்டிருந்த இறைத் தூதருக்கு, ராணியின் கால் பாதங்கள் கழுகினுடையதைப் போலிருந்தால் என்ன, கழுதையினுடையதைப் போலிருந்தால்தான் என்ன?

4

"பூமியின் முதல் மொழி என்ன"

"என்ன, எனக்குத் தெரியாது"

"ஒலி"

"ஒலி"

"ஆம், ஒலிதான் பூமியின் முதல் மொழி. கருவில் உருவாகும் ஓர் உயிரின் முதல் உறுப்பு உள் காது. மரணிக்கும்போது கடைசியாக அடங்கிப்போகும் புலனும் காது. கரு ஒரு மில்லிமீட்டருக்கும் குறைந்த அளவினதாக இருக்கும்போது, செவியின் உள் முதல் அம்சங்கள் உருவாகத் தொடங்கும். ஏனைய புலன் உறுப்புகள் உருவாகப் பதினாறு முதல் இருபத்திநான்கு வாரங்களாகும். ஐம்புலன்களும் உருவாகிவிட்டாலும் கண்கள் மூடப்பட்டு இருட்டிலேயே அந்த உயிர் இருக்கும். மூக்கும் வாயும் திரவத்தால் நிரப்பபட்டிருப்பதால் அவையும் செயலில் இருக்காது. காற்றைவிடவும் ஐந்து மடங்குச் சிறப்பாக நீரில் பயணிக்கக்கூடியது ஒலி. ஆகவேதான் கருவில் இருக்கும்போது ஓர் உயிரின் மொத்த அனுபவம் கேட்டலும் அதிர்வுகளை உணர்வதாயுமிருக்கிறது.

எல்லா சத்தங்களும் கருவுக்கு வரும். அதோடு இந்தச் சத்தங்கள் கருவின் வளர்ச்சிக்கு இன்றியமையாததும்கூட. தாயின் குரல், வெளிப்புறச் சூழலிலிருந்து வரும் குரல்கள், ஒலிகள், தாய், தந்தை பேசும் மொழி எல்லாமே வளரும் கருவால் கேட்கப்படும். எல்லா ஒலிகளும் சொந்தக் காதுகள் வழியாக உள்ளே வருவதால், நரம்பு மண்டலத்துடன் இணைக்கப்பட்டதாயிருக்கும். கண்களிலிருந்து மூளைக்குப்போல காதுகளிலிருந்து மூளைக்கும் மூன்று மடங்கு இணைப்புகள் உள்ளன. இதனாலேயே காதுகள் வழியாக வரும் ஒலிகள்

நரம்பு மண்டலத்திற்கு நேரடியாகச் செல்கின்றன. செவிவழி நரம்பு நேரடியாக உடலின் ஒவ்வொரு உறுப்பையும் இணைக் கிறது. ஒலியிலும் அதிர்விலும் தண்ணீரிலும் ஒவ்வொரு உயிரும் சொந்த சிறு பரிணாம வளர்ச்சியைக் கொண்டுள்ளது. ஒலிதொடர்ந்துகேட்பதிலிருந்தே கரு கற்றுக்கொள்கிறது. அதன் உணர்வை வளர்த்துக்கொள்கிறது, அது ஆளுமையை வளர்க்கிறது, செவிமடுக்கும் மொழியின் அடிப்படையில் மனம்செயல்படும் விதத்தை உருவாக்குகிறது"

"மொழியை விடவுமா ஒலிகள் முக்கியம்?"

"பேசப்படும் வார்த்தைகள் வெளிப்பாட்டுச் செயல்முறை யில் செல்வாக்குச் செலுத்தலாம். பேசும் வார்த்தைகள் ஒவ்வொன்றும் தங்கம் போன்றது என்று சொல்வதைத் தனக்குத்தானே கையெழுத்திட்ட ஒப்பந்தம்போல மனிதர்கள் பேணிய காலமொன்றிருந்தது. மொழியின் உருவாக்கம் நாம் நினைப்பது, சொல்வது, செய்வது ஆகியவற்றிற்கிடையே உள்ள முழுமையான ஒத்திசைவு, சீரமைப்பிலிருந்து வருகிறது. ஆனால் சக்திமிக்க சில பழங்கால தெய்வீக வார்த்தைகள் உள்ளன. இவை பெரும்பாலும் சடங்குகள், மந்திரசெயல்பாடுகள் பலவற்றில் பயன்படுத்தப்படும். இந்த வார்த்தைகளின் சக்தி காரணமாக மிகவும் ரகசியமாக வைக்கப்பட்டன. பல பண்டையக் கலாச்சாரங்கள் பாடலுக்கு இசைக்கு ஒரு புனித மான அல்லது சிறப்பு மதிப்பை தந்திருப்பது இதனாலேதான். பல பழங்கால கலாச்சாரங்கள் பிறப்பையும் இறப்பையும் கட்டுப்படுத்த ஒலி, இசை, பிரார்த்தனைப் பாடல்களைப் பயன்படுத்தின. ஏனென்றால் இவை சக்திவாய்ந்த நடைமுறை என்பது அக்கால மக்களுக்குப் புரிந்திருந்தது.

"அய்லி"

"அய்லி"

"அய்லி"

"எத்தனை தடவை சொல்வது இப்படித் தனியே இருட்டில் இருந்து பேசாதே"

தாயின் அதட்டல் உலுக்கிவிடப் பதற்றத்துடன் திரும்பினாள் அய்லி.

"என்ன செய்கிறாய்"விரைவாக மின்விளக்கைப் போட்டாள் நிஸா. அடிவானமாகச் செக்கச் சிவந்திருந்த அய்லின் முகத்தில் குத்துவதுபோலக் கூர்மையான நிஸாவின் கண்கள் ஒரு விதப் பதற்றத்துடன் ஊடுறுவித் திரும்பின.

"புத்தகம் படிச்சிக்கிட்டு இருந்தன், உம்மா"

"ஒழுங்கா வாசிக்கத் தெரியா இன்னும். அதுக்குள்ள புத்தக வாசிப்பாக்கும். வெளியே போ. வாசலில் போய் பிள்ளை களோடட விளையாடு" மகளை விரட்டினாள், நிஸா.

குறுகுறுப்பான பார்வையுடன் தனது அறையில் எப்போதும் சுவரோரமாகக் கிடக்கும் பழைய கட்டிலைப் புதிதாகப் பார்ப்பதுபோலத் திரும்பிப் பார்த்தாள், அய்லி.

"அங்கென்ன"

"ஒன்றுமில்லியே..." மிக அடக்கமான குரலில் சொல்லிக் கொண்டு அறையைவிட்டு வெளியே வந்தாள்.

வாசலில் பத்துப் பன்னிரண்டு சின்னஞ்சிறுசுகள் விளையாடிக்கொண்டிருந்தார்கள். எல்லாருமே அய்லியின் சாச்சி[1], அயல் வீட்டுப் பிள்ளைகள். அகன்ற மணல் முற்றம், அகலக் கிளை பரப்பி அணில்கள், பச்சைக் கிளிகளின் சரணாலயமாய் நிற்கும் பெரிய பிளாட்[2] மா மர நிழல். எந்நாளும் அய்லி வீட்டில் குழந்தைகள் பட்டாளம் இருப்பதற்கு அந்த நிழல் முற்றமும் ஒரு காரணம். எல்லாரும் சேர்ந்து "பூப்பறிக்க வருகிறோம்" விளையாடிக்கொண்டிருந்தார்கள்.

குழு ஒன்று – பூப்பறிக்க வருகிறோம், பூப்பறிக்க வருகிறோம்

குழு இரண்டு – எந்த மாதம் வருகிறீர், எந்த மாதம் வருகிறீர்

குழு ஒன்று – டிசம்பர் மாதம் வருகிறோம், டிசம்பர் மாதம் வருகிறோம்

குழு இரண்டு – யாரைத் தேடி வருகிறீர், யாரைத் தேடி வருகிறீர்

குழு ஒன்று – பூவைத் தேடி வருகிறோம், பூவைத் தேடி வருகிறோம்

குழு இரண்டு – எந்தப் பூவைத் தேடுகிறீர், எந்தப் பூவைத் தேடுகிறீர்

குழு ஒன்று – மல்லிகைப் பூவைத் தேடுகிறோம், மல்லிகைப் பூவைத் தேடுகிறோம்

உடனே மல்லிகை என்று பெயர்வைக்கப்பட்ட பிள்ளையை குழு ஒன்று தங்கள் பக்கம் இழுத்தது. அந்தப்

1. சின்னம்மா / சாச்சி
2. மாழ்பழ வகைகளில் ஒன்றின் பெயர்

பிள்ளை அந்தப் பக்கம் சென்றுவிடாமல் குழு இரண்டு இழுத்து வைத்துக்கொண்டது.

அய்லி சிறிது நேரம் இந்த விளையாட்டைக் கவனித்துக் கொண்டு நின்றாள்.

"நீயும் வா, அய்லி" சுகா அழைத்தாள்.

"பொறு, அடுத்த ஆட்டத்தில் சேர்த்துக்கறோம்" என்றான் நழீம்.

இந்த விளையாட்டுக்களைவிடவும் அய்லிக்குப் பிடித்தமானது கதை சொல்வது. வயது பேதம் இல்லாமல் எல்லோருக்கும் கதை சொல்வதில் அவள் மகா கெட்டிக்காரி. அவள் கதை சொல்லத் தொடங்கிவிட்டால் குழந்தைகளானாலும் பெரியவர்களேயானாலும் அப்படியே லயித்துக் கேட்டபடியே சிலையாகியிருப்பார்கள். இந்தக் குழந்தைகள் எல்லோரும் அய்லி வீட்டு முற்றத்தில் முற்றுகையிட்டுக் கிடப்பதற்கு இதுவே முழுமுதற் காரணி.

அய்லியின் தாய் நிஸாவோ மகளின் கதை சொல்லுதலை ஊக்குவிப்பதுமில்லை, அவளுக்கு அதில் துளியும் உவப்புமில்லை. அய்லியின் கதைகள் அவள் வயதுக் குழந்தைகள் யாருமே அறிந்திராதவை. பெரியவர்களே முன்னொருபோதும் கேட்டிராதவை. அவளுடைய கதைகளின் ஆழம் யாருக்கும் புரியாதது. அவளது வார்த்தைகள் இதயங்களை இன்னும் அதிகமாக விரும்பச் செய்வதாக இருந்தன. அவள் கதை சொல்லும் பாங்கு எல்லோரையும் பிடித்துவைத்திருக்கும் காட்சி, அவளது எல்லையற்ற கற்பனைகள் ஒன்றுமே நிஸாவின் கண்களுக்குச் சாதாரணமாகத் தெரிவதில்லை. சொல்லப்படாத கதைகளின் புதையலை அவள் இந்த உலகத்திற்குப் பரிசாகக் கொண்டுவந்திருப்பதாகச் சிலர் அவளைச் சிலாகித்தார்கள்.

"அய்லி, இதெல்லாம் நீ எங்க கத்துக்கிற"

"இந்தக் கதையெல்லாம் உனக்கு யாரு சொன்னாங்க"

இந்தக் கேள்விகளில் அய்லிக்கு ஒரு சிக்கலுமில்லை. இரகசியமாக இரவுப் பொழுதில் மொட்டவிழும் பூவாக ஒரேயொரு உதட்டோரப் புன்னகையைப் பதிலாக விட்டெறிந்து கடந்து வரும் சாகசம் அறிந்தவள். ஏழு வயதைத் தொடாத குழந்தையைப் போல மட்டும் அய்லி இருந்துவிட்டால் போதும் என்ற முடிவில் இருந்தாள் நிஸா. சொல்லப்போனால் அய்லி பற்றியதான மிகப்பெரிய இந்த அச்சம் தொண்டையில் சிக்கிய முள் அவளுக்கு.

பூப்பறிக்க வருகிறோம் இரண்டாவது ஆட்டத்திற்குப் பிள்ளைகள் தயாராகிக்கொண்டிருந்தார்கள். அய்லியும் சேர்த்துக்கொள்ளப்பட்டாள். "பூப்பறிக்க வருகிறோம், பூப்பறிக்க வருகிறோம்" – எல்லாப் பிள்ளைகளோடும் சேர்ந்து உரத்துப் பாடினாள்.

இந்த விளையாட்டுப் போதுமென்ற சலிப்புண்டாகும் போது இன்னொன்றுக்கு மாறுவார்கள். எப்படியும் இவர்களின் தாய்மார் வந்து கைகளைப் பிடித்து இழுத்துக் கொண்டு செல்லும்வரை விளையாட்டுக்கள் தொடரும். பிள்ளைகள் ஏன் விளையாட விரும்புகிறார்கள் என்பதையோ விளையாட்டுக்களின் நோக்கங்களையோ அறிந்தால் விளையாடும் பிள்ளைகளை யாருமே நிறுத்த மாட்டார்கள். பிள்ளைகள் விளையாடுவதைப் பார்க்க வேடிக்கையாக மட்டுமே தோன்றினாலும், உண்மையில் பிள்ளைப் பருவ வளர்ச்சியின் முக்கிய கூறுகளில் ஒன்று விளையாட்டு. இதன் மூலம் தான் வாழ்க்கை திறன்களைப் பிள்ளைகள் பயிற்சி செய்கிறார்கள். நழீமுக்கு ஒன்பது வயது. அவன்தான் இந்தப் பிள்ளைகள் யாவரினுள்ளும் பெரியவன். இதனால் அவன் அவ்வப்போது தன்னதிகாரத்தை வெளிப்படுத்துவதுண்டு. சண்டைகள், அடிபிடிகள் மூண்டதுமுண்டு. சேர்ந்து விளையாடும்போது எல்லாச் சண்டைகளுக்கும் இவர்கள் தீர்வை எட்டிப் பிடித்திருக்கிறார்கள். கடந்த காலத்திலும் நேற்றுவரை யும் எல்லாம் சிறப்பாய்த்தான் போய்க்கொண்டிருந்தது.

ஆனால் இன்று மூண்ட சண்டைக்கு அவர்களிடம் சமரசமான தீர்வில்லை.

"போடி பைத்தியம்" அனீசா சொல்ல,

"நீ தான்டி பைத்தியம். முட்டக்கழுத" மண்ணை அள்ளி அனீசாவில் வீசினான் நழீம்.

அய்லி விலகி நின்று பார்த்துக்கொண்டிருந்தாள். அனீசா தன்னைத் தான் பைத்தியம் என்று சொன்னாள் எனஅவள் அறிவாள். தெரியாத்தனமாக அனீசாவின் கால் விரல்களை மிதித்துவிட்டாள் அய்லி. பெயரியம்மாவின் மகன் நழீம், தங்கை மீதுள்ள பாசத்தில் அனீசாவுடன் மோதினான். இருவரும் மாறி மாறி மண்ணை அள்ளி இறைத்தார்கள். உலர்ந்து செறிந்த குறுமணல் வியர்வை நனைத்திருந்த அவர்கள் உடலில் ஒட்டி மணல் சிற்பமாகக் காட்டியது. இரு மணல் சிற்பங்கள் உருண்டு புரளும் காட்சியை மற்றப் பிள்ளைகள் திகைப்போடு பார்த்து நின்றார்கள். அனீசாவின் கற்றைத் தலைமயிரைக் கொத்தாகப் பிடித்து இழுத்துக்கொண்டிருந்தான் நழீம்.

அவளின் கண்கள், வாய் முழுவதையும் மணல் அடைத்து விட்டது. கண்களை இறுக மூடிக்கொண்டு மணல் புழுதியைக் கைதட்டித் துடைத்தாள் அனீசா. கைகளிலும் மணல் அப்பி யிருந்ததால் கண்கள் உறுத்தின.

“ஞ்ஞே...” பெருங்குரலெடுத்து ஒப்பாரி வைத்துக்கொண்டு ஓடினாள் அவள். ஓர் ஆயுதம்போல நீண்ட நாள் தனக்குள் புதைத்து வைத்திருந்த அந்த வார்த்தையை இன்று அய்லியை நோக்கி எறிந்துவிட்ட திருப்தி அனீசாவுக்கு இருந்தாலும், நழீம் இப்படி எல்லோர் முன்னிலும் பேய்த்தனமாகத் தாக்குவான் என்பதை அவள் எதிர்பார்த்தாளில்லை.

சற்றுநேரத்தில் அனீசாவின் தாய் “அடேய் நழீம்” எனக் கூப்பாடிட்டுக்கொண்டு வாசலுக்கு வந்தாள். எல்லாக் குழந்தைகளும் அதற்குள்ளாக ஓடி ஒளித்துவிட்டிருந்தார்கள். ஓடிப்போய் உம்மாவைக் கூப்பிட்டாள் அய்லி. வீட்டுக்குப் பின்னால் தோட்டத்து வளவில் தென்னங்கன்று நட்டுக்கொண் டிருந்த உம்மாவிடம் நடந்த அத்தனையையும் ஒப்புவித்தாள். செம்மண் நிலத்தில் தோன்றிய குழியில் வேப்பம் பிண்ணாக்குப் போட்டுக் கிராவல் மண்ணால் குழியை மூடிக்கொண்டிருந்தாள். முதுகுச் சட்டை முழுவதும் வியர்வையில் நனைந்திருந்தது. செம்மண் அப்பியிருந்த கையினால் இடுப்பில் தூக்கிச் சொருகியிருந்த சேலை முந்தானையை இழுத்து முகத்தைத் துடைத்துக்கொண்டு முன்வாசல் நோக்கி நடந்தாள். உம்மாவின் பின்னால் தயங்கியபடி அய்லியும் நடந்தாள்.

வாசலுக்கு வந்த நிஸா அனீசாவின் தாயை நேராகப் பார்த்து,

“சின்னப் புள்ளைகள் இன்டக்கி சண்டை புடிப்பாங்க. நாளக்கிச் சேர்ந்திருப்பாங்க” என்றாள் சாவதானமாக.

“பார்த்துப் பேசுங்க றாத்தா. உங்கட புள்ளைக்கி நழீம் இப்படிச் செஞ்சாலும் இதத்தான் சொல்வீங்களா? புள்ளைக்கிக் கண்ணத் தொறக்கவே ஏலாம இருக்கு. அவ்வளவு மண் அள்ளி வீசியிருக்கான்”

“என்ட புள்ளை ஒரு நாளும் “டி” போட்டுப் பேச மாட்டாள்”

“என்ட புள்ளைக்கிப் பேசத் தெரியான்டு சொல்றிங்களோ...”

“இஞ்சப் பாருங்க, விளையாட்டில கை கால் மிதிபடும். அடிபடும். இதெல்லாம் சாதாரணம். போடி பைத்தியம் என்று உங்கட மகள் சொல்லப்போய்தான் இம்பட்டும் நடந்திருக்கு”

“அவளென்ன பொல்லாத்தனமாச் சொல்லிட்டாள். தட்டத்தனியப் பேசி சிரிச்சிக்கிட்டு, ஆளுக்குப் பெரிய கதைகளெக் கதைச்சிக்கிட்டுத் திரிஞ்சா வேறென்ன சொல்வாங்க?”

தோட்டத்தில் வேலை செய்த களைப்பிலும் பழகிய பாசத்திலும் நிதானமாகப் பதில் சொல்லிக்கொண்டிருந்த நிஸாவுக்குச் சம்மட்டியால் தலையில் தாக்கியதைப் போல வலித்தது. சுவையிலும் மணத்திலும் நிறத்திலும் ஒரேபோலத் தெரியும் தானியக் குவியலில் பருவத்தைத் தாண்டி முற்றிக் கோது வெடித்து துருத்திக்கொண்டு பளிச்சென்று தனியாகத் தெரியும் குறையற்ற நெல்மணியைப் போன்றுதான் தன் மகளின் வித்தியாசத்தை அவள் எண்ணிக்கொண்டிருந்தாள். இந்த வித்தியாசம் அவளைப் பைத்தியம் என்றோ, சித்தக் குறைவின் குணங்குறி என்றோ ஒருபோதும் எண்ணியதில்லை. புதிரான இந்தப் புகார் அவளை நொறுக்கிப்போட, “தவறு புள்ளைகள்ல இல்ல... என்ட புள்ளையப் பைத்தியம் என்று அனீசா எப்படிச் சொல்லியிருப்பாள். சின்னப் புள்ளை அவளுட புத்திக்குள்ள அந்த எண்ணம் எப்படிப் போனது எல்லாம் தெரிஞ்சிக் கிட்டேன். தயவு செஞ்சி இங்கயிருந்து போய்டுங்க...” இதயத்தில் அம்பு பாய்ந்துவிட்டவளாக மன்றாடும் குரலில் சொன்னாள் நிஸா. என்ன எண்ணினாளோ அனீசாவின் தாயும் அப்படியே திரும்பிச் சென்றுவிட்டாள்.

இந்தச் சம்பாசணைகளைக் கேட்டபடி வாசல்படிக்கட்டில் சிற்பமாக நின்றுகொண்டிருந்தாள் அய்லி. முதுக்குப் பின்னால் மகள் அங்கே நிற்கும் காட்சி மனக்கண்ணில் தோன்றிய போதும் திரும்பிப் பார்ப்பதற்குத் துணிவின்றி உறைந்துபோய் நின்றாள் நிஸா. அய்லியின் மனத்தில் இப்போது என்ன ஓடிக் கொண்டிருக்கும், அவள் இதுபோன்ற குற்றச் சொல்லை எல்லாம் கேட்டிருக்கவே கூடாது என்றெல்லாம் மனம் கலங்கியது. பொல்லாத மனிதர்கள் என் மகளைப் பற்றி இப்படியும் எண்ணிக் கொண்டிருக்கிறார்கள் என்று தெரிந்துகொள்ளாமல் இருந்து விட்டேனே! தன் மகளைச் சுற்றி ஏதோ விபரீதம் நடந்து கொண்டிருப்பதன் சமிக்ஞையாகவே இப்போது நடந்தவை அனைத்தும் அவளுக்குத் தோன்றியது. இந்த வார்த்தைக்குப் பின்னால் உள்ள நோக்கங்களைப் புரிந்துகொள்ள அவள் மனம் ஓடியது. முற்றிலும் அபூர்வமான தனித்துவமான பரிசுகளுடன் பிறந்த தனது மகளின் இருப்பின் ஆழத்தை முழுவதுமாகப் புரிந்துகொள்ளாமலிருக்கலாம், தனது மகளைப் பாதுகாக்கும் கேடயமாகத் தான் இருந்தாக வேண்டுமென்ற உணர்ச்சிப் பிரகடனமொன்றை மனத்தில் நிகழ்த்திக்கொண்டிருந்தாள்.

"உம்மா" முதன்முறையாக மகளின் குரல் அவளுக்கு வேறு யாரினுடையதையோ போல உடலை உலுக்கியது. மயிர்க்கூச் செறிய உடலில் இருந்த முழு உஷ்ணத்தையும் உறிஞ்சி எடுத்தாற் போல திடீரெனக் குளிர்ச்சியாக உணர்ந்தாள்.

"அனீசா சொல்றாப்போல நான் பைத்தியமா, உம்மா?" எனக் கேட்டுவிடுவாளோ என்ற எண்ணம் ஒலியின் வேகத்தில் நிஸாவின் தலைக்குள் பயணித்தது. தப்பெண்ணங்களை அகற்றி மகளின் ஆன்மாவின் அழகைத் தழுவச் செய்யும்படியான அசைக்க முடியாத ஆதரவையும் எல்லையற்ற அன்பையும் காட்டக்கூடிய சொற்களை அவளது புத்தி அலசித் தேடிக் கொண்டிருந்தது.

"உம்மா, நம்ம வீட்டுக்கு விருந்தாளி வரப்போறாங்க" தனது முதுகுப் பின்னால், அங்கேயே படிக்கட்டில் நின்றபடி சொல்லிக்கொண்டிருந்தாள், அய்லி.

உடலை வேகமாக மகள் பக்கம் திருப்பினாள். தரையில் ஊன்றிய இடதுகால் பாதத்தின் மேல் வலதுகால் பாதம் இருக்க, வலப்பக்க உடல் கதவு நிலையில் ஒய்யாரமாகச் சாய்ந்திருக்க, நினைவிலிருந்து பெயர் அறுந்துபோன பழுப்பு அல்லது சாம்பல் நிறத்திலான ஏதோவொரு கடல் பறவை யொன்றை நினைவுபடுத்தும்படி நின்றுகொண்டிருந்த அய்லியைத் தன்னையறியாமலேயே புதிதாகக் குறிப்பெடுத்துக் கொண்டிருந்தாள் நிஸா. இவளை எனக்கு என்ன தெரியும் எவ்வளவு தெரியும் என்று ஒரு கணம் தோன்றிற்று. சற்று முன்பு நடந்த நிகழ்ச்சியின் எந்த ரேகையும் அவள் முகத்தில் காண்பதற்கில்லை. வார்த்தைகளோடும் வார்த்தைகளற்றும் ஒரு பெரு முழக்கம் இதயத்தில் சுழல மகளை நெருங்கினாள்.

"விருந்தாளியா, யாரு" ஆழத்தில் இருக்கும் மகளைக் கரையிலிருந்து பார்ப்பவள்போலக் குழப்பத்துடன் கேட்டாள்.

"பதுர் மாமி"

"பதுர் எப்படி இங்கே வருவாள். அவள்தான் டுபாயில் அல்லவா இருக்கிறாள்?" – இந்தக் கேள்விகளை நிஸா மகளிடம் கேளவில்லை. அவளது குழப்பம் ராட்சத அலைகளாகி உயர எழுகின்றன.

பதுர், தாவூதின் ஒரே தங்கை. பதினாறு வயதிலேயே காதல் திருமணம் புரிந்துகொண்டாள். இந்தப் பூமி முன்னெப்போதும் கண்டிராத காதல் கதையை வாழும் கனவுகளோடு வாழ்வைத் தொடர்ந்தவள் ஆறே மாதங்களில் விதவையாகி வெற்றிட மாகிப் போனாள். இரவுக் காவலுக்கு வயலுக்குப்போன காதல்

கணவன் பாம்பு தீண்டி இறந்துபோனான். நடுநிசியில் பாம்பு தீண்டியதால் அவனுக்கு உதவக்கூட யாருமிருக்கவில்லை. உயிரற்றுக் கிடந்த அவனது உடல் மீதே அன்றைய காலைப் பொழுது புலர்ந்தது. வாழ்நாள் முழுவதும் ஒன்றாக வாழ்வதற் கான வாக்குறுதிகளுடன் பின்னப்பட்ட ஒரு கனவு அதன் பயணத்தை முறித்துக் கொண்டிருந்தது. அவளுடைய இதயம் நொறுங்கியது, கண் விழிக்காத நினைவுகளில் உலகமே துக்கமாக மாறிவிட்டிருந்தது. அன்பின் துணுக்குகளை ஒட்டி எடுத்து மிச்சமுள்ள நாள்களை ஒளிரச் செய்யும் முயற்சிகளின் மினுமினுப்பு வெகு சீக்கிரத்திலேயே மங்கிப்போனது. அவளது இதயத்தின் நினைவுகளின் எடை பாரமாகி அழுத்தத் தொடங்கியது.

உடைவின் பேரொலிக்குள் அமிழ்ந்து பெருமூச்சுகள் தீர்ந்து போன ஒரு நாள் பதுர் திடீரென மறைந்துபோனாள். எங்கு தேடியும் அவள் கிடைக்கவில்லை. யாருக்கும் அவளைப் பற்றி எந்தத் தகவலும் தெரியவில்லை. அவள் எங்கு சென்றாள், என்ன ஆனாள் ஆகிய தடயங்களைக்கூட அறிந்துகொள்ள முடியா திருந்தது. மௌனத்தால் பத்திரப்படுத்தப்பட்டுத் தொலை தூரத்தில் மங்கலாகச் சுருங்கிப் பொட்டுப் புள்ளியாகியிருந்தது தங்கையின் ஞாபகங்கள். அப்போதுதான், எதிர்பாராத் தருணத்தில், அவளைப் பார்த்ததாக டுபாயிலிருந்து வந்த ஊர்க்காரர் ஒருவர் தாவூதுக்குச் சொன்னார். இப்படிக் கேள்வியுற்றே இரண்டாண்டுகளாகிறது. கடவுச்சீட்டைக் கண்ணாலே பார்த்துக்கூட இராத தங்கை எப்படி மத்திய கிழக்கிற்குப்போனாள், யார் துணையில் போனாள் என்றெல்லாம் வழக்கமாக மனிதர்கள் மெனக்கெடுவதுபோல ஆராய்ந்து காலவிரயம் செய்யவில்லை, தாவூத். அவள் உயிரோடு வாழ்கிறாள் என்பதே அவருக்கு ஆறுதலாய் இருந்தது.

பதுர் வரப்போகிறாள் என அய்லி சொல்லிய பிறகும் நிஸாவுக்கு வேறு காரணங்கள் தேவையாயில்லை. தன் கவனத்தை மீறிய விபரீதமொன்று சிலந்தி வலையாகப் பின்னப் பட்டுவிட்டதாக உடனடியாக நம்பத் தொடங்கியிருந்தாள். அயலவர்கள் எண்ணுவது சரியாகப் போய்விட்டால்..? இதனைஏன் முன்னரே உணராமல் போனேன். மூளையின் கதறல்களை வெளிப்படுத்தாத உடலோடு உண்மையில் அவள் ஸ்தம்பித்துப்போனாள்.

ஒரு சிங்கம் தன் குட்டியைப் பாதுகாப்பதைப் போல, பாதுகாப்பின்எழுச்சி அவளது நரம்புகள் வழியாக விரைய, அதிர்ச்சி உறைந்த கண்களை மகளிலிருந்து எடுக்க முயன்றபடி சொன்னாள்.

“அதெல்லாம் ஒருத்தரும் வர மாட்டாங்க. போய் மேல் கழுவிட்டு வாங்க, சாப்பிடுவம்”

“மாமி எனக்கு நாய்க்குட்டி பொம்மையும் உங்களுக்கு மஞ்சள்ல கறுப்பு வளையங்கள் போட்ட புடவையும் கொண்டு வர்றாங்க”

முன்னெப்போதையும்விடக் கூடுதலான உற்சாகம் அவள் குரலில் தெரிந்தது. வெள்ளி அலைகளாக மினுங்கும் நீருற்றுப்போல பிரகாசிக்கும் மகளது முகத்தில் இரு நட்சத்திரங்களை நிஸா கண்டாள். தன்னை யாரோ போலப் பார்த்த அந்த வெளிச்சக் கூடுகளை இதற்கு முன் பல சந்தர்ப்பங்களில் கண்டிருக்கிறாள்.எல்லா எண்ணங்களையும் ஓரங்கட்டிவிட்டுத் தனக்குப் பரிச்சயமான பரிகாரத்தைப் பிரயோகிக்க எண்ணி அலறினாள்.

“அகப்பைக் கணையை எடுக்கட்டுமா, அரப்படிக்காமல் போய் சொல்றதைச் செய்”

கீச்சிட்டுக் கத்தியதில், மறுபேச்சுப் பேசாமல் கிணற்றடிக்கு ஓடினாள் அய்லி.

கிணற்றடியில் உள்ள சீமெந்து தொட்டியில் நீர் நிரம்பி யிருந்தது. அய்லியைக் கருத்தரித்திருந்தபோது, நீர் இறைக்க வசதியாக நிஸாவுக்காக இந்தத் தொட்டியைக் கட்டியதாகச் சொல்வார்கள். அந்த வீட்டில் இருப்பது தெலா கிணறு. கப்பிக்குப் பதிலாக நீளமான கம்பியில் வாளி கட்டப் பட்டிருக்கும். தண்ணீர் இறைக்கும்போது கம்பியைப் பிடித்து இழுத்துக் கிணற்றுக்குள்ளே விட வேண்டும். கிணற்றில் மூழ்கி வாளியில் தண்ணீர் நிரம்பியதும் லேசாகக் கம்பியை மேலே தூக்கினால் போதும். எதிர்முனையில் தடித்த நீளமான தடியில் கட்டப்பட்டிருக்கும் பெரிய கல்லின் எடை வாளியை உடனே மேலே கொண்டுவந்துவிடும். உயரமான கிணற்றுப் படிக்கட்டில் ஏறி நின்று தெலா கிணற்றில் நீர் இறைப்பதால் கர்ப்பிணியாயிருந்த நிஸாவுக்கு இடுப்பு வலி எடுத்து விட்டிருந்தது. அந்தச் சமயத்தில்தான் கிணற்றுக்குப் பக்கத்தி லேயே சிறிய நீர் தொட்டியைக் கட்டி அதில் தண்ணீரை இறைத்து நிறைத்து வைப்பார்கள். தாவூதும் நிஸாவின் தாய், தங்கைகளும் தொட்டியில் தண்ணீரை நிரப்பி வைப்பார்களாம். இப்போது இந்தத் தொட்டியை நிஸா பயன்படுத்துவதில்லை. முன்புபோலவே தெலா கிணற்றிலிருந்துதான் நீர் இறைக்கிறாள்.

நீண்ட நாள் பயன்படுத்தப்படாமல் கிடந்த அந்த முட்டை வடிவிலான நீர்த் தொட்டியே இப்போது அய்லியின் ஆசைத்

தடாகம். தண்ணீர் நிரப்பிய தொட்டிக்குள்ளேயே இறங்கி முங்கிக் குளிப்பதற்குக் கொஞ்ச நாள் முன்பிருந்தே அய்லியை அனுமதித்தார்கள். தண்ணீர் தொட்டிக்குள் இறங்கிவிட்டா லென்றாள், வேறு உலகத்தில் சஞ்சரித்து விட்டால்போலக் கால்களை நீட்டி அசையாமல் படுத்துக்கிடப்பாள். மூச்சை அடக்கி தண்ணீருக்குள் மூழ்கியும், அடக்கி வைத்திருந்த மூச்சுக்காற்றை "ஹே..." எனவாயைத்திறந்து விடுவித்து நீருக்கு மேலாக மிதந்தும் நீராடி மகிழும் ஒவ்வொரு கணமும் இன்னதென்று புரியாத மீட்சியை உணர்ந்தாள்.

நேரம், பொருளின்றி நீராடும் சுகானுபவத்தில் லயித்துக் கிடக்க ஏதுவாக நிழல் சோலையாக இருந்தது கிணற்றடி. கிணற்றடிக்குத் தனி வேலி உண்டு. அகலமான கிணற்றடி முற்றத்தில் நெடுவலாகப் பாக்கு மரங்களின் அணிவகுப்பு. ஒரு பெரிய நெல்லி மரம். கொத்துக் கொத்தாக இருக்கும் அடர்த்தியான ஒவ்வொரு காம்பின் இருபுறமும் பச்சை இலைகள். இலைக்காம்பை ஒட்டிச் சின்னஞ்சிறு வெள்ளைப் பூக்கள். புளிப்பு, இனிப்பு, துவர்ப்புச் சுவைகளில் திரட்சியாகப் பளபளவென்று மாசுமறு இல்லாத கனிகளின் கொல்லைகள். ஒரேயொரு மரம், சாக்குகளில் சாகுபடி செய்யுமளவுக்கு வருடத்திற்கு இரு முறைகள் பூத்துக் காய்க்கும். கறிவேப்பிலை, கற்பூரவள்ளி, கற்றாழை, எலுமிச்சை, அகத்தி, முருங்கை இவற்றோடு இன்னொரு பக்கம் சதுர நடவுமுறையில் வாழை மரங்கள். பூவன், மொந்தன், செங்கதளி, நேந்திரன் வகைகள். வாழை மரத்தடிக் கிழங்குகளின் அழுகிய பகுதிகளை, வேர்களை வெட்டிச் சரி செய்து, தண்டுப்பகுதியில் போதுமான அளவுவிட்டு கிழங்கை வெட்டி, பக்கக்கன்றுகளைத் தரம்பிரிப்பது, வாழை குழை தள்ளும்போது வெட்டிப் பழுக்கவைப்பது, அவ்வப்போது சமைக்க வாழைச் சீப்புகளையும் வாழைப்பூவையும் வெட்டி எடுப்பது எல்லாம் நிஸாவுக்கு அத்துப்படியான காரியங்கள். அவளின் பெரும்பகுதி நேரம் வீட்டைச் சுற்றியிருக்கும் மரஞ்செடி கொடிகளைப் பராமரிப்பதிலேயே கழிந்துவிடும்.

செழிப்பான சோலைக்கு நடுவில், அணில்களும், பச்சைக் கிளிகளும் தவிர வேறு யாருமில்லாத அகண்ட வெளியில், நீர்த்தொட்டிக்குள் கால்களை நீட்டி, நீர்த்தொட்டியின் கொட்டில் கழுத்தைத் தாங்கியிருக்க, தெளிந்த வானில் நுரைப்பந்துகளாக நழுவியோடும் மேகங்களைப் பார்த்துக் கொண்டு மல்லாக்கப் படுத்திருக்கும் அய்லி, இந்த நில அமைப்பும் இங்குள்ள சிலவும் தனக்குப் பலகாலமாகப் பரிச்சயம் என்றெண்ணினாள். இங்குள்ள பாக்குமரங்கள் உம்மம்மா நட்டவை என்று உம்மா சொல்லியபோது அய்லிக்கு

அது புதிய தகவலாக இருக்கவில்லை. மரத்திலிருந்து பழுத்துத் தானாக உதிர்ந்து விழும் பாக்குகளைப் பொறுக்கிக் கூடையில் சேர்த்தவொரு ஞாபகம் அவளுக்குள் எட்டி எட்டிப் பார்ப்ப துண்டு. அந்த ஞாபகத்தில் வருபவள் நானா, தன்னைப் போலவே இன்னொருத்தியா என்பது மட்டும் அவள் நினைவின் எல்லைக்குள் இல்லை.

முற்றிப் பழுத்து விழுந்த பாக்குப் பாளையில் பருத்த அதன் தண்டை இரு கரங்களாலும் இறுக்கமாகப் பிடித்துக் கொண்டு பாதங்களிரண்டும் ஒன்றை ஒன்று தொட்டுக்கொள்ள அய்லி உட்கார்ந்திருக்கிறாள். பாளையின் நெடிய ஓலை களைக் கொத்தாகப் பிடித்து இழுக்குகிறார்கள். பாக்குப் பாளை வண்டி மண்ணை அரைத்துக்கொண்டு நகர்கிறது. "கெக்கே கெக்கே" என்ற குதூகலிப்பால் அக்காட்சி நிறைகிறது.

இந்த ஞாபகங்கள் எங்கிருந்து உற்பத்தியாகின்றன என்று அவளுக்குத் தெரியாது. தீங்கு தராத அந்த ஞாபகங்களை அவள் விரும்பினாள். அவள் மீண்டும் அவளாக மாற இன்னும் காலம் பிடிக்கும் என்று தனக்குத்தானே எண்ணிக்கொள்கிறாள்.

"அய்லி" உம்மாவின் சிடுசிடுப்பான குரல்.

நீர்த்தொட்டிக்குள் மூழ்கியிருந்த உடல் மெல்ல நெகிழ்ந்தது. மூச்சை அடக்கிக்கொண்டு நீரில் முக்கியிருந்த முகத்தை மேலே உயர்த்தினாள். கோடையின் அத்தனை பிரகாசத்துடனும் முகத்தில் விழும் சூரியனைத் தலைதூக்கிப் பார்த்தாள். ஏதோவொரு சமிக்ஞைக்காகக் காத்திருப்பவள்போலக் கண்களை மென்மையாக மூடித்திறந்தாள்.

குளியல் முடித்து உடை மாற்றிக்கொண்டு நேராக உம்மாவிடம் போனாள். உணவு தயாராக இருந்தது. நெய் வாசனையோடு சுடச்சுட வெள்ளைச் சோறு. முட்டைப் பொறியல். கொஞ்சம் பருப்புக் குழம்பு. தனக்குப் பிடித்தமான போனகங்களால் நிரம்பியிருந்த உணவுத் தட்டின் முன்னால் அமரும்போது, பெரிய அண்டா ஒன்றைத் தூக்கி இடம் மாற்றி ஆலவூடு அறையை ஒழுங்குபடுத்திக்கொண்டிருந்த நிஸாவும் தற்செயலாக இவள் பக்கம் திரும்பினாள். அன்றைக்கு முழுதும் குழப்பங்களால் பீடிக்கப்பட்டுச் சோர்ந்துபோயிருந்தது அவள் முகம்.

"இதென்ன உடுப்பு"

உம்மாவின் கேள்வி புரியாதவள், பார்வையைத் தாழ்த்தி தான் அணிந்திருந்த சட்டையை மேய்ந்தாள். கழுத்தை அங்குமிங்கும் அசைத்தாள். உம்மாவை நேராகப் பார்த்துப்

புருவத்தைச் சுழித்துத் தோளைக் குலுக்கினாள். அய்லின் இந்தச் செய்கை நிஸாவின் சிடுசிடு மனநிலையைக் கடுமையாக்கியது.

“ஏனிந்தப் புதுச்சட்டயப் போட்டாய்”

அலுமாரியைத் திறந்தபோது செவ்வரத்தம் பூ நிறத்தில் பளிச்சென்று தெரிந்த சட்டையைக் கைதொட்டு எடுப்பதற்கு முன்பே உடுப்பு அடுக்கிலிருந்து வழுவிக் கைகளுக்குத் தாவி விட்டிருந்தது. புதியதா, பழையதா, உடுத்தலாமா, இல்லையா, உம்மாவிடம் அனுமதி பெற வேண்டுமா, வேண்டியதில்லையா எதுவும் அவளுக்குத் தோன்றவில்லை. தெரியவுமில்லை. மௌனமாக நின்றாள்.

ஒரு தாக்குதலுக்குத் தயாராக இருந்த பூனையைப் போல சற்றென்று பாய்ந்து அய்லியின் வலக்கரத்தினை இறுகப் பற்றினாள் நிஸா. மிகுந்த குழப்பத்திலும் துக்கத்திலும் இருந்த போதும், தன் மகளைக் கோபிப்பதற்கோ, தண்டிப்பதற்கோ நியாயமான காரணங்களேதும் இருப்பதாக அவளுக்குத் தோன்றவில்லை. கையை இன்னமும் பிடித்துக்கொண் டிருக்கிறாள். முன்பை விடவும் பிடி இறுகியது. நான் இப்போது என்ன செய்யப்போகிறேன் ? என்ற கேள்வியைத் தனக்குத்தானே கேட்டுக்கொள்கிறாள்.

உம்மாவின் வினோதப் போக்கிற்கான காரணங்கள் புரியாமல் அப்படியே பார்த்தபடி நிற்கும் அய்லி மேல் விவரிக்க முடியாத கருணையுணர்வு அணை உடைப்பெடுத்தாற்போல பொங்கிப் பிரவாகித்தது. ஆயாசமாகப் பார்த்தாலும் அடுத்த கணம் இயல்பாக எடுத்துக்கொண்டு எச்சிலைக் கூட்டி விழுங்கியபடி மகளின் கையை விடுவித்தாள். மகளின் முகத்திற்கு நேராக அவளது தோள் உயரத்திற்கு இறங்கி முழந்தாளிட்டு அப்படியே இறுக அணைத்துக்கொண்டாள். மனதின் இறுக்கத்தில் மெல்லிய நெகிழ்ச்சியை உணர்ந்தாள். மகளின் ரகசிய ஆழத்திற்குள் புதைந்துவிட விரும்புகிறவளைப்போலக் கண்களைத் திறக்காதிருந்தாள். அணைப்பை நெகிழ்த்தி மகளின் கண்களை நேராகப் பார்த்துக்கொண்டிருந்தாள். தன் கண்களுக்கு மட்டுமே தெரிகின்ற அந்த ஒளிக்கீற்றுகளைக் கூர்ந்து பார்த்துக்கொண்டிருந்தாள். அவளுக்குப் பயமும் அழுகையும் வந்தது. உம்மாவின் கண்களில் நீர் கண்டு பதறினாள் அய்லி.

“உம்மா”

இரு உள்ளங்கைகளுக்குள்ளும் அய்லியின் முகத்தை ஏந்திப் பார்த்துக்கொண்டே ஒரு நிராயுதபாணியைப் போலத் தளர்ந்த குரலில் கேட்டாள்.

"அய்லி... மகள்... நீ என்னிடம் எதையாவது மறைக்கிறாயா?"

இருவரது பார்வைகளும் நேர்கோட்டில் இருந்தபோதும் முற்றிலும் இருவேறான முரண்களால் பிரகாசித்தன. ஒன்றின் பிரகாசிப்பை இன்னொன்று விழுங்கும் எதிர்விசையும் அந்தக் கண்களில் மின்னியது. திடமான தோள்களோடு அனிச்சையாக உம்மாவின் முன்னால் நின்றுகொண்டிருந்தாள் அய்லி.

தாய் மகளுக்கிடையிலான புற அமைதியையும் உள் இறைச்சலையும் தற்காலிகமாகத் தடுத்தது அந்தக் குரல்.

இருவரும் ஒரே பக்கமாகப் பிசகின்றி ஒரே கணத்தில் திரும்பிப் பார்த்தனர். மகளுக்கு முன்னால் முழந்தாளிட்டு நின்றிருந்த நிஸா திடுதிப்பென்று எழுந்தாள். விசயம் இவ்வளவு தூரம் தீவிரமாக மாறும் என்பதை எதிர்பார்த்திராத அவள் மயக்கத்தில்போல முன்னோக்கி நடந்தாள்.

திறந்திருக்கும் கதவின் முன்னே புன்னகைத்தவாறு தயங்கி நின்றுகொண்டிருந்தாள், பதுர்.

5

“நம்மட புள்ளை அய்லி எந்த உணர்ச்சியயும் வெளிக்காட்டுறாளில்லை. அவளைச் சுத்தி நடக்கிற எதிலுமே ஆர்வமில்லாம இருக்காள்”

“ஒரு பச்சைப் புள்ளையைப் போய்...”

வியாபார காரியமாக ஒரு வார கால வெளியூர் பயணத்தை முடித்துக்கொண்டு அன்று தான் வீடு திரும்பியிருந்தார், தாவூத். இந்தச் சம்பாஷணையைத் தொடங்குவதற்கான அவகாசத்திற்காகக் காத்துக்கொண்டிருந்த நிஸா, கணவனை ஓய்வுக்கு அனுமதிக்காமல் அடை மழையாகக் கொட்டத் தொடங்கினாள்.

“ம், பச்சப் புள்ளை. நம்மட புள்ளை. என்ட செல்ல மகள். அதனாலத்தான் இவ்வளவு பதறுறேன். மணிக்கணக்காப் படுக்கையில கிடக்காள், தனிய இருட்டுல இருக்காள், தனியாப் பேசிச் சிரிக்காள். நாம நினைக்கிறாப்போல அவள் கதை சொல்றது... பேச்சுத்திறன்... துடுக்குத் தனம்... இதெல்லாம் புத்திசாலித்தனத்தால மட்டும் இல்லையோ என்டு பயப்படுறன். அவளுக்குப் பைத்தியம் என்றொரு கதை தீ பரவுறாப்போல நம்மச் சுத்திப் பரவிக்கிட்டிருக்கு”

“யாரோ ஏதோ சொல்லிட்டால் நாம பொறுப்பா? நம்மட மகள்ட பொறுப்பா? இது நம்மட மகள் பரப்ப நினைச்ச கதையில்ல. இந்தக் கதைய யார் சமைச்சுக்கொண்டாங்களோ அவங்களே இந்த அபாண்டத்தத்துக்குச் சொந்தக் காராக்கள். அதுக்காக நம்மட மகளத் தூக்கி அந்த இடத்தில் வைக்கச் சொல்றீயா?”

கடுஞ்சினமேறிய கண்களால் தன்னையே பார்த்துக்கொண்டிருந்த கணவனுடன் நிகழும் இந்தச் சம்பாஷணை ஒரு மோசமான திருப்பத்தை நோக்கிப் போய்விடக்கூடாதென்கிற கவனம்

நிஸாவுக்கு இருந்தது. இந்தத் தகவல்கள் அவரை எவ்வளவு தொந்தரவுக்குள்ளாக்கும் என்பதை அவள் முன்பே ஊகித்திருந் தாள். அவர் அப்படியொன்றும் கறாரான மனிதரில்லை. அய்லி மீது எல்லையற்றை அன்பை நாளும் பொழுதும் வளர்த்துக் கொண்டிருக்கும் மிகச் சாதாரண மனிதர். அவரைப் பொறுத்த வரையில் தன் மகள் மாசறு பொக்கிசம்.

நாலைந்து முறை இது சம்பந்தமான பேச்சைத் தொடங்கும் போதெல்லாம் அவர் தவிர்ப்பதையே வழக்கமாகக் கொண்டிருந் தார். நம் குழந்தை எல்லா விதத்திலும் சரியாக இருக்கிறாளா என்பதை மருத்துவர்களிடம் காண்பித்துச் சோதிப்போம் என்று ஒரு முறை நிஸா ஆலோசித்தாள். தாவூத் அவளின் கணிப்புகள் அனைத்தையும் உடனுக்குடன் உதிர்ந்துவிடச் செய்து அவளை மறுமொழியற்றவளாக்கிவிடுவார்.

கோபத்தோடு முகத்தில் இயலாமை உணர்வும் படர மெதுவாக நடந்து, தூரமாகத் திரண்டு தெரியும் கோளவடிவ நிலவை வெறித்தபடி ஜன்னலோரமாகப் போய் நின்றுகொண் டிருந்தார். கேட்க வேண்டிய கேள்விகளின் இருப்பு பிரக்ஞை யில் தொங்கிக்கொண்டிருக்க, எழுந்து செல்ல முடியாதபடி நாற்காலியோடு கால்களைப் பிணைத்துவிட்டாற்போல ஏமாற்றத்துடன் அங்கேயே இருந்தாள் நிஸா.

இருவர் இதயங்களும் உப்புக்கடலெனக் கொந்தளித்துக் கொண்டிருப்பதை ஜன்னல் வழியாகப் பார்த்தபடியே இருளேறிய வானில் மேகத் திவளைகளில் மெல்ல ஊர்ந்து மறைந்துகொண்டிருந்தது பௌர்ணமி நிலா.

அய்லியின் அசாதாரணம் குறித்து எப்போது பேச்சை எடுத்தாலும் அவர்களிடையே மொழி இறுகிக் காலாவதியாகி விடும், இன்றுபோலவே.

அய்லி பிறந்தபோது கற்கண்டு இனிப்பு தந்து துள்ளித் திரிந்த குதூகலம் அடங்கிப்போவதற்குள்ளேயே ஆறாவது நாளில் குழந்தையைக் காய்ச்சல் பீடித்துவிட்டது. ஏழாவது நாளில், பிறந்த குழந்தையின் தலையைச் சிரைத்து மொட்டை போட்டு அகீகா[1] கொடுக்கும் சீர் செய்ய முடியவில்லை.

குழந்தைக்குக் காய்ச்சலடிக்கத் தொடங்கியதுமே அனைவரையும் துக்கம் பீடித்துவிட்டது. தலைப்பிள்ளைக்கு நிகழ்ந்த கதியை எண்ணி எண்ணி மனம் ஆறாத சலிப்புக்குச் சென்றுவிட்டது. தாவூதுக்கும் நிஸாவுக்கும் திருமணமான அடுத்த

---

1. குழந்தை பிறந்து ஏழாவது நாள் இறைவனுக்கு நன்றி செலுத்தும் முகமாக அறுக்கப்படும் ஆடு

ஆண்டிலேயே ஆண் குழந்தை பிறந்தது. ஐந்தாவது நாளிலேயே காய்ச்சல் பீடித்து அடுத்த சில நாட்களில் எல்லோரையும் ஏமாற்றிவிட்டு மண்ணறைக்குப் புறப்பட்டுவிட்டது. அந்த ஆழமான காயத்தில் துவண்டு கிடந்த நிஸாவும் தாவூதும் இரண்டாண்டுகள் கடந்து மனந்தேறி மீண்டுமொரு குழந்தையைப் பெறத் தயாராகியிருந்தார்கள். கடந்த காலத்தின் கொடிய நினைவுகளிலிருந்து தங்களைத் துண்டித்துக்கொள்ளும் விதமாக எதிர்நோக்கியிருந்த மற்றொரு குழந்தையின் வருகையும், பிடிவாதமாகக் கடந்த கால வரைபடத்திலேயே பயணிக்கும் நிகழ்காலம் பெரும் அச்சம் தரும் காட்சியாகியிருந்தது.

அழுகையும் பரிதவிப்புமாய் நாழிகை தாமதிக்காமல் குழந்தையை மருத்துவரிடம் கொண்டு ஓடினார்கள். மருந்துகளால் உடல் சூடு தணியவில்லை.

மூன்றாம் நாள், பரிசோதித்த மருத்துவர் தீவிர விசாரணையும் குழப்பமுமாய் உதடுகளைப் பிதுக்கிக்கொண்டே குழந்தையின் வயிறு முதுகுப் பகுதிகளில் அங்கும் இங்கும் மாறி விரல்களால் அழுத்திக்கொண்டிருந்தார். தாயின் மடியில் குப்புறப்படுக்க வைத்துக் குழந்தையின் குதத்தில் தேமோமீட்டரைச் செருகி, எதையோ சரியாகக் கணித்து விட்டவர்போல விரைவாகச் செயற்பட்டார். உடனேயே குழந்தையைத் தீவிர சிகிச்சைப் பிரிவுக்கு மாற்றினார். இரண்டு நாட்கள் இரவு பகலாக மருத்துவக் கண்காணிப்பிலேயே இருந்தும், குழந்தையை உறக்கத்திலிருந்து எழுந்திருக்கச் செய்ய முடியவில்லை. உடல் அங்கங்களில் கை கால்களில் சிறு அசைவு தானுமில்லை. வாய்ப் பூட்டு அணிந்தால்போல பால் அருந்துவதை முற்றாக நிறுத்தி உதடுகளை இறுக மூடிக்கிடந்தது. உடல் சிவந்து வயிறு ஊதிப்பெருத்துவிட்டது.

மிகத் தீவிரமான மௌனத்துடன் சித்தம் கலங்க நடப்பதைப் பார்த்துக்கொண்டிருந்தாள் நிஸா. உண்மையில் அவள் அந்த இடத்தில் இருந்தாள் என மட்டுமே சொல்ல முடியும். பால் சுரந்து கசிந்து மார்புச் சட்டை ஈரமாகிப் பிசுபிசுத்தது.

“என்னை ஏமாத்திடாதே...” புயலாய் எழுந்தடங்கும் நெஞ்சைப் பிடித்துக்கொண்டு தனக்குள்ளே மருகி மாய்ந்து கொண்டிருந்தாள். ஊமையாகிவிட்ட அவளிடம் பேசுவதற்கு யாருக்கும் துணிவில்லை. மண்ணில் ஆழப் புதைந்து துருப்பிடித்த இரும்புத் துண்டாக ஒரே இடத்தில் இருக்கும் மனைவியை ஆற்றக்கூடிய சொற்களைத் தேடி தோல்வியுற்றுப் போயிருந்தார் தாவூத்.

தீவிர சிகிச்சைப் பிரிவின் கண்ணாடிக் கதவுகள் வழியே பார்த்துப் பார்த்து அவர் கண் புருவங்கள் வீங்கிவிட்டதுபோல இருந்தன. அவரது சோர்ந்த கண்கள், இரு மருத்துவர்களும் சில தாதியர்களும் அவரை நோக்கி வருவதில் நின்றன. மலையைக் குடைந்தவர் போல உடல் வியர்த்துக் கொட்டக் கால்கள் நடுங்கின. அவர்கள் நெருங்கி வருவதை அவரால் நிறுத்த முடியவில்லை. அந்த மோசமான செய்தியைக் கேட்டுவிடக் கூடாதென்று கைகளைக் காதருகில் கொண்டு சென்று பொத்திக் கொண்டார். வாழ்வின் எல்லா வண்ணங்களையும் அடித்துச் செல்லப்போகும் செய்தியைக் கேட்டதும் ஒரு நீர்க்குமிழியாக வெடித்துவிட அந்த ஒரு நொடியில் அவர் மனது எண்ணியது.

எல்லா முயற்சிகளும் தோற்றுவிட்டதாக அவர்கள் சொல்லிக்கொண்டிருந்தார்கள். குழந்தையைப் பார்க்க அனுமதித்தார்கள். கண்ணாடிப் பேழையில் சீக்குக்கோழி போல ஒடுங்கிக்கிடந்தது குழந்தை. தலையைப் பிடித்துக் கொண்டு அங்கேயே சரிந்த நிஸாவை தாதிப் பெண்கள் இருவர் கைதாங்கிப் பிடித்துக் கொண்டார்கள்.

குழந்தையை எடுத்துக்கொண்டு வீட்டுக்குச் செல்லப் போவதாக தாவூத் கூறினார்.

“குழந்தையின் இதயம் வேலை செய்துகொண்டுதான் இருக்கிறது”

இன்னும் நாற்பத்தியெட்டு மணிநேரங்களுக்கு இதயம் செயல்படலாம் என்பதாக மருத்துவர்கள் கணித்திருந்தார்கள். அதற்கு முன்பு வீட்டுக்கு எடுத்துச் செல்வதாயிருந்தால், மரணம் உடனேயே சம்பவிக்கலாம் என எச்சரித்தார்கள்.

குழந்தையை வீட்டுக்கு எடுத்துச் செல்ல வேண்டுமென விடாப்பிடியாகக் கூறினார் தாவூத். எதனால் அப்படியொரு முடிவுக்கு வந்தார் என்று தெரிந்திராதபோதும் தன் முடிவில் உறுதியாக இருந்தார். குழந்தையின் நாசித் துவாரங்களிலும், நெஞ்சு, கைகளிலும் பொருத்தப்பட்ட குழாய்கள் முழுவதும் கழற்றி அகற்றப்பட்டன. தெளிவான சுயபுத்தியில் எடுக்கப்பட்ட சொந்த முடிவே இது என எழுதிக் கையெழுத்திட்ட காகிதத்தை மருத்துவரிடம் தந்தார்.

நாற்பத்தியெட்டு மணி நேரங்கள் மட்டும் உயிர் வாழப் போகும் குழந்தையைக் கண்ணாடிப்பேழையில் வைத்து நெஞ்சு குமுறப் பார்த்துக்கொண்டு இருப்பதை அவர் மனம் ஏற்க வில்லை. மடியில் வைத்துக் கொஞ்சி அணைத்து நேசத்தோடும் மருந்து வாசனையில்லாமலும் முற்றத்து மா மரத்திலிருந்தும்

வாசலில் செழித்து நிற்கும் மற்றெல்லா மரங்களிலிருந்தும் புறப்பட்டு வரும் தூய காற்றோடு வழியனுப்புவதென்ற முடிவைக் குழப்பமில்லாமல் எடுத்துவிட்டிருந்தார். அரை மயக்கத்தி லிருந்த நிஸா அவரின் எல்லா முடிவுகளுக்கும் தலையசைவில் ஒப்புதல் தந்தபடியிருந்தாள்.

குழந்தையுடன் வீட்டுக்கு வந்தபோது அங்கு ஏலவே உற்றார் உறவினர்கள் எல்லாரும் குழுமியிருந்தார்கள். தாவூத் – நிஸா இருவரினதும் முகபாவம் அங்கிருந்தவர்களை எதுவும் பேசவியலாதவாறு அடக்கிவிட்டிருந்தது. அழுதுவிடுவார்கள் என அஞ்சியோ என்னவோ அங்கிருந்த ஒருவரும் எதுவும் கேளவில்லை. ஜெய்நூரினால் அப்படி இருப்பதற்கு முடிய வில்லை. பேத்தி பிறந்திருக்கிறாள் என எவ்வளவோ குதூகலிப்பில் இருந்தாள். மகள், மருமகன் இருவரிடமும் மெல்லமாக நடந்து சென்று மெதுவாகக் குசுகுசுத்தாள். சட்டென சூரியன் மறைந்து விட்டாற்போல அவள் முகத்தில் இருள். துக்கம் பீடித்தவள் இரு கைகளையும் மேலே தூக்கி “அல்லாஹ்! யா அல்லாஹ்” என உரத்துக் கத்தினாள். பச்சை மணம் ஆறாத தாயும் சிசுவும் அனுபவிக்கும் இந்தத் துன்பத்தை விரைவில் முடித்துவை என்று அவள் மனதாரப் பிரார்த்தித்தாள். தன் மகள் முதல் பிள்ளையை இழந்ததுபோல இதனையும் இழக்கப்போவது தடுக்க முடியாதென்பது அவளளவில் உறுதியாகிவிட்டது.

எல்லார் காதுக்கும் விசயம் போய்விட்டிருந்தது. குழந்தை இதயத் துடிப்பை நிறுத்தப்போகும் நேரத்திற்குக் காத்திருப் பவர்கள் போல வீட்டைச் சுற்றி எந்நேரமும் மனிதக்கூட்டம். எறும்பு கடித்தாலும் பாம்பே கடித்தாலும் அசையாமலிருக்கப் பயிற்சி பெற்ற துறவிபோலக் குழந்தை சயனித்துக்கிடந்தது.

உயிர்ப்பு சுத்தமாக இல்லாமலாகி அசையாத கண்கள் வழியே குழந்தையையே வெறித்தபடி இருந்தாள் நிஸா. குழந்தை கருவில் இருக்கும்போது அது ஆணா, பெண்ணா என்று அவளுக்குத் தெரிந்திருக்கவில்லை. முதலாவதாகப் பிறந்த ஆண் சிசுவைப் பறிகொடுத்து ஏங்கிக் கிடந்த அவள், குழந்தையின் பாலினம் குறித்து எண்ணியதுமில்லை. தவழ்ந்தும் தாவியும் குழந்தையுடன் விளையாடும் புனைவெண்ணங்கள் எல்லா வற்றையும் நிதானமாக அசைபோட்டபடி அங்கேயே இருந்தாள். தனக்கு நிகழும் இந்தக் கோர நிகழ்ச்சிகள் சுற்றுவட்டாரத்தில் வேறு யாருக்குமே நடந்ததாக அவள் அறியவேயில்லை.

குழந்தையை வெறித்தபடி இருந்தவள் கண்ணில் அது தெரிந்தது. தலையை உதறிக்கொண்டு சுயநினைவிற்குத் திரும்பி உற்றுக் கவனித்தாள். பூண்டின் முளைபோலக் கூராக அது

தெரிந்தது. குழந்தையின் வாயிலிருந்து சாவதானமாக நடுங்கி நெளிந்து வெளியேறிக் கொண்டிருந்தது அந்தப் புழு.

வாழ்வில் முதன்முறையாக மோசமான அலறலோடு ஹோவெனக் கத்தியவளின் குரல் கேட்டு எல்லாரும் எழுந்தடித்து ஓடி வந்தார்கள்.

"என்ட பிள்ளைய ஏன் இப்படிக் கொடுமைப்படுத்துறாய் அல்லாஹ், நீயே எடுத்துக்க..."

உடல் உதற, கதறிக்கொண்டிருந்த நிஸாவில் தான் எல்லாரது பார்வையும் குத்தி நின்றன. பின்னரே குழந்தையைப் பார்த்தார்கள்.

இவை எதனையும் காணச்சகியாமல் வாசலுக்கு ஓடிப் போனார், நெஞ்சுரமான மனிதர் தாவூத். பார்த்துக்கொண் டிருக்கும்போதே குழந்தையொன்று இறந்துபோகும் துயரம் இனி இந்தப் பூமியில் யாரையுமே தீண்டக்கூடாதென அவர் மனம் விம்மிக்கொண்டிருந்தது.

குழந்தையின் வாயிலிருந்து வெளியேறிய புழுவை நிஸாவின் தாய் நடுங்கும் கைகளால் பிடித்து இழுத்தாள். மறுகணமே குழந்தைக்கு மூக்கிலிருந்தும் ஆசனவாயிலிருந்தும் கொக்கிப் புழுக்கள் வரிசையாக வெளியேறின. வீட்டை மரண ஓலம் நிறைத்தது. இரத்தத்தை உறிஞ்சிக் குடித்து உடலைத் துவம்சம் பண்ணக்கூடிய கொக்கிப் புழுக்கள் இந்தப் பச்சைக் குழந்தை யின் உடலிலிருந்து வெளியேறுவதை அங்கிருந்த யாராலும் நம்பவே முடியவில்லை. கொடிய கனவொன்றை நேரில் பார்த்துக்கொண்டிருப்பதுபோலத் திகைத்துப்போய் நின்றார்கள். இந்தக் குழப்பமான காட்சியை வர்ணிக்கத் தகுந்த சொற்களை மறந்துவிட்டவர்கள் வாய்களைத் தம் கைகளால் பொத்திக்கொண்டார்கள்.

"என்ட சீவியத்தில இப்படியொன்ற நான் பார்த்ததுமில்ல, கேட்டதுமில்ல."

முற்றிய வெற்றிலையின் நடுவே, களிச் சுண்ணாம்பை வைத்து ஆட்காட்டி விரலால் வட்டமாகக் குழைத்தபடி சொல்லிக்கொண்டிருந்தாள் வெள்ளப்பெத்தா. எழுபத்தியாறு வயது வெள்ளப்பெத்தா தேர்ந்த மருத்துவிச்சி. சுற்றுவட்டாரத் தில் உள்ள நண்டு சிண்டுகள் எல்லாமே வெள்ளப்பெத்தா மருத்துவம் பார்க்க வீட்டில் பிறந்தவைதாம். நிஸாவுக்கும் வெள்ளப்பெத்தா தான் மருத்துவிச்சி. நிஸாவை அவள் தாய் பிரசவித்தபோதும் வெள்ளப்பெத்தா தான் மருத்துவிச்சி.

வெற்றிலையைச் சுருட்டி சிதைந்த பற்களுள்ள கொடுப்புக்குள் அடைத்துக்கொண்டு எழுந்து வாசலுக்குப் போன வெள்ளப்பெத்தா, ஈரக்குழைவான மண்ணைப் பந்து போல உருண்டையாக்கிக் கொண்டு வந்தாள். குழந்தையின் அடிவயிற்றில் வைத்து மெல்லமெல்ல அங்குமிங்கும் உருட்டி அழுத்தினாள். அவரது செய்கை சரியா, முறையா என்றெல்லாம் கேட்பதற்கு அங்கு யாருக்கும் தெம்பில்லை. மருத்துவர்களே கைவிட்ட பிறகு யாரோ ஏதோ செய்யட்டும் என்றாற்போல வெளிறிப்போய் பேச்சு மூச்சற்றுக் கிடந்தாள் நிஸா.

குழந்தையின் வாய், மூக்கு, ஆசனவாயிலிருந்து வந்த எல்லாக் கொக்கிப் புழுக்களையும் கைகளால் எடுத்து ஒரு பாத்திரத்தில் சேமித்துக் கொண்டுபோய் கொல்லைப்புறத்தில் குழி தோண்டிப் புதைத்தாள், நிஸாவின் தாய். மண்ணெண்ணெய் ஊற்றிப் புதைத்தால் அது மேலும் பெருகாது, செத்துவிடும் என்று யாரோ சொல்ல மண்ணெண்ணெய் குப்பியைக் கொண்டுபோய் உம்மாவிடம் நீட்டினாள் சார்ஜஹான்.

அதிர்ச்சியடைந்து எல்லாரும் ஆளுக்கொரு மூளையில் அவிழ்ந்த சாக்கு மூட்டைகளாகச் சரிந்துகிடந்தார்கள். நம்ப முடியாத, ஆகமோசமான, குரூரமான நிகழ்ச்சியைப் பற்றி, இவையெல்லாம் தெய்வீக தண்டனையாக இருக்குமோ எனவும் சிலர் கிசுகிசுத்துக் கொண்டிருந்தார்கள்.

"என்ன செய்யுற மாமி" – ஜெய்நூரிடம் கேட்டார், தாவூத். இந்தப் பொறுமையான நுண்ணுணர்வில் முன்னெப்போதுமே இருந்திராத அவர், தான் கண்ட நிகழ்காலத்தின் காட்சிகளையும் கடந்த காலத்தையும் ஒழுங்குபடுத்த முயன்று தோற்றுப்போனார்.

“தெரியலயே மகன். பொழுது விடிஞ்சதும் ஆஸ்பத்திரிக்குக் கொண்டுபோவோமா”

“பிள்ளைக்குப் புழுத்தாக்கம் இருப்பதக்கூட கண்டுபிடிக்கத் தெரியாமல் இருந்தாங்களே, அங்கேயா” ஆக்ரோசமாக வெடித்தார் தாவூத்.

“அதெப்படித் தம்பி கண்டுபிடிப்பாங்க. பொதுவா புழுத்தாக்கம் இந்த மாதிரி சிசுவுக்கு வாற நோயே இல்ல. மண்ணில் காலூன்றி நடக்கிற புள்ளைகளுக்கு வரும். கொக்கிப் புழு இருக்கே பொல்லாத சாமான். மலத்தோடு கலந்து வெளிவாற இதுட முட்டைகள் ஈரத் தரையிலதான் குஞ்சு பொரிக்கும். மனுச உடலைத் தொட்டதுமே தோலைக் குடைஞ்சிக்கிட்டு உள்ளே போயிடும். நேரா இரத்தத்தில கலந்து இதயம், சுவாசப்பை, இரைப்பை, குடல் என்று எல்லா இடமும் பரவும்...”

மாமியார் மருமகன் உரையாடலுக்கு நடுவே திடீரென ஆஜராகி வெள்ளப்பெத்தா அளித்த விளக்கம், அங்கிருந்த அத்தனைபேரையுமே மூர்ச்சையாகச் செய்தது.

என்ன மாற்றம் நிகழ்ந்ததோ, இவர்கள் பேச்சைத் திசை மாற்றுவதுபோலத் திடீரெனக் குழந்தையைத் தூக்கிக்கொண்டு அறைக்குள் ஓடும் நிஸாவைக் கண்டதும் பதறியடித்துக்கொண்டு தாவூதும் சகர்வானும் அவள் பின்னாலேயே ஓடினார்கள்.

குழந்தையை நெஞ்சோடு அணைத்துக்கொண்டு பால் புகட்டிக்கொண்டிருந்த நிஸாவைப் பார்த்ததும் அவளுக்குப் பித்துப் பிடித்துவிட்டதோ என்று ஒரு கணம் தோன்றிய எண்ணத்தை ஓரங்கட்டிவிட்டு,

“பால் குடிக்கிறதா...” குரல் தழுதழுக்கக் கேட்டுக்கொண்டே அவளது பின் கழுத்தை அழுத்தி வருடினார். அவளின் முகச்சலனங்கள் ஒவ்வொன்றையும் துளித்துளியாய் பார்த்த படி உள்ளவாறே அர்த்தம் கொள்ளத் தெரிந்திருந்தவருக்கு, இருண்ட ஆகாயமாக மாறியிருப்பவளின் முகத்தில் இறுக்கத்தைத் தவிர வேறொரு அர்த்தம் தெரியவில்லை.

கன்னத்தில் நீர் வழிந்தோடக் கண்களை இறுக மூடியபடி குழந்தையை அணைத்துக்கொண்டிருந்த நிஸாவைப் பார்த்தாள் ஜெய்நூர். நீர்ப்படலத் திரையில் நடுங்கி நெளியும் புறக்காட்சி யில் குழந்தையின் உதடுகள் முலைக்காம்புகளைக் கவ்விப் பிடித்திருப்பதைக் கண்டாள். சற்று முன்பு வரைக்கும் ஊதிப் பெருத்திருந்த குழந்தையின் வயிறு வற்றி ஒட்டிப்போயிருந்தது. “குடி மகளே, எவ்வளவு வேணுமோ குடி” என அரற்றி விம்மத் தொடங்கினாள். குழந்தையின் கைகள், கால்களை நீவினாள்.

குழந்தை பால் விழுங்கும் சத்தம் தெளிவாகக் கேட்டது. மூச்சு முட்டப் பால் குடித்ததற்கான அறிகுறியாக தானாகவே முலைக்காம்புகளை வாயிலிருந்து விடுவித்தது.

நாசி புடைக்க மூவரும் குழந்தையின் முகத்தைப் பார்த்துக் கொண்டிருந்தார்கள். சட்டென குழந்தை விழித்து எழுந்து விடாதா என விழி அசையாமல் உன்னிப்பாகக் கவனித்தபடி அப்படியே இருந்தார்கள்.

வினோத உறக்கத்திலிருந்து குழந்தை கண் திறக்கவில்லை. குழந்தை பால் அருந்தியதால் பீதி உணர்வு லேசாகத் தணிந்து விட்டிருந்தது. சில நாட்களாக ஊசி ஏற்றியும் குழாய்கள் வழியாக பால், மருந்துகளை அனுப்பியும் பலவந்தமாக நிரப்பப்பட்ட குழந்தையின் குடல்கள் விரும்பிக் குடித்த கொஞ்சம் பாலில்

பூரிக்கட்டும் என்ற திருப்தியுணர்வு நிஸாவை உறக்கத்திற்கு இட்டுச் சென்றது.

திண்ணையில் விட்டத்தில் கட்டப்பட்டுத் தொங்கிக் கொண்டிருந்த பருத்தித் துணியிலான தூளியில் குழந்தையை கிடத்தினாள். அங்கிருந்தவர்கள் அவளின் செய்கையை துன்ப நிலையின் உச்ச வெளிப்பாடாகப் பார்த்துக்கொண்டிருந் தார்கள். ஆழ்மனக் கிடங்கில் புதைந்துகிடக்கும் துன்பக் காட்சிகளும், குழுமியிருக்கும் மனிதர்களையும் கலைப்பதற்குப் போல ஆழ்ந்துறங்க விரும்பினாள்.

மருத்துவர்கள் குறிப்பிட்ட காலஅவகாசப்படி அன்று மதியத்துடன் நாற்பத்தியெட்டு மணிநேரம் முடிந்துவிடும். ஒருவரோடு ஒருவர் பேசிக்கொள்ளவில்லை என்றாலும் அங்கு பலர் இறுதிக் கடமைகளுக்குத் தயாராகவே கூடி இருந்தார்கள். தாவூத்தேகூட நிஸாவுடன் பேசுவதற்குத் துணிவிழந்திருந்தார். மௌனத்தினால் தன்னை முழுவதும் அடைத்துக்கொண்டிருந்த அவர், பிள்ளையைச் சுமந்து பெற்ற நிஸாவின்அல்லலுக்கு இங்கு எவரது துக்கமும் ஈடாகாது என உணர்ந்திருந்தார். நாட்கள் சுருங்கி நேரம் நெருங்க நெருங்க குழந்தையை இழப்பதற்கான மனத்துணிவைப் பெற்றுவிட்டவரைப் போல நடமாடினார். குழந்தையைக் காட்டிலும் நிஸாவைப் பற்றிய கவலையே இப்போது பெரிதாக மாறிவிட்டிருந்தது.

“மச்சான் புள்ளைக்கு இன்னும் பெயர் வைக்கலியே”

பெயர் சூட்டாமல் குழந்தையை அடக்கம் பண்ணுவது முறையல்ல என சார்ஜஹானை வைத்து தாவூதுக்குத் தெரியப் படுத்தினார்கள். சார்ஜஹான் நிஸாவின் தங்கை. நிஸாவின் தங்கைகளை அவர் என்றுமே சினந்ததில்லை. தனது சொந்தத் தங்கைகள் போலவும் மகள்கள் போலவும் பரிவு காட்டுபவர். இதெல்லாம் நன்கு அறிந்த யாரோதான் இத்தகைய தருணத்தில் தாவூதுடன் உரையாடுவதற்கு சார்ஜஹானை தேர்ந்தெடுத்திருப்பார்கள்.

“ராத்தாவைக் கேட்டிங்களாம்மா...”

“கேட்டிட்டேன் மச்சான்” என்றவள் சுவரோரமாகத் துவண்டுபோய் படுத்துக்கிடந்த நிஸாவை திரும்பிப் பார்த்தாள்.

“பொம்பிளைப் பிள்ளை பிறந்த என்டால் வைக்கிறெண்டு ரெண்டு மூன்று பேர் பார்த்து வச்சிருந்தம் மச்சான். உங்களுக்கு இதுல பிடிச்ச பேர் இருக்கா, பாருங்க...” மஞ்சள் காகிதத் துண்டொன்றை நீட்டினாள்.

“நிஸாவுக்குப் பிடிச்ச எந்தப் பேர் என்டாலும் எனக்குச் சரி” என்றார் தாவூத்.

அய்லி என்ற பெயரை முடிவு செய்தார்கள். இந்தப் பெயருக்கான பொருள் “நிலவொளி” என்பதாக சார்ஜஹான் விவரித்தாள். அவள் வாசித்த கிதாபொன்றிலிருந்து[2] இந்தப் பெயரை எடுத்ததாகச் சொன்னாள். இது குர்ஆனிலிருந்து எடுக்கப்பட்ட பெயர் இல்லை என்று சிலர் முகம் சுளித்தார்கள். அர்த்தம் இயற்கையோடும் பிரபஞ்சத்தோடும் தொடர்பு பட்டிருப்பதால் ஒரு வழியாக ஒப்புக்கொண்டார்கள். நிஸாவின் தங்கைகளைத் தவிர குழந்தையின் பெயர் குறித்து அங்கிருந்த பலருக்கு உண்மையில் எந்த அக்கறையுமில்லை. நாலைந்து நாட்களாக அந்த வீட்டிலேயே கூடாரமிட்டுக் கிடக்கும் உறவினர்கள் ஜனாஸாக் கடமை முடிந்ததென்றால் தத்தம் வீடுகளுக்குப் புறப்பட்டுப் போய்விடும் மனநிலையை எட்டியிருந்தார்கள்.

தொட்டிலில் கிடந்த குழந்தையைக் கைகளில் வாறித் தூக்கி அணைத்துக்கொண்டு, அதன் காதருகில் அய்லி, அய்லி, அய்லி எனக் கூப்பிட்டார், தாவூத். கண்ணீர் பெருக்கெடுக்க, குழந்தையை எடுத்துப் போய் படுத்துக்கொண்டிருந்த நிஸா விடம் கைமாற்றினார். அவளும், அய்லி, அய்லி, அய்லி என மூன்று முறைகள் வலப்பக்க, இடப்பக்க காதுகள் இரண்டிலும் உதடுகள் உரச அழைத்தாள். நெஞ்சோடு இறுக அணைத்துக் கொண்டு உடல் குழுங்க அழுதாள். “என்னைவிட்டுப் போய்டாதே...” என வார்த்தைகளில் தேம்பினாள்.

சுத்தமான குளிர்ந்த பன்னீரில் பருத்தித் துணியை முக்கியெடுத்துக் கைகளால் முறுக்கிப் பிழிந்து குழந்தையின் மேனியை மெல்ல மெல்லத் துடைத்துக் கழுவினாள் ஜெய்நூர். தலைமுடி நீக்கி ஏழாம் நாள் சீர் செய்யக் காத்திருந்தவளின் ஏக்கத்திற்கு இதுவே கிடைத்திருக்கிறது. குவிந்த உள்ளங்கையில் ஓடிக்குலோனை எடுத்துக் கருகருவென்று சடைத்துப் போயிருந்த குழந்தையின் தலைமயிரிலும், உடலெங்கினும் தடவினாள். தாவூதின் தங்கை பதுர், பருத்தி நூலில் தைத்த மிருதுவான வெண்ணிற ஆடையைக் கொணர்ந்து சகர்வானிடம் நீட்டினாள். பன்னீர் நறுமணம் கமகமக்கப் புது ஆடையில் குழந்தை நிலவொளியையே மிஞ்சிப் பிரகாசித்தாள்.

மரணத்தை விரக்தியுடன் பார்த்துக்கொண்டிருப்பது அவசியமற்றது என்ற முடிவுக்கு வந்துவிட்டவர்கள் போலவும், குறுகிய கால யாத்திரையில் பூமிக்கு வந்த ஜீவனை – அது

2. மார்க்கப் புத்தகம்

திரும்பிச் செல்வதற்குத் தயாராகும்போது திருப்தியாக விண்ணுலகுக்கு வழியனுப்ப ஒன்றுபட்டவர்கள் போலவும் எல்லாரும் சுறுசுறுப்பாக இயங்கிக்கொண்டிருந்தார்கள்.

எல்லாரது எல்லாக் கருத்துகளையும், விருப்பு வெறுப்புகளையும் தூக்கி எறிந்துவிட்டு, அறியாத மனதுடன் அங்கே இருந்தாள் என்றால் அது நிஸா மட்டுமே. முதல் குழந்தையை அனுப்பியதுபோல இதனையும் மரண ஊர்வலம் அனுப்ப மாட்டேன் என அமானுஷ்யமாகப் போராடிக்கொண்டிருந்தாள். யாரினதும் குரல்களும் நெருங்காத விதமாக, இங்கு நடந்துகொண்டிருக்கும் எதனையும் காணாத விதமாக ஆழ்ந்த நித்திரையை விரும்பினாள். அதற்காக அவள் நீண்ட நேரமாக முயற்சியெடுத்துக் கொண்டிருந்தாள்.

மருத்துவர்கள் அளித்த காலஅவகாசம் தாண்டிக்கொண்டிருக்கிறது. எல்லோரும் கடிகாரத்தைப் பார்க்கிறார்கள். மெளனமாக மெதுவாக நடந்துவந்து தொட்டிலுக்குள் தலையை நீட்டிப் பார்க்கிறார்கள். குழந்தை உறக்கத்தில் இருப்பது உறுதிபடத் தெரிகிறது. நெஞ்சு உயர்ந்து அடங்குகிறது. அவநம்பிக்கை அதிகம் கொண்ட சிலர் குழந்தையின் நெஞ்சுக் குழியருகே காதுகளைக் கொண்டு செல்கிறார்கள். சிலர், கைகளைப் பிடித்து நாடி பார்க்கிறார்கள்.

மருத்துவர்களின் கணிப்புகள் பொய்த்துப்போக, இந்தக் குழந்தை உறக்கத்திலேயே வாழப் பிறந்தது என முடிவுசெய்தவர்கள் காலணிகளை மாட்டிக்கொண்டு படிக்கட்டுகளில் இறங்கி நடக்கிறார்கள். ஒவ்வொருத்தராக வெளியேறிப்போன பிறகு நிஸாவின் தாயும் சகோதரிகளும், தாவூதின் தாயும் சகோதரியும் மிக நெருக்கமான சிலருமே எஞ்சியிருக்கிறார்கள். தொழுகை, கையேந்தல், காணிக்கைகள், நேர்ச்சைகள், பிரார்த்தனை, நோன்பு என்று தெரிந்த அத்தனை உத்திகளையும் முயன்று பார்த்துவிட்டார்கள். குழந்தை உறக்கத்திலிருந்து எழுந்திருக்கவே இல்லை. குழந்தை சீராக உறங்கிக்கொண்டிருப்பதன் அடையாளங்களை நொடிக்கொரு முறை உறுதி செய்து திருப்திப்பட்டுக் கொண்டிருந்தார்கள். கூடத்தில் நுழைந்து திண்ணையில் குழந்தை உறக்கத்திலிருக்கும் தொட்டிலைக் கடக்கும்போதெல்லாம், ஆழ்ந்த தவத்தைக் குழைத்துவிடக் கூடாதென்ற கவனத்துடன் தாவித் தாவி நடக்கச் சில மணி நேரங்களில் எல்லோரும் பழகிவிட்டிருந்தார்கள்.

ஒன்பதாவது நாள்! ஒரு தேநீர் கிண்ணத்தைக்கூடக் கைகளில் எடுக்க மனமின்றி ஒரு புன்னகையோ சொல்லோ இல்லாமல் – அப்படியே ஆண்டாண்டு காலமாக வாழ்ந்து

பழகியவளைப் போல இருந்த நிஸா, அன்று சமையலறைப் பக்கம் எட்டிப் பார்த்தாள். பசியுணர்வை மறந்துவிட்டிருந் தவளுக்குக் காலையில் எழுந்தவுடனேயே எதையாவது வயிறாரத் தின்ன வேண்டும்போல் தோன்றிற்று. தாவூத்தினதோ மற்றவர்களினதோ பேச்சுக் குரல்கள் அடங்கி வீடு நிசப்தத்தில் இருந்தது.

மண் பானைக்குள் கொஞ்சம் பழஞ்சோறு இருந்தது. நேற்று, கரீம்பீவி மாமி, சமைத்துக் கொண்டு வந்த சாப்பாட்டில் எஞ்சிய சோறு. தொட்டுக்கொள்ள கறி ஏதும் உண்டா என ஒவ்வொரு பாத்திரமாகத் திறந்து மூடி ஆராய்ந்துகொண்டிருந் தாள். குழந்தையைக் காய்ச்சல் பீடித்தபோது நின்றுபோனது தான் சமையல், சாப்பாடெல்லாம். உறவினர்களும், அக்கம் பக்கத்தவர்களும் ஆக்கிக்கொண்டுவரும் சாப்பாடுகளைப் பிரித்து உம்மாவும் தங்கைகளும் சேர்ந்து நின்று சபை நடத்திப் பாத்திரங்களெல்லாம் கழுவி அடுக்குவதுதான் இப்போதைய உடனடி வழக்கமாகியிருக்கிறது. சட்டிகளெல்லாம் கழுவித் துப்புரவாக அடுக்கப்பட்டிருந்தன. கறியோ தொட்டுக் கொள்ளவோ எதுவும் இருப்பதற்கான அடையாளத்தைக்கூடக் காண்பதற்கில்லை. நன்றாகக் கனிந்த வாழைப்பழத்தின் தோலை உரித்துப் பழம் நசிய பழஞ்சோற்றுடன் கைகளால் குழைந்துகொண்டிருந்தாள்.

திடீரெனக் காதுகளில் பாய்ந்த அந்த ஓசை லேசாக மின்னதிர்ச்சி பட்டவளைப் போலத் திகைத்து நிற்கச்செய்தது. மேலும் சற்று நேரம் அமைதியாக நின்றபடி செவிமடுத்தாள். இருளுக்குள் அமிழ்ந்திருந்த அவள் முகத்தின் வெளிச்சக் கதவுகள் மெல்லத் தாழ் திறக்கச் செய்யும் அந்தச் சத்தத்தைக் கேட்டபடியே இருக்கலாம் போலிருந்து. அவள் காதுகள் வழியாக நெஞ்சுக்கூட்டிற்குள் இறங்கி அவளைக் கரையச்செய்து கொண்டிருந்தது, குழந்தையின் கேவல். உண்மையில் கேட்டதா என்ற ஐயத்தில் சோறு குழைவதை நிறுத்திவிட்டுத் தலையைச் சாய்த்துக் காதுகளை மேலும் கூர் தீட்டினாள். அடுத்த கணமே கையிலிருந்த பாத்திரத்தைக் கீழே போட்டுவிட்டுச் சோறு குழைந்து கொண்டிருந்த கைகளை உதறிக்கொண்டு திண்ணைக்கு ஓடினாள்.

மின்னல் கீற்றொன்று வீடு முழுக்க நிறைத்துச் சென்றாற் போல வெளிச்சத்தில் கண்கள் கூச நின்றாள் நிஸா. குழந்தை யின் முகம் நோயில் கிடந்ததற்கான எந்த அறிகுறிகளையும் தாங்கியிருக்கவில்லை. பளிங்குகளாக மின்னிய கண்களையும் அந்தத் துடிதுடிப்பையும் வாழுங் காலந்தோறும் கண்களை

விட்டு நீங்க முடியாத உயிர் ஓவியமாக அது இருந்ததையும் சந்தேகத்துடனும் திகைப்புடனும் பார்த்துக்கொண்டு நின்றாள் நிஸா.

பாத்திரம் கீழே விழுந்த சத்தம் கேட்டு முற்றத்தில் இருந்தவர்களும் ஓடி வந்துவிட்டிருந்தார்கள். அவர்களும் இந்த அற்புதக் காட்சியைப் பார்த்தார்கள். எல்லோரையும் முந்திக் கொண்டு, குழந்தையைக் கைகளில் ஏந்தினாள் ஜெய்நூர்.

“வாடி என் தங்கமே...” சிசுவின் வாசனை நாசித் துவாரங்களுக்குள் விரைவாக ஊர்ந்து செல்லும்படி மூக்கு நெற்றியில் உரசக் கொஞ்சினாள்.

“ந்தாம்மா...” கண் இமைக்காமல் விக்கித்து நிற்கும் நிஸா விடம் குழந்தையைக் கை மாற்றினாள். அவள் முகத்தில் பெரும் மாற்றம் தெரிந்தது. குழந்தையைக் கையில் ஏந்திக்கொண்டு சொற்களை மறந்துவிட்ட அவள், தாவூத்தை அண்ணார்ந்து பார்த்தாள். தாவூத்தின் கண் வில்லைகளைக் கண்ணீர் திரை மறைத்திருந்தது. எல்லோரையும் மறந்து குலுங்கிக் குலுங்கி அழுதார். மனைவியையும் குழந்தையையும் சேர அணைத்துக் கொண்டு இத்தனை நாள் பூட்டி வைத்திருந்த ஜ்வாலை கனன்று சாம்பலாக உதிரும்படி விசும்பி அடங்கினார்.

“அழாதிங்க மகன், சாவைப் பொய்யாக்கி வந்திருக்கிறாள். சந்தோசப்படுங்க.”

6

"மரணித்தவர்கள் எங்கே போவார்கள்?"

"நீ எங்கிருந்து வந்தாயோ அங்கே"

"நான் என் உம்மாவின் வயிற்றிலிருந்து வந்தேன்"

"உன் உம்மா எங்கிருந்து வந்தார்?"

"அவரது உம்மாவின் வயிற்றிலிருந்து"

"அவரது உம்மா எங்கிருந்து வந்தார்?"

"......................."

"உலகில் உள்ள அனைத்துமே ஒரேயொரு பொருளிலிருந்து வரும் வெவ்வேறு விசயங்கள். ஆனால் உண்மையில் ஒரே மாதிரியானவை. அனைத்துமே ஓர் இனம். சிங்கங்கள், புலிகள், யானைகள், மனிதர்கள் அனைத்தும்..! எல்லாமும் வெவ்வேறு வடிவங்களையும் வெவ்வேறு பெயர்களையும் கொண்டுள்ளன. பூனை, நபர், மரம், சூரியன் – இவை அனைத்தும் உண்மையில் ஒரே மாதிரியானவை. ஒரே இனம்."

"என் பெயர் சூரியன் என்று சூரியன் சொல்லவில்லை. என் பெயர் பூனை என்று பூனை சொல்லவில்லை. இவையெல்லாம் மனிதர் உருவாக்கிக்கொண்ட பெயர்களும் சொற்களும். வெவ்வேறு பெயர்களையும், வடிவங்களையும் ஒதுக்கித்தள்ளிவிட்டுச் சிந்திக்கும்போது இவை எல்லாமே ஒன்றுதான் என்பது எளிதாகப் புரியும்."

"நல்லது! உலகில் உள்ள அனைத்தும் நீயும் மரமும் இறைவனும் என் தாயும் நானும் முழு உலகமும் ஒன்று, ஒரே இனம். ஆனால் எனக்கு ஒன்று புரியவில்லை. என் பெயர் பூனை என்று

பூனை சொல்லவில்லை. என் பெயர் சூரியன் என்று சூரியன் சொல்லவில்லை. ஆராய்ந்து பார்த்தால் மனிதரைத் தவிர இப்படி வேறு எந்த உயிரினங்களுமே அறிவித்துக்கொள்ள வில்லை. இது மனிதர் மற்ற உயிரினங்களுக்கும் பிரபஞ்ச உறுப்புகளுக்கும் செய்கின்ற தீங்கு ஆகாதா?"

"ஒன்றுக்குப் பெயரிடுவது என்பது அதன் தனித்துவத்தையும் இருப்பையும் அங்கீகரிப்பதாகும்; சுயாட்சியின் கண்ணியத்தை அதற்கு வழங்குவது. அதே நேரத்தில் அது மற்ற பெயரிடப்பட்ட உலகத்துடன் சொந்தமானது என்பதை உறுதிப்படுத்துகிறது; அதன் விசித்திரத்தைப் பரிச்சயமாக மாற்றுவது. இது பச்சாதாபத்தின் வேர். உனக்கு அய்லி என்று பெயரிட்டது, உனது அடையாளத்தைத் தனித்துவமாக மனிதர் மத்தியில் நிறுத்துவதற்கு. வளர்ப்புப் பிராணிகளுக்குப் பெயர் வைக்கும் போது என்னாகிறது? அவை விலங்குகளாக இருப்பதிலிருந்து செல்லப் பிராணிகளாக மாறுகிறது. பெயர் வைப்பது அன்பு"

"என்னுடைய பொம்மை நாய்க்குப் பெயர் வைக்கப் போகிறேன்?"

"நல்லது, என்ன பெயர் வைக்கப்போகிறாய்"

"நாய்"

மனதின் சிக்கல்களை அவிழ்த்தெறியும் சிரிப்பைச் சத்தமாகச் சிதறவிட்டாள். தன்னைப் பற்றிய சுய எண்ணங்களின் படி, அவள் இந்த வீட்டில் தசாப்தங்களுக்கும் அதிகமாக வாழ்கின்ற ஓர் உணர்வுடன் இருந்தாள். இந்த எண்ணம் தனக்குள் எப்படி எப்போது வந்ததென்றெல்லாம் அவளுக்குக் குழப்பங்கள் இல்லை. இந்த வீட்டில் உள்ள எல்லாமும் அது இருந்த இடங்களும், முன்னர் எப்படி இருந்தன என்பதும் அவளுக்கு நினைவில் இருக்கிறது. தன்னைப்போல இந்த வீட்டில் வசிக்கும் மற்றொரு சிறுமியுடன் நித்தமும் உரையாடு கிறாள். அந்த மற்றொரு சிறுமியை எப்போதிலிருந்து அவளுக்குப் பரிச்சயம் என்பது நினைவிலில்லை. பிறந்த போதிருந்தே இந்தப் பரிச்சயம் உருவாகியிருக்கலாம். உலகிலுள்ள எல்லாக் கடுகு வயல்களிலிருந்தும் அள்ளிக்கொண்டுவந்தாற்போல கடுகுப்பூ மணத்தோடு அவளின் பிரசன்னம் நிகழ்ந்திருக்கலாம். மலர்ந்து முற்றிய பூக்களும், திறக்காத மொட்டுக்களும் பிணைந்த கடுகுப் பூங்கொத்துக்களை முகத்தில் அலையச் செய்து உறக்கத்திலிருந்து தன்னை அவள் எழுப்பிய கலங்கலான ஒரு நினைவு ஞாபகத்தின் ஆழத்தில் பத்திரப்படுத்தப்பட்டுள்ளது. நானொன்றும் விசேஷப் பிறவியல்ல; நான் இப்போது எதுவாக இருக்கிறேனோ அதுவாக

என்னை உருவாக்கியது இந்தச் சினேகமே என்று அவள் எண்ணினாள். இந்த இரகசிய உணர்வுகளை யாரிடமும் சொல்லித் தீர்க்க வேண்டும் என்று அவளுக்கு எப்போதும் தோன்றியதே கிடையாது. இந்தச் சினேக உணர்வில் அவள் அச்சம் கொள்ளவோ, எச்சரிக்கப்படவோ இல்லை. அவள் மகிழ்ச்சியாகப் பாதுகாப்புடன் உணர்கின்ற, புலன்களுக்கு அப்பாற்பட்ட ஒரு ரகசியத்தைக் காப்பாற்றக்கூடிய திறனை முதல் வார்த்தையை உச்சரிபதற்கு முன்பே கற்றுக்கொண்டு விட்டிருந்தாள்.

“இந்தக் கெம்மாளச் சிரிப்புக்கே உன்னை அள்ளிக் கொஞ்சலாம்டி” கதவோரம் கேட்ட அந்தக் குழைந்த குரல் உம்மம்மாவினது என ஊகத்திற்கு அவசியமில்லாமல் சடக்கென்று திரும்பினாள் அய்லி. உம்மம்மாவிடம் முற்றுப் பெறாத ஏதோவொரு பிணக்கு இருப்பதாக அவளுக்குச் சிலவேளைகளில் தோன்றும். தனது கற்பனைத் தோழியைக் குறித்து உம்மம்மாவிடம் சொல்லிவிடச் சிலபோது எண்ணி யிருக்கிறாள். இங்கே ஆதாரமான ஒரு விசயம் அவளைத் தடுத்து நிறுத்திவிடும். தான் உரையாடி மகிழும் ஒருத்தி எப்படிக் கற்பனைப் பாத்திரமாக இருக்க முடியும்? அவளோடு பேசுகிறேன். காற்றில் அழகாகப் புரண்டு, தெளிவாக மெலெழுந்து, ஆச்சரியப்படும் வகையில் அச்சமே தோன்றச் செய்யாத சக்திவாய்ந்த நுட்பமான அவள் குரலின் பிரசன்னம் அவளின் இருப்பை உறுதிசெய்யும்போது கற்பனை என்று எப்படிக் கூற முடியும்?

“உம்மம்மா உனக்கு என்ன வாங்கி வந்திருக்கேன் பாரு...” ஜெய்நூர் அறைக்குள்ளே வந்துவிட்டாள். தின்பண்டங்கள், விளையாட்டுச் சாதனங்கள், வகை வகையான வர்ணப் பெட்டிகள், சித்திரம் வரையும் தாள்கள், கருவிகள், பொன், பொருள் எனப் பேத்திக்கு எவ்வளவை வாங்கித் தந்தாலும் திருப்தி காணாமல் மீண்டும் முதலிலிருந்து ஒவ்வொன்றாக வாங்கிச் சேர்ப்பதை வழக்கமாக்கிக்கொண்டிருந்தாள் ஜெய்நூர்.

தனிமையின் ஏகாந்த வெளிக்குள் உத்தரவின்றி நுழைந்து விட்ட உம்மம்மாவைச் சொடுக்கிய கண்கள் வழியாகப் பார்த்தாள் அய்லி. பெருங்காட்டிற்கு நடுவே தனித்து ஓடும் பேராற்றை ஒத்தவள் உம்மம்மா. அவள் கணவன் அவளை எப்போதோ விட்டுவிட்டுப் போய்விட்டாராம். அதைப் பற்றி வீட்டில் அதிகம் பேசப்படுவதில்லை. வாழ்வின் நெளிவுசுழி களில் அகப்பட்டு வளைந்துவிடாமல் மிகவும் மதிக்கக்கூடிய பெண்ணாக வாழ்ந்துகொண்டிருக்கும் அவளது சொல்லும்

செயலும் தட்டிக்கழிக்க முடியாத இடத்தை எட்டிப்பிடித் திருப்பதாகப் பெருமை பாராட்டிக்கொண்டேயிருப்பாள் உம்மா. ஈரக்குழைவான அவளின் ஆசிர்வாதம் போன்ற அன்பைப் புறக்கணிக்கக் கூடியவர்கள் ஊரிலேயே இல்லை.

சிற்பங்களின் உதடுகளில் தெரியும் மென் வளைவுபோலச் சன்னமாகப் புன்னகைத்தபடி எழுந்தோடி உம்மம்மாவுக்கு அருகில் போனாள் அய்லி.

“ஆ. . . தனியாகவா இருந்தீங்க தங்கம். . . ஒரு வேட்டக்காரி சிரிச்சாப்போலக் கேட்டுதே. . .” கண்களைச் சிமிட்டிக் கொடுப்புக்குள் சிரித்தாள்.

“கதை படிச்சு சிரிச்சேன், உம்மம்மா” மெல்லிய இரகசிய சுழிவுகூட இல்லாத பேத்தியின் தெளிந்த முகத்தில் தனது இரு விழிகளும் குத்தி நிற்கக் கேட்டாள் ஜெய்நூர்.

“என்ன கதைடா செல்லம்...”

கேட்டுக்கொண்டே கையில் கொண்டுவந்திருந்த கனசதுர வடிவத்திலான சின்னச் சிவப்பு நிற வெல்வெட் பெட்டியைத் திறந்து, காய்ந்த சிவப்பு போகன்வில்லா மலர்களின் இதழ்கள் போலச் சரசரப்பான காகிதத்தைப் பிரித்தாள்.

“யாருக்கு உம்மம்மா?”

உம்மம்மாவின் கேள்வி கூப்பிட்டால் கேட்காத தூரத்தில் போல இருக்க, துளி அளவுகூட வெளிக்காட்டிக்கொள்ளாத பாவனைகளோடு கேட்டாள் அய்லி.

“வேற யாருக்கு, உனக்குத்தான்டி என் தங்கமே. . .” நெற்றியைப் பிடித்து உச்சிமுகர்ந்தாள். மறைத்துக்கொண்டுள்ள ரகசியத்தின் பெருமூச்சொன்றையும் பேச்சினிடையே வெளிப் படுத்தினாள் ஜெய்நூர். பழைய அத்தியாயத்தின் தாங்கவியலாத கணங்கள் நிகழ்காலக் காட்சிகளில் மோதி உடைபடுவதை அவள் விரும்பினாளில்லை. பூரணமாக மகிழ்ந்திருக்கின்ற அய்லியின் முகத்தில் அவ்வப்போது வந்துபோகும் அந்தரங்கத் தடயங்களை அவள் கவனித்திருக்கிறாள். இழப்பாக உணர்ந்த வெற்றிடத்தில் மேலேறி நிறைத்துக்கொண்டிருக்கும் அய்லியின் அகன்ற நெற்றியும் தடித்த புருவங்களும் கன்னச் சதைகள் திரண்ட முகத்தை இரு உள்ளங்கைக்குள்ளும் ஏந்திப் பார்த்துக் கொண்டு இருக்கும்படி வாய்த்த இந்த வாழ்வைக் குழப்பத் துடனும் பெருமூச்சுடனும் அவள் எதிர்கொண்டபடியிருந்தாள்.

“இது தங்கமா, உம்மம்மா...”

வீட்டிலேயே திரித்த பரிசுத்தமான மஞ்சள் தூள் நிறத்தில் தகதகவென்று மின்னிய காதணிகளை ஆர்வ மேலிடப் பார்த்துக் கேட்டாள் அய்லி.

நகரில் வசிக்கும் நன்கு பரிச்சயமான தரமும் பாதுகாப்பும் நம்பகத் தன்மையும் வாய்க்கப் பெற்றிருந்த பொற்கொல்லர் களிடம் பணிப்பு அளித்துக் கலப்பற்ற தூய தங்கத்தில் குங்குமச் சிவப்புநிறக் கற்கள் பதிக்கப்பட்ட காதணிகளை மெல்லவாகப் பேத்தியிடம் கையளித்துவிட்டு அவளின் பிரகாசமான முகத்தை மந்தகாசப் புன்னகையுடன் உற்றுக் கவனித்தபடியிருந்தாள் ஜெய்நூர்.

“தோடு தோடா வாங்குறீங்களேம்மா... எத்தன தோடுகளைத்தான் போட்டுக்குவா...” தொழுகை விரிப்பின் மீது சற்றே ஒருக்களித்து மண்டியிட்டுக் கவலையும் இனந்தெரியாத கோபமும் ஆட்கொண்டிருக்க பிரார்த்தனைகளை முணுமுணுத்துக்கொண்டிருந்த நிஸாவும் அவ்விடம் பிரசன்னமாகினாள்.

“என்ன மகள், உடம்புக்கு என்ன வருத்தம்...” அவளின் முகத்தில் தெரிந்த சோர்வை, பார்வையால் ஊடுகதிர் செய்தால் போல் விசாரித்தாள் ஜெய்நூர். சில காலமாக மெலிந்து நலிந்து வரும் மகளின் தோற்றம் அவளைக் குழப்பத்தில் ஆழ்த்தினாலும் எல்லாமே நேர்கோட்டில் போய்க்கொண்டிருப்பதாக எண்ணிய ஜெய்நூர் அதுபற்றி அதிகம் பேசாதிருந்தாள். சீக்குப் பிடித்த விலங்குபோலக் குழைந்தபடி நடக்கும் மகளின் தளர் நடை அவளை அதிகம் துன்பம் கொள்ளச் செய்தது.

“உடம்புக்கு ஒன்றுமில்லம்மா” மர்மமான குகையிலிருந்து குழம்பச் செய்யும் விதமாக வெவ்வேறு குரல்கள் எழுவதைப் போலச் சுவாசத்தை அறுக்கின்ற ஒரு போரில் அகப்பட்டிருப் பதைப் பற்றி அவள் எதுவுமே சொல்லாதிருந்தாள்.

“வேறென்ன மகள்... மருமகனுக்கும் உங்களுக்கும் சண்டை சச்சரவு ஒன்றுமில்லியே..?” நைச்சியமாகக் கேட்டாள். ஆணின் உறவென்பது பெண்ணுக்குத் தூரமென்றும் பக்கமென்றும் வரையறுக்க முடியாத பயணம். இந்தப் பயணத்தில் எப்போது வேண்டுமென்றாலும் வினோதமான விபத்துக்கள் நேரலாம். இந்த யதார்த்தத்தை எதிர்கொள்ள ஒரு பெண் என்றுமே தயாராக இருக்க வேண்டிய நிர்ப்பந்தங்களை அனுபவத்தில் கண்ட அவளால் மகளின் வாட்டத்திற்கான காரணத்தை ஜாடைமாடையாக என்றாலும் அறியாமல் கடக்க முடியாதிருந்தது.

"அதெல்லாம் இல்லம்மா... புறகு பேசுறேன்..." தூசி விழுந்தாற்போல வலக் கண்ணைச் சிமிட்டிக் கண் ஜாடை காட்டினாள் நிஸா. அய்லி முன்பாகப் பேசத் தயங்கும் ஏதோவொன்று மகளை வாட்டிக்கொண்டிருப்பது அதிர்ச்சி யாகவும் ஆர்வத்தைத் தூண்டுவதாகவும் இருந்தாலும் தீவிரம் காட்டாமல் பேச்சை மாற்றினாள், ஜெய்நூர்.

"டுபாயிலிருந்து பதுர் வந்திட்டாளாமே..."

"ஓம் உம்மா! இன்டக்கி நாளக்கித் திரும்ப வருவா. உங்களை எல்லாம் பார்க்க ஆசையா இருக்காம்..."

"மருமகன் எப்படி... என்ன சொன்னாரு? தங்கச்சிக்காரி மேல அவ்வளவு பாசம் வச்சிருந்த மனுஷன். சொல்லாமக் கொள்ளாம அவ காணாமப்போனதும் எப்படிச் துடிச்சிப் போனோம் எல்லாரும்..."

"தங்கச்சி செஞ்சதை எப்படி மறக்க ஏலும். இருந்தாலும் அவவில கோபமெல்லாம் இல்லம்மா... புருஷனப் பறிகுடுத்த துக்கம் தாளாம, ஏதோ செஞ்சிட்டா. இனி நடந்து முடிஞ்சதப் பேசி ஆவப்போறது என்ன. அதோட அவ இப்ப வேறொரு கல்யாணமும் முடிச்சிருக்கா. பார்க்கச் சந்தோசமா இருக்கிறாப்போல தெரிஞ்சது..."

காதணிகளைக் கைகளில் வைத்துப் பார்த்துக் கொண்டிருந்த அய்லி, உம்மாவும் உம்மம்மாவும் பதுர் மாமியின் பேச்சுக்குத் தாவியதைக் கவனித்ததும், காதணிப் பெட்டியை அப்படியே நாற்காலியில் வைத்துவிட்டு எதையோ மறந்திருந்தவளைப் போல அறைக்குள் பாய்ந்தோடினாள்.

"இங்கப் பாருங்க உம்மம்மா, பதுர் மாமி தந்த நாய்க்குட்டி பொம்மை..."

பொம்மை நாயை உம்மம்மாவின் மடியில் கொணர்ந்து வைத்தாள். ஒரு நாளைக்கு ஐந்து முறைகள் தொழுது உதடுகளில் எப்போதும் அல்லாஹ்வின் பெயரை உச்சரித்துக் கொண்டு மிருப்பவளான ஜெய்நூர், சேற்றுக் குழிக்குள் விட்டதுபோலக் கால்களை உதறிக்கொண்டு நாற்காலியைவிட்டு எழுந்தாள்.

இப்படியொரு எதிர்வினையைச் சற்றும் எதிர்பாராத அய்லி, விலகி நின்று உம்மம்மாவைக் கவனித்தாள். சாயலில் அசல் நாயாகவே இருந்த பொம்மை தன் விழிகளை ஏமாற்றி யதையும், ஆழமான நம்பிக்கைகளின் பாதிப்பில் வெளிப்பட்ட எதிர்வினையையும் நொடிக்குள் உணர்ந்து வருந்தினாள் ஜெய்நூர். உம்மம்மாவின் எந்தவொரு சொல்லும் பேத்தியைத்

திருப்தி கொள்ளச் செய்யவில்லை. உம்மம்மாவின் பேச்சிலும் செயலிலும் முதன்முறையாக வெறுப்பை உணர்ந்தாள் அய்லி. நினைக்க நினைக்க ஆத்திரம் சவ்வுபோலப் பரவி அவள் முகத்தைச் சிவப்பேறச் செய்துகொண்டிருந்தது.

“மெய்யான நாயாக இருந்தால்தான் என்ன?” கழுத்தை உயர்த்திக்கொண்டு உம்மம்மாவை நோக்கி ஒரு கேள்வியை விட்டெறிந்தாள். அவள் வீம்புத்தனம் கூடிய சிறுமி என ஜெய்நூர் அறிந்தபோதும் இந்தக் கேள்வி அடியையே தகர்ப்பது போல அதிர்வைக் கொடுத்தது. எவ்வளவு மழையையும் உறிஞ்சியெடுக்கும் நிலத்தின் குளுமையான குரலில் பேத்திக்குப் புத்தி புகட்டத் தொடங்கினாள்.

“அது வீட்டுக்குரிய மிருகசாதி இல்லடா... நாய்கள் படுத்திருக்கும் வாசலுக்கு மலக்குகள் வர மாட்டாங்க. நாம பயன்படுத்துற பாத்திரத்த நாய் நக்கினால் அதை ஏழு முறை தண்ணீரால் திரும்பத் திரும்பக் கழுவவேணும். அதில் ஒரு முறை மண் கொண்டு கழுவச் சொல்லி நபி அவர்கள் வாக்கே இருக்கு... ஏன் தெரியுமா, நாயுடைய எச்சில் அவ்வளவு நஜீஸ்[1].”

“ஓஹோ! வீட்டுக்குரிய மிருகசாதிகள் என்னவோ?” மிரளச் செய்யும் ஓர்மைத்தனமான குரல் வந்துவிட்டிருந்தது அவளுக்கு.

“ஆடு, மாடு. . . இதெல்லாம்”

“ஓ ஓ நீங்க தின்னக்கூடிய எல்லாமும், அப்படித்தானே..!! நாய் இறைச்சியைத் திண்ண மாட்டிங்க. அதுனால அது நஜீஸ், சரியா” ஒவ்வொரு சொற்களையும் அழுத்தமாக உச்சரிக்க ஆரம்பித்தாள். ஆதுரமாக எழுந்து ஒலித்தது யாருடைய குரல் என்றே தெரியவில்லை அவளுக்கு.

“அய்லி” பாய்ந்து அதட்டினாள் நிஸா.

“கேட்டிங்களாம்மா... என்ன பேச்சு பாருங்க, நாக்கை இழுத்து வச்சி அறுக்கணும்?” அதிகம் தொல்லைப்படுத்திக் கொண்டிருக்கும் பல சந்தேகங்களுடன் மௌனமாகப் போராடிக்கொண்டிருக்கும் நிஸா கடும் எரிச்சலைக் கொட்டினாள். உணர்ச்சிகளின் வெடிப்புக்கு ஆட்பட்டிருந்த நிஸாவின் கொதிப்பு ஜெய்நூருக்குச் சற்று வியப்பை அளித்தது. தன் மகளுக்கு ஆறுதலை வழங்க எவ்வளவு ஆசை கொண்டாலும் கோபமும் வெறுப்பும் வருத்தமும் அலைபோல எழுந்து தன்னை அவ்வப்போது மூழ்கடிப்பதை நிஸா கட்டுப்

1. அசுத்தம்

படுத்த முடியாதவளாக இருந்தாள். தன் மகள் பற்றிய பிறரின் அபிப்பிராயங்கள் அவளுக்குள் உணர்ச்சிகளின் கொந்தளிப்பைத் தூண்டுகிறது. தன்னைச் சுற்றி நிகழும் மர்மங்களின் சூட்சுமங்கள், இரக்கத்தின் குரலாகத் தன்னை எழுச்சி பெற விடாமல் தடுப்பதாக எண்ணினாள். தனிமையில் அவள் சிந்தும் ஒவ்வொரு துளி கண்ணீரும் தன் மகளுக்கு அசைக்க முடியாத நங்கூரமாக இருப்பதற்கான வலிமையை விரும்பின. இதயம் விரும்புவதை உதடுகள் ஏன் உச்சரிக்கவில்லை என்று அவளுக்குத் தெரியவில்லை. உதடுகளையும் இதயத்தையும் இணைக்கவும் அவளுடன் யாருமில்லை.

"சின்னப் புள்ளைக்கிட்ட இப்படியா பேசுவீங்க..." ஜெய்நூர் முகத்தில் எந்தத் திகைப்பும் இல்லை. அல்லது அவள் அப்படி பாவனை செய்துகொண்டிருந்தாள்.

"ம்... இப்பிடிச் சொல்லிச் சொல்லி செல்லம் ஏத்துங்க..."

இவர்கள் பேசிக்கொண்டிருக்கும்போதே, காலையில் வீட்டிலிருந்து புறப்பட்டுப் போயிருந்த தாவூத் திடீரென திண்ணையில் தோன்றினார். மருமகனைக் கண்டதும் தலையிலிருந்து விலகிக்கிடந்த சேலை முந்தாணையை இழுத்து முக்காட்டை நேர்படுத்தி அமர்ந்தாள் ஜெய்நூர்.

"வாப்பா, இதப் பார்த்திங்களா, பதுர் மாமி தந்தது..." இவர்கள் பேசியவை எதுவுமே காதில் விழாததுபோல கச்சிதமாகக் கத்தரித்து ஒதுக்கிவிட்டு வாப்பாவிடம் ஓடினாள் அய்லி. அவளின் ஆங்காரமான பார்வையை அப்படியே தத்ரூபமாகப் பிரதியெடுத்தபடி பெண்கள் இருவரும் விக்கித்துப் போயிருந்தார்கள்.

புளியம்பழ விதைகளைப் போல அடர் பழுப்புநிறக் கண்கள், தலையில் ஒரு வெள்ளைக் கோடு, பாதங்களும் வயிறும் வெண்மையாக, சாக்லேட் நிறத்தில், பட்டுப்போன்று மென்மையான நீண்ட இறகுகள் சடைத்த உடல் தோற்றம் கொண்ட பொம்மை நாய் அது. குறுகலான முகவாய், காதுகள் சற்று முன்னோக்கி முகத்தை வடிவமைக்கும் அளவுக்கு அகலமாக அசல் அச்சு பிரித்தானிய கவாலியர் கிங் சார்லஸ் ஸ்பானியல் இன நாய்போலவே.

"இது ஓடும் பாருங்க..."

பொம்மை நாயை நெஞ்சுக்குக் கீழே அணைத்துக் கொண்டு, பற்கள் கீழுதட்டில் அழுத்தியிருக்க, நாயின் வயிற்றுப் பகுதியில் துருத்திக்கொண்டிருந்த சாவி போன்ற செப்புச்

சிவப்புச் சட்டை சிறுமி

சாதனத்தை முறுக்கினாள் அய்லி. சாவி கொடுத்துத் தரையில் விட்ட பொம்மை நாய் முறுக்கப்பட்ட விசையின் சுருள் கொஞ்சம் கொஞ்சமாகத் தளர்வு ஆக ஆக சக்தி பெற்று விட்டால்போல நடக்கத் தொடங்கியது. அப்படியே போய் நாற்காலியின் காலொன்றில் இடித்துக்கொண்டு "வள், வள்" என்று கத்தியது. நிலைகொள்ளாத விழிகளுடன் பார்த்துக்கொண் டிருந்த அய்லி, குழந்தையைச் செல்லமாகக் கொஞ்சுவதுபோல ஓடிச்சென்று தூக்கி அணைத்துக்கொண்டாள் .

அகன்ற பெரிய திண்ணையில் சற்றுக் குழப்பத்துடனும் செயற்கைப் புன்னகையுடனும் அவளின் செய்கையை வினோதமாகப் பார்த்துக்கொண்டிருந்தார்கள் நிஸா, தாவூத், ஜெய்நூர் மூவரும். உண்மையில் அவர்கள் ஓடக்கூடிய, குரைக்கும் பொம்மை நாய் ஒன்றை முதன்முறையாகப் பார்த்திருந்தார்கள். பொம்மை நாயே என்றாலும் அது வீட்டிற்குள் குரைப்பதைச் சகிக்க முடியாதிருந்தார்கள்.

"பார்க்க நல்லாத்தான் இருக்குது... பதுர் மாமிக்கு இந்தத் தரித்திரியம் புடிச்ச பொம்மைதான் கண்ணில்பட்டதாக்கும்" என்றார் தாவூத். கணவன் இப்படிச் சொன்னதும் பிரக்ஞை தெளிந்து அவனை ஆமோதிக்கும்படி,

"இந்தப் பொம்மையை வீட்டுக்குள்ள வச்சிருந்தாலே முஸீபத்[2] வந்தேன் என்று வரும் பாருங்க..." என்றாள் நிஸா.

பேத்தியின் திரண்ட வட்ட முகம் சோர்ந்து ஆற்றாமையிலும் கோபத்திலும் இருண்டுகொண்டிருப்பதை நோட்டமிட்ட ஜெய்நூர், உடனடியாக நியாயம் செய்யும் பாத்திரமேந்தினாள்.

"புள்ளைக்கிப் பரிசாக் கிடைச்சது... என்னம்மோ அவளே கேட்டு வாங்கிகிட்டாப் போல ஆளாளுக்கு ஒன்றொன்றைச் சொல்லாம விடுவீங்களா..."

சில அடிகள் முன்வந்து மகளின் தலையைக் கோதினார் தாவூத்.

"அதுவுஞ் சரிதான், இதை எந்த நேரமும் கையிலேயே வச்சிக் கிட்டிருக்க கூடா, என்ன... கொஞ்ச நேரம் விளையாடிட்டு, அலுமாரியில் வச்சிடணும்..."

அவள் உலகத்தின் மீது போர் தொடுக்கும் இந்த அறிவித்தல் விவரிக்க முடியாத பதற்றத்தை அவளில் உருத்திரட்டியது.

"வாப்பா, நான் நாய் வளர்க்கணும்..."

---

2. தரித்திரியம்

காபிர்களே[3] நாய்களுடன் குடித்தனம் நடத்துவார்கள் என்ற தவறான முடிவுகளைத் தளர்த்திக்கொள்ளத் தயாரில்லாத அவர்கள் மூவருமே திணுக்குற்றார்கள். பல நூற்றாண்டு களாகச் சமூகத்தில் ஆட்சி செலுத்திவரும் யோசனைகள், அச்சுறுத்தல்கள், மேற்கோள்கள் எனும் அபத்தங்களில் கல்லை வீசும் தைரியம் அய்லியின் குரலில் இருந்தது.

"நாய், நான், நீங்க, நாம் எல்லாரும் ஒரே இனம்தான். எல்லா உயிர்களும் இங்க சமம். பாகுபாடு இல்ல..."

கண்களில் ஜ்வாலைகள் மின்ன அவர்கள் அவளையே வெறித்தபடி இருந்தார்கள். சட்டென அவளை அனுமதிக்க முடியவில்லை. சட்டென அவளை நிராகரிக்கவும் அவர் களுக்குத் தெரியவில்லை.

---

3. முஸ்லிம் அல்லாதோர்

இரண்டாம் பாகம்

7

அரேபிய தீபகற்பத்தின் தெற்குமுனையில், மேற்கு ஆசியாவிலுள்ள ஓர் நாடு. இதன் வடக்கில் சவுதி அரேபியாவும் வடகிழக்கில் ஓமன், எரித்திரியா, ஜிபூட்டி, சோமாலியா நாடுகளும் உள்ளன. பசுமையான பள்ளத்தாக்குகளாலும் மலைகளாலும் சூழப்பட்ட அந்நாட்டிற்கு மேற்கே செங்கடலும் தெற்கே ஏதேன் வளைகுடாவின் அற்புத காட்சிகளும் ரத்தின ஆபரணத்தைப் போல கவர்ந்திழுக்கும் அழகுடன் மிளிர்ந்த காரணத்தினால், வெகு காலத்திற்கு முன்பு வணிகத்தால் வளம் கொழித்த இந்த நாட்டை அரேபியாவின் பொக்கிசம் என்று ரோமானியர்கள் அழைத்தார்கள். அரேபிய தீபகற்பத்திற்கே முத்தாக ஜொலித்த அந்த நாட்டின் பெயர் ஏமன்.

திசையெங்கும் வெயில் உக்கிரமாக எரித்துக் கொண்டிருந்த ஓர் நாள். அந்த நாட்டு ஆட்சியர் அரண்மனை வாசலில் சின்னஞ்சிறுமி ஒருத்தியின் கைகளைப் பற்றுறுதியாகப் பிடித்தபடி ஒரு முதிய பெண் நின்றிருந்தாள். ராணியைச் சந்திக்கும் உத்தியோகப்பூர்வ வாசஸ்தலத்து நுழைவாயிலை அடைந்திருந்த முதியவள் தனது கோரிக்கையை அரண்மனை வாசல் காவலர்களிடம் முன்வைத்தாள்.

ராணி அஸ்மா, அந்நாட்டு அரசர் அலி அல் சுலைஹியின் மனைவி. அப்போது இவர்கள் இருவரும் இணைந்தே ஏமன் நாட்டை ஆட்சி செய்துகொண்டிருந்தார்கள். பெண்கள் உடமை யாக மட்டுமே கருதப்பட்ட காலத்தில் அரசர் அலி தனது மனைவியைப் பொதுவாக எல்லா ஆண்களும் போல நேசிப்பதோடு நில்லாமல், யாருடைய கருத்தையும்விட மனைவியின் கருத்துக்கே மதிப்பளிப்பவராயிருந்தார்.

மனைவியின் விவேகம் காரணமாக மிகவும் நம்பகமான ஆலோசகர்களில் ஒருவராகவும் நியமித்து ஆட்சி அதிகாரங்களைப் சரிசமமாகப் பகிர்ந்துகொள்ளத்தக்கதாக இணை ஆட்சியாளராக முறையாகப் பெயரிட்டார். அக்காலத்தில் இது உலகின் மற்றெந்தப் பகுதிகளிலும் இல்லாத நடைமுறை. வழக்கமாக அரசரின் மனைவிகள் விலையுயர்ந்த பொன் நகைகளையும் ஆடைகளையும் அணிந்து அந்தப்புரத்தில் தோழிகளுடன் குலாவிக் குதூகலித்திருப்பார்கள். இங்கே ராணி அஸ்மா, ஏமன் நாட்டின் ஆளும் வர்க்கத்தைச் சேர்ந்த ஆண்களுடன் அரசியல் பேச்சுவார்ததைகளில் ஈடுபடுகிறவள். அரசரின் நன்மதிப்பைப் பெற்றிருந்த ராணி அஸ்மாவுக்கு மக்களிடத்திலும் மதிப்பு அதிகம். வணிகர் முதல் வலிமைமிக்க போர்வீரர்கள் வரை எல்லா வயதினரும் வகுப்பினரும் அவளுடன் சரிசமமாக இருந்தனர். முக்கியமாக வெள்ளிக் கிழமைகளில் நடைபெறும் ஜூம்ஆப்[1] பிரார்த்தனைகளில் அவளது பெயர் குறிப்பிடப்பட்டது. அதிகாரப்பூர்வ வாராந்திர பிரார்த்தனைகளில் பெயரிடப்பட்டதால் அவள் ஒரு முறையான அதிகார நிலைக்கு உயர்த்தப்பட்டிருந்தாள். வரலாற்றில் பெண்ணொருவரின் பெயர் ஜூம்ஆப் பிரசங்கத்தில் பெயரிடப்பட்டு வாரந்தோறும் ஆசிர்வதிக்கப் பட்டது இதுவே முதல்முறை.

நெருங்கிய ஆலோசகர்களும் நம்பிக்கையை வென்ற பணியாட்களும் மட்டுமே பிரவேசிக்கக் கூடிய தனது தனிப் பட்ட வாசஸ்தலத்தின் மண்டபத்திற்குள் ராணி அஸ்மா பிரசன்னமானபோது கவனத்தை ஈர்க்கும் தைஃப் ரோஜாக் களின் நறுமண தூபம் அந்த இடத்தை முழுவதும் நிரப்பியது. அரேபிய தேசத்துக்கே உரிய உயர்ந்த தரமான இனிமையான நறுமணங்கள் புத்துணர்ச்சியான மனநிலையை அந்த இடத்திற்குக் கொடுத்தது. வட ஆப்பிரிக்காவிலிருந்தும் மத்திய கிழக்கின் பிற பகுதிகளிலிருந்தும் கொண்டுவரப்பட்ட சாடின் துணிகளாலும் பட்டுக்களாலும் அலங்கரிப்பட்ட கம்பீரமான தளவாடத்தில் ராணி அமர்ந்திருந்தாள். அடர்த்தியான செழுமையான அரேபிய வாசனை வீசும் அந்த மாபெரும் மண்டபத்தில் மிகப்பெரிய தலையணைகளும், மரத்தால் செதுக்கப்பட்ட அலங்காரப் பொருட்களும் சுவர்க்கலோகத்தை நினைவுபடுத்திக் கொண்டிருந்தன.

துணிகள் அடைக்கப்பட்ட கூடையும் சிறுமியுமாகக் காத்திருக்கும் முதிய பெண் பற்றி ராணியிடம் பணியாட்கள் கூறினார்கள். அந்த முதியவளைத் தன்னிடம் அழைத்துவரும்

1. வெள்ளிக்கிழமை மதிய நேரத்து விசேட தொழுகை

படி உத்தரவிட்டாள் ராணி. தான் எதிர்பார்த்து வந்திருக்கும் பெரிய உதவியை ராணியிடம் கோருவதற்குள் மூச்சையாகி விடுபவள்போல பயந்து நடுங்கிக்கொண்டிருந்தாள் அந்த முதிய பெண். நேர்த்தியான ஆடைகளை அணிந்திருந்த பணியாட்கள், கலைந்த உடையும் வாடிய முகமுமாகத் தோன்றிய அந்த முதியவளை ராணி அஸ்மா இருந்த இடத்திற்கு அழைத்துக் கொண்டு வந்தனர்.

முதியவளையும் சிறுமியையும் பார்த்ததும் ராணி அஸ்மாவின் கண்கள் விரிந்தன. ராணி தன்னை அடையாளம் கண்டதை உணர்ந்துகொண்டதும், முதியவளின் பதுங்கித் தவித்த கால்களில் வேகம் கூடியது. அந்த முதியவள் வேறு யாருமில்லை. அவள் அழைத்துக்கொண்டுவந்திருக்கும் சிறுமி, அரசர் அலியின் தம்பி முறையான உறவினர் அஹ்மத் அல் சுலைஹியின் ஒரே மகள். சிறுமியின் பெற்றோர்கள் எதிர்பாராத விதமாகச் சமீபத்தில் மரணித்துவிட்டதைப் பற்றி ராணி அறிந்திருந்தாள். சிறுமியை அழைத்துக்கொண்டு வந்திருந்த முதியவள் அச்சிறுமியின் பாட்டி.

"ராணி! நீங்களும் ராஜாவும் அர்வாவை வளர்க்க வேண்டும் என்று கேட்பதற்காக மட்டுமே இவ்வளவு தூரம் வந்திருக்கிறேன். எனக்கு வயதாகிவருகிறது. குழந்தையை என்னால் வளர்க்க முடியவில்லை".

சதைப்பிடிப்புகள் கரைந்து வரண்டுபோயிருந்த முகத்தில் பொங்குகின்ற வியர்வையைத் துடைத்தபடி சொல்லிக் கொண்டிருந்தாள்.

அர்வாவின் பாட்டியின் உடல்நிலை மோசமாகி வருவதை ராணி ஏற்கெனவே அறிந்திருந்தார். அவரது மற்ற மகள்கள் திருமணம் செய்துகொண்டு அவரிடமிருந்து வெகு தொலைவில் வாழ்கிறார்கள். அர்வாவை வளர்க்க யாருமே முன்வரவில்லை யென்றால், அவள் அனாதையாகிவிடுவாள்.

ராணி அஸ்மா ஆழமாக எதையோ எண்ணிக் கொண்டிருந்தாள். ஒரு குழந்தை அனாதையாக வளர்வதை அவளால் அனுமதிக்க முடியாது. இவள் சொந்தக்காரக் குழந்தையாகவும் இருக்கிறாள். கண்களால் எதையோ மனதிற்குள் பார்த்துவிட்டாற்போல தனது தீர்க்கமான முடிவை மறுகணமே ராணி அறிவித்தாள்.

"உங்கள் குழந்தை வளர சனா அரண்மனை அற்புதமான இடமாக இருக்கும். ராஜாவும் நானும் இவளை வளர்க்க எங்களால் முடிந்த அனைத்தையும் செய்வோம்"

பீதியில் தடுமாறிப்போய் விழிகளை அலையவிட்டபடி நின்றுகொண்டிருந்த குழந்தையைப் பார்த்து,

"நீ எல்லோராலும் நேசிக்கப்படுவாய்" என்றாள்.

அன்பான பாட்டியை விட்டுப் பிரிவதை எண்ணி சிறுமி அர்வா அழுதாள். கம்பீரமான சிம்மாசனத்திலிருந்து இறங்கி மிடுக்காக நடந்துவந்து குனிந்து சிறுமியை அரவணைத்தாள் ராணி. பாட்டியை வழியனுப்பிவைக்குமாறு அர்வாவிடம் கூறினாள். புதிய இடத்தில் ஒரு பெண்ணின் அரவணைப்பு இருப்பதை உணர்ந்தோ என்னம்மோ அர்வா பாட்டியிடமிருந்து விடைபெறத் தயாராகினாள். பேத்தி அர்வாவை, இனியொருபோதும் சந்திக்க முடியாது, இதுவே இறுதியான விடைபெறுதல் என்கின்ற எண்ணங்கள் கடுமையாக வருத்தியபோதும், அர்வா வாழப்போகும் வாழ்க்கையை எண்ணி முழுப்பலத்துடன் அணைத்து விடைபெற்றாள். கன்னம் வழியாகப் பெருக்கெடுத்தோடிய கண்ணீரைச் சிறிய துணியால் அழுத்தித் துடைத்துக்கொண்டே தாழ்ந்த தலையுடனே அரண்மனைப் படிகளில் இறங்கிப்போனாள் பாட்டி.

ராணியின் உத்தரவுப்படி, அர்வாவுக்கு தனி அறை ஒழுங்குப்படுத்தப்பட்டது. அவளைப் பார்த்துக்கொள்ளவும், அரண்மனை வழக்கங்கள் அனைத்தையும் கற்றுத்தரவும் பணிப்பெண் ஒருவரும் நியமிக்கப்பட்டாள்.

அர்வா அந்த அரண்மனையை ஒரு மாயஜால இடமாகக் கண்டாள். அவளது பல நாட்கள் அந்த அரண்மனையை ஆராய்வதிலும் புதிய அல்லது சுவாரஸ்யமான ஒன்றைக் கண்டுபிடிப்பதிலுமே கழிந்தன. நிலவு ஒளியில் மிதக்கும் ஆறாக மினுங்கும் அர்வாவின் கண்களும் நிதானமான முகத்தோற்றமும் அரண்மனையில் உள்ள எல்லோருக்கும் விரைவில் பழகிப்போக, பணியாட்களும் அவளில் பாசத்தைப் பொழிந்தனர்.

○○○

அரசர் அலி அல் சுலைஹியும் ராணி அஸ்மாவும் தோட்டத்தில் தேநீர் அருந்திக்கொண்டிருந்தனர். அவர்களின் ஒரே வாரிசு அஹ்மத் அரண்மனை அரங்குகள் வழியாக அர்வாவைத் துரத்தி விளையாடிக்கொண்டிருந்தான். ஓர் அரக்கனைப் போல பாசாங்குக் காட்டிக் கூப்பாடிட்டுக்கொண்டு துரத்திக் கொண்டிருந்த அவனிடம் அகப்பட்டுவிடாமல் அர்வா ஓடினாள்.

"அந்தக் குழந்தை அர்வா படிக்கணும்"

தேன் கலந்த தேநீரை அருந்தியபடி ராணியிடம் கூறினார் அரசர்.

"நான் ஏற்கெனவே பல ஆசார வகுப்புக்களை அவளுக்கு அமைத்துள்ளேன். அவள் அடுத்த வாரமே வகுப்பைத் தொடங்குவாள்"

"ஆசாரம் மட்டுமல்ல, நம் மகனுக்குப் போலவே அவளுக்கு இலக்கியம், எண் கணிதம் ஆகிய வகுப்புகளும் தேவை. அவள் நம் அண்டை நாடுகளின் மொழியையும் கற்றுக்கொள்ள வேண்டும் லத்தீன் உட்பட."

"எதற்காக" என்று ராணி அஸ்மா வியப்புடன் அவரைப் பார்த்தாள்.

"பெண்களைத் திருமணத்திற்குத் தயார்படுத்துவதே இந்த மண்ணில் வழக்கம் என்பது எனக்குத் தெரியும். ஆனால் இந்த அரண்மனையில் பெண்கள் ஊமைகளாக இருக்க மாட்டார்கள்"

இப்படிச் சொல்லிவிட்டு நாற்காலியிலிருந்து எழுந்து உள்ளே சென்றார் அரசர்.

அர்வாவுக்கு விஞ்ஞானம், கலைகள் கற்பதற்கு ஏற்பாடானது. இவ்வளவும் கற்பிக்கப்பட்டாலும், விலைமதிப்பற்ற பாடங்களை அவள் ராணியிடமிருந்தே கற்றுக்கொண்டாள். அரசர் அலி தன்னை உயர்வாகக் கருதினாலும் பெண்களின் அரசாட்சியையோ வழிநடத்துகையையோ ஆண்கள் விரும்புவதில்லை என்பதைப் புரிந்துகொண்டிருந்தாள், ராணி அஸ்மா. இந்தக் காரணத்திற்காக தன்னைச் சுற்றியுள்ளவர்களைத் தன்வசப்படுத்த ஒவ்வொரு வாய்ப்பையும் ராணி அஸ்மா பயன்படுத்திக்கொண்ட விதமும் சாதுரிய குணங்களும் முடிவுகளும் அந்த அரண்மனையில் ராணியாக மாறிக்கொண்டிருந்த இளம் பெண்ணின் மீது அழியாத தாக்கத்தை ஏற்படுத்தியது.

○○○

பதினேழு வயதை எட்டியிருந்தாள் அர்வா. அரசர் அலியும் ராணி அஸ்மாவும் அர்வாவை இளவரசியாகக் கருதவில்லை, அவளுக்குக் கற்பித்த கல்வி ஏமன் தேசத்திற்கான முதலீடு என்பது போன்ற தீர்க்கதரிசனம் எதுவும் அவர்களுக்கு இருக்கவில்லை. அவர்களின் எதிர்பார்ப்புகளை மீறி அரச விவகாரங்களைப் புரிந்து கொள்ளுமளவுக்கு அவளுக்குத்

திறமையும் அறிவும் இருந்தது. அழகும் மிடுக்கும் கம்பீரமுமாக வளர்ந்துவிட்டிருந்த அவளுடன் தங்கள் ஒரே வாரிசு அஹ்மத் எந்நேரமும் சுற்றிக்கொண்டிருப்பதை இனியும் பொறுத்துக் கொள்ள முடியாத அரசர் அலி, மகனுக்குத் திருமணம் முடித்துவைக்கும் முடிவைத் திட்டமாக எடுத்திருந்தார்.

மந்திரிகளுடன் கலந்தாலோசித்த பிறகு, அரச வம்சத்திலேயே பிறந்து வளர்ந்த பொன்னும் பொருளும் அரசியல் அதிகாரங்களும் சீராகக் கொண்டுவரக்கூடிய மணப்பெண் இளவரசன் அஹ்மத்திற்கு இணையாகத் தேர்வாகினாள்.

அரசர் அலி எதிர்பார்த்தது போல் தனது இந்த முடிவுக்குச் செயல் வடிவம் தருவது அவ்வளவு எளிதாக இருக்கவில்லை. அமைச்சர்கள் சபையிலேயே தந்தையை எதிர்த்து நின்றான் இளவரசன் அஹ்மத்.

“அர்வா மட்டுமே எனக்கு இணையானவள். அந்தரங்கம், அரசாட்சி அனைத்தையும் அவளுடன் மட்டுமே பகிர்ந்து கொள்வேன்”

அவனது பிடிவாதம் அரண்மனையில் உள்ளவர்கள் எல்லோரையுமே சங்கடப்படுத்தியது. வளர்ப்பு மகளையே மகனுக்குத் திருமணம் முடித்து வைப்பதா? அரசியாகுவதற்கு அர்வா தகுதியற்றவள், பொருத்தமற்றவள், அவளால் எந்தவொரு வரமும் ஆசியும் அரசியல் செல்வாக்கும் கிடைக்காது என்கிற அரச குலத்திற்கே உண்டான சிக்கல்கள் இன்னொரு புறம். எல்லோருமே குழப்பத்தில் ஆழ்ந்துபோயினர்.

“தெருவில் நாய்போல இங்கு நுழைந்தவளுக்கு இளவரசரைத் திருமணம்செய்து வைத்தால் அரண்மனை எதிர்ப்புத் தெரிவிக்கும்” – இப்படி அரண்மனைப் பணியாட்களே கிசுகிசுக்கத் தொடங்கிவிட்டிருந்தார்கள்.

இளவரசன் அஹ்மத்துடன் இனிமேல் நேரம் செலவிடக் கூடாது, அவனை நேரில் கண்டால்கூட ஒதுங்கிக் கொள்ள வேண்டும் என்று ராணி அஸ்மா அர்வாவிடம் சத்தியம் வாங்கிக்கொண்டாள்.

முன்புபோல அர்வாவினால் சட்டென இளவரசன் அஹ்மத்தை நெருங்க முடியவில்லை. ராணி அஸ்மா மீதுள்ள பாசத்தினாலும் மதிப்பினாலும் இப்படியொரு சத்தியத்தைச் செய்துவிட்டு விவரிக்க முடியாத பதற்றம் உருத்திரள அரண்மனைக்குள் அங்குமிங்கும் ஒளிந்து மறைந்து திரிந்து கொண்டிருந்தாள் அர்வா. வெளிப்படையாகவே அர்வாவிடம்

பேச முயல்வதும் அவளைச் சம்மதிக்க இறைஞ்சுவதுமாகத் தவித்துக்கொண்டிருந்தான் இளவரசன் அஹ்மத். அவனது தவிப்பை நிராகரிக்க முடியாமல் துவண்டு செயலற்று சிக்கித் தவித்தாள் அர்வா. ராணிக்குச் செய்த சத்தியம் அவளைப் பிடிவாதமாக நிறுத்தி வைத்தது.

ஒரு நிலைக்கப்பால் ஆற்றாமையும் கடுமையான கோபமுமாக இளவரசன் அஹ்மத் திமிறி நின்றான். சத்தியங்களால் அர்வா என்னை நெருங்குவதைத் தடுக்கலாம், அவள் உள்ளத்திலிருந்து என்னைப் பிடுங்கியெறிய யாராலும் முடியாதென்று உறுதியாகத் துணிந்து எதிர்ப்பைக் காட்டினான்.

"என் மனைவியை முடிவு செய்ய நீங்கள் யார்" என்ற அவனது கேள்வி அரசர் அலியை மிகப் பெரிய மனக்குழப்பத்தில் ஆழ்த்தியது.

இனியும், அர்வா அரண்மனையில் இருக்கக் கூடாது என்று தீர்மானித்தார்கள். தனியாக வாழ்வதற்கு ஒரு மாளிகையையும் வசதிகளையும் தந்து அவளை அரண்மனையை விட்டும் அந்த நகரத்தை விட்டும் அனுப்பி வைக்கத் திட்டம் தீட்டினார்கள். தன்னை வளர்த்த அரசன் மீதும் ராணி மீதும் மதிப்புக்கொண்ட அர்வா அவர்களின் திட்டத்திற்கு இணங்குகிறாள். இளவரசன் அஹ்மத் உறங்கிக்கொண்டிருந்த தருணம் பார்த்து ஒரு நாள் அதிகாலைப் பொழுதில் அவளது உடமைகளை மூட்டையாகக் கட்டி ஒரு குதிரை வண்டியில் அவள் அனுப்பப்பட்டாள்.

ஆழ்ந்த மனச்சோர்வில் அயர்ந்து உறங்கிக்கொண்டிருந்த இளவரசன் அஹ்மத், யாரோ எதுவோ அரட்டினாற்போலத் திடீரெனப் பதறியடித்துக் கொண்டு எழுந்தான். தலை கனத்தது. எங்கோ தவறு நடக்கிறது என்று உணர்ந்து தாமதிக்காமல் அர்வாவின் அறையை நோக்கி ஓடினான். அவள் அங்கு இல்லை என்பதைத் தெரிந்துகொண்டு பணியாட்களைக் கேட்டான். சொல்லத் தயங்கிய பணிப்பெண்ணை மிரட்டியதில் அர்வா அரண்மனையிலிருந்து அனுப்பப்பட்ட உண்மையைத் தெரிந்துகொண்டபோது முன்னரைவிடவும் ஆத்திராவேசத்துடன் தலையை அழுத்திக்கொண்டு கத்தினான். தானொரு இளவரசன் என்கின்ற பிரக்ஞையைப் பூரணமாக மறந்துவிட்டிருந்தான். உடனேயே வாசலுக்கு ஓடிச்சென்று, அவனது வருகைக்காகக் காத்திருந்தாற்போல நின்றிருந்த தனது குதிரையில் ஏறி அமர்ந்தான். அவன் மன ஓட்டத்திற்குச் சற்றும் குறையாமல் பின்னங்கால்களை உதைத்துக்கொண்டு ஓடியது குதிரை.

பாதையின் முகட்டில் அர்வா போய்க்கொண்டிருந்த குதிரை வண்டியைக் கண்டுபிடித்தான்.

"நிறுத்துங்கள், நிறுத்துங்கள்" பெருங்குரலில் கத்தினான் இளவரசன் அஹ்மத். வண்டி நிற்கவில்லை. வேகமாக முந்திக் கொண்டு சென்று குதிரை வண்டியை இடைமறித்தான். அவனது உருவம் துணைக்கு வருவதுபோலவும் தன்னை மீட்டுச் செல்வது போலவும் மீளமீள மனதுக்குள் ஆயிரம் முறைகள் ஒத்திகை நடத்திக்கொண்டிருந்த அர்வா, அவனைக் கண்டதும் திகைத்தாள். அவளது கைகளைப் பரிவும் காதலும் வேகமுமாக இழுத்தான், இளவரசன் அஹ்மத். அவளது செம்பழுப்பு நிற முகம் இன்னும் சிவந்துவிட்டிருந்தது. பூக்களாக விரிந்த கண்கள் இமைக்க மறந்துபோயின. மூக்கிலிருந்த வியர்வை முத்துக்கள் அவள் நெற்றியில் பட அவளை இறுக்கி அணைத்துக் கொஞ்சினான் இளவரசன் அஹ்மத். ஒரு பூதத்தை எழுப்பியதுபோலத் தைரியத்தைக் கிளர்த்தும் அவனது காதலின் பிடியிலிருந்து இனியும் ஒதுங்குவதில்லை என்ற சங்கல்பத்துடன் குதிரையில் தாவி ஏறினாள் அர்வா.

"அர்வா எங்கும் போக மாட்டாள். இங்கு தான் என்னுடன் இருப்பாள். இவளை அனுப்புவதாக இருந்தால் நானும் சேர்ந்தேபோவேன்"

அரசர் அலி, ராணி அஸ்மா இருவர் முன்னிலையிலும் நெஞ்சுரமாக நின்று சூளுரைத்தான் இளவரசன் அஹ்மத். ஒருகணம் அரசர் அலி நடுங்கிப்போனார். இனி இவர்களைப் பிரிப்பது உசிதமல்ல என உறுதியாய் தோன்றிற்று.

○○○

அர்வா, இளவரசர் அஹ்மத் திருமணத்தைக் கோலாகலமாக முடித்துவைத்த கையோடு அரசர் அலி மக்கா நகருக்குப் புனித யாத்திரைக்குச் செல்லத் தயாராகினார். ஆயிரம் குதிரைவீரர்களையும் முன்னாள் போர்களின்போது வெற்றிக்காக உழைத்த எத்தியோப்பியர்களையும் ஏமன் நாட்டவர்களையும் கொண்ட ஐந்தாயிரம் படை வீரர்களுடன் புனித யாத்திரை தொடங்கியது. ராணி அஸ்மாவும் இந்தப் பயணத்தில் இருந்தாள். ஹஜ்[2] யாத்திரையை முடித்துக்கொண்டு அரசரும் ராணியும் திரும்பி வரும்வரையிலும் ஆட்சிப்பொறுப்புகளைக் கவனிக்க இளவரசன் அஹ்மத்தை உத்தியோகப்பூர்வமாக நியமித்திருந்தார்கள்.

---

2. புனித யாத்திரை / இறுதி யாத்திரை, இஸ்லாம் மதக் கடமைகளில் ஒன்று.

யாத்ரீகர்கள் கூண்டு வண்டிகளிலும் ஒட்டகங்கள், குதிரைகளிலும் பல மாதங்கள் நீடிக்கும் ஆயிரத்து முந்நூறு கிலோ மீற்றர்கள் நீண்ட ஆன்மீகப் பயணத்திற்குப் புறப்பட்டார்கள். ஏமனிலிருந்து தரை மார்க்கமாக மக்கா நகரை அடைவதற்கான சாலை வழி குறிப்பிட்ட சிரமங்களையும் கஸ்ட்டங்களையும் கொண்டிருந்தது. எதிரிகளின் அச்சுறுத்தலைச் சந்திக்க நேராத விதமாகவும் பாதுகாப்பாகவும் இந்தப் புனித யாத்திரையை முடித்துக்கொள்வதில் மிகக் கவனமாக இருந்தார் அரசர் அலி. மலைப்பாங்கான குன்றுகளும், பாலை நிலம் பரந்த கடினமான சாலை எனினும், வழிகள் தோறும் ஏராளமான கிராமங்கள் இருப்பதால், நீருக்கும் உணவுக்கும் சிரமம் ஏற்படாத, பாதுகாப்பு அச்சுறுத்தல் கணிசமாகக் குறைந்ததாகக் கருதப்பட்ட வடக்கு ஏமன் வழியாகச் செல்வதற்குத் தீர்மானிக்கப்பட்டது.

வழியெங்கிலும் மலைப்பகுதிகளும் பாலை நிலங்களும் அழகாகவும் அச்சுறுத்துவதாகவும் துருத்திக்கொண்டிருந்தன. தூய்மையான கலப்படமற்ற மனிதனால் தொடப்படாத தனிமைப்படுத்தப்பட்ட பாலைவனங்களில் மணல் பாம்புகளும் தேள்களும் ஊர்ந்து திரிந்தன. இந்தச் சமவெளியின் அமைதி எவ்வளவு அச்சுறுத்தக்கூடியது என்பதை அரசர் அலி மட்டுமே அறிந்திருந்தார். இப்பகுதியில் ஒரு கணம்கூடப் படைகளைத் தரித்து நிறுத்த அரசர் அலி இணங்கினாரில்லை. குதிரைகளும், ஒட்டகங்களும், யாத்ரீகர்கள் படையும் களைப்படைந்திருந்தனர். ராணி அஸ்மாவின் கோரிக்கையைக்கூட அவர் செவியேற்க வில்லை. இதே பாலை நிலத்தில் போர் புரிந்து பழக்கப்பட்ட அவர் பதுங்கியிருக்கக் கூடிய ஆபத்துக்களைக் கணித்திருந்தார்.

அச்சுறுத்தும் பாலைவன நிலப்பரப்பைத் தாண்டியதும் ஒரு சிறு கிராமம் எதிர்ப்பட்டது. கிரீடத்திற்கு ஆசை கொண்டு போர் செய்வதைச் சிந்திக்கவும் முடியாத வறுமையில் உழலும் பழங்குடி மக்களின் கிராமம் அது. அரசரும் பரிவாரங்களும் பயணிக்கும் கூண்டுவண்டிகளைக் கொள்ளையடிப்பது பாவ காரியம் என்றும், ராஜ்ஜியத்தின் மோசமான தண்டனையை அழைத்துக்கொள்ள நேரும் என்றும் அஞ்சக்கூடிய மக்களின் கிராமம் என்பதால் இங்கு தரித்து நிற்கலாம் என ஆலோசிக்கப் பட்டது. யாரினதும் ஆலோசனைகளைப் பொருட்படுத்தாமல் “இன்னும் தூரம் போகலாம்” என்றே சொல்லிக்கொண்டிருந்தார் அரசர். சொந்த நிலங்களின் உரிமையைக்கூட அங்கீகரிக்காத தனக்கு இந்தப் பழங்குடி மக்களிடம் கொஞ்சமும் ஆதரவு இருக்காது என்பதைத் திட்டவட்டமாக அவர் உணர்ந்திருந்தார்.

கூண்டுவண்டிகளில் எடுத்துச் சென்ற தண்ணீர் முற்றிலும் தீர்ந்துவிட்டது. குதிரைகள், ஒட்டகங்கள், மனிதர் யாவருமே

சோர்ந்துபோயினர். "எல்லோரும் சோர்வாக இருக்கிறோம். தயவுசெய்து இன்றைய தினம் ஓய்வெடுக்கட்டும்" என்றாள் ராணி அஸ்மா.

"அடுத்த சோலையில் நிறுத்தச் சொல்லுங்கள்" ராணியின் கோரிக்கையைச் சில நிமிடங்கள் பரிசீலித்துவிட்டு உத்தரவிட்டார் அரசர் அலி.

கட்டளைக்குக் காத்திருந்த ஒட்டக இளைஞன் விரைந்து எல்லா கூண்டுவண்டிகளுக்கும் தகவல் கிடைக்கச்செய்தான்.

அரசர் அலி உத்தரவிட்டு ஒரு மைல் தொலைவில் பயணித்ததுமே, பசுமையான தாவரங்களும், முடிவில்லாத மணலால் சூழப்பட்ட நீர் நிலையொன்றும் எதிர்ப்பட்டது. குளத்தைச் சுற்றியிருந்த மரங்களும், கணிசமான குளிர் காற்றும் ஓய்வுக்கு வசதியாக வரவேற்பதைப்போலிருந்தது. சூரியன் மறைந்து அந்தி சாயும் பொழுதில், அரசர் அலியின் யாத்ரீகர்கள் படை அந்த நிலத்தில் ஓய்வுக்காகத் தரித்து நின்றது.

பணியாட்கள் அரச பரிவாரங்களுக்குக் கூடாரங்கள் அமைப்பதில் ஈடுபட்டார்கள். குளத்திலிருந்து குளிர்ந்த தெளிவான தண்ணீரை ஒட்டகங்களும், குதிரைகளும் தாராளமாகக் குடித்துக் கொண்டிருந்தன. சூரியனின் கடுமையான வெப்பம் தணிந்த நாளின் பிற்பகுதியில், ஆலோசகர்கள் தங்கள் கூடாரங்களிலிருந்து தோன்றி பாலைவன வெப்பத்திலிருந்து தப்பிக்க மாற்று வழிகளை வரைபடங்களில் தேடிக்கொண்டிருந்தார்கள். பணியாட்கள் ராஜாவுக்கும் ராணிக்கும் உணவு பரிமாறிவிட்டுத் தங்கள் சொந்தக் கூடாரங்களுக்குள் சென்றார்கள். சிலர் மட்டும் நட்சத்திரங்கள் பூத்துக்கிடந்த வானத்தின் கீழே கவிதைகளை வாசித்தபடி இசைத்துக்கொண்டிருந்தார்கள்.

இரவின் இருளில் பாறைகளுக்குப் பின்னால் பதுங்கி யிருந்து, இவர்கள் அனைவரும் உறக்கத்தில் மூழ்கும் தக்க தருணம்வரை வேவு பார்த்துக்கொண்டிருந்தன இரண்டு கண்கள். அவை அரசன் நஜாவின் மகன் சையத் அல் அல்வாலுக்குச் சொந்தமான கண்கள். அவனது சமிக்ஞைக்காகச் சில நூறு பேர் முகத்தையும் உடலையும் முழுவதும் மறைக்கும் கறுப்பு அங்கிகள் அணிந்து வாள்களுடன் பதுங்கியிருந்தனர்.

இவ்விடம் அரசன் நஜா யார் என்று நாம் நிச்சயம் தெரிந்துகொள்ள வேண்டியுள்ளது. நஜா, நஜாஹித்கள்[3]

---

3. ஆப்பிரிக்க வம்சாவளியைச் சேர்ந்தவர்கள்.

வம்சத்தின் தலைவன். கணிசமான அதிகாரத்துடன் ஏமன் தலைநகர் சனாவைச் சுற்றியுள்ள பகுதிகளில் நஜாஹித்கள் செல்வாக்குடன் இருந்தனர். நஜாஹித்கள் தங்கள் இனத் தலைவனை அரசன் என்றே அழைத்தார்கள், மதித்தார்கள். இவர்கள் எதிர்கால ஏமனை அச்சுறுத்தும் சக்தியாக மாறுவதைத் தடுக்கும் சூழ்ச்சியில் பேரரசர்களின் வழியில் அரசர் அலியும் சூழ்ச்சியானதொரு நிகழ்ச்சி நிரலைச் சோடித்தார்.

சமாதானத் தூதுவராகப் பாசாங்குசெய்து வஞ்சகத்தன மாக மயக்கி விஷம் கொடுத்துக் கொல்வதற்காக அரசர் அலி அனுப்பிய பெண் அடிமை, காரியத்தை வெற்றிகரமாக முடித்து நஜாவைக் கொன்றாள். நஜாஹித் வம்சத்தின் செல்வாக்கு ஓங்கியிருந்த பகுதிகளை அரசர் அலி முழுமையான கட்டுப்பாட்டுக்குள் கொண்டுவந்தார். கொல்லப்பட்ட நஜாவின் மகன்கள் இருவரும் அப்போது தப்பி ஓடிவிட்டிருந்தார்கள்.

தந்தையைக் கொன்ற அரசரைப் பழிகொள்ள உருகிக் குலையும் வெறியோடு காத்திருந்தார்கள். அரசர் அலியின் படைகளிலிருந்த பெரும்பாலான வீரர்கள் நஜாஹித் வம்சத்தைச் சேர்ந்தவர்கள். இது அரச பரிவாரங்களினதும் கூண்டுவண்டிகளினதும் கட்டுப்பாட்டை முழுமையாக எடுத்துக்கொண்டு நஜாஹித்கள் எளிதில் வெல்வதற்கு வாய்ப்பாகியது. அவர்கள் அரச குடும்பத்தவர்களையும் பெரும்பாலான தலைவர்களையும் கொன்றனர். ராணி அஸ்மாவைச் சிறைபிடித்தனர். கொல்லப்பட்ட கணவரின் தலையை மட்டுமே அவளுக்குக் காணக்கிடைத்தது.

புனித ஹஜ் யாத்திரைக்குப் படைகளுடன் சென்றுவிட்ட தாய், தந்தைக்கு வழியில் நிகழ்ந்த கொடுமையான முடிவை அஹ்மத், அர்வா இருவரும் தெரிந்துகொள்ள சிறிது காலம் பிடித்தது. ராணி அஸ்மாவும் அரசருடன் இறந்துவிட்டதாகவே எல்லோரும் நம்பினார்கள்.

நாட்டிற்கும் அரச வசம்சத்திற்கும் ஏற்பட்ட எதிர்பாராத இழப்பும் அதிர்ச்சியும் நாட்டின் அடுத்த அரசர் குறித்தோ, முறையான முடிசூட்டு விழாக்களைக் குறித்தோ சிந்திக்கவும் இடமளித்திருக்கவில்லை. அரசராக முடிசூட்டப்படாமலேயே அரசர் அலியினால் புனித யாத்திரையிலிருந்து திரும்ப வரும் வரையில் நியமிக்கப்பட்டதைப் போலவே நாட்டின் அரச பணிகளை நிர்வகித்தான் இளவரசன் அஹ்மத். தந்தையின் வழியைப் பின்பற்றி, அர்வாவையும் ஆட்சி நிர்வாகப் பணிகளில் இணைத்துக்கொண்டிருந்தான்.

○○○

“ஏய் பிள்ளைகளா ! நேரம் என்னாகுது தெரியுதா ?” கணீரென்ற குரலில் கத்தினாள் நிஸா. வாசலிலிருந்த மா மரத்திற்குக் கீழே காய்ந்த மாம்பூக்கள் உதிர்ந்துகிடந்த மணல் பரப்பில் இருப்பையே மறந்து லயித்துப்போயிருந்த பிள்ளைகள், பரிதாபமாகத் தன்னிலைக்குத் திரும்பினார்கள். கதையை அப்படியே நிறுத்தி, உம்மாவைத் திரும்பிப் பார்த்தாள் அய்லி.

“பெரியம்மா... நல்ல கதையைக் கெடுக்கிறிங்களே...” காலிதாவும் மற்றெல்லாப் பிள்ளைகளும் சிணுங்கினார்கள். நிஸாவின் தங்கைகளின் பிள்ளைகள் அக்கம் பக்கத்துப் பிள்ளைகள் எல்லாமாகப் பத்துப் பன்னிரண்டு பேரை வைத்துக் கொண்டு நான்கு மணி நேரமாகக் கதை சொல்லிக்கொண் டிருக்கும் அய்லியை முறைத்தாள் நிஸா. எங்கிருந்தோ வரும் வினோதமான காற்று அவளை அலைக்கழித்துக் கடந்து போவதை ரசித்துக்கொண்டு கூட்டத்திற்கிடையே சிரித்தபடியே ஆசுவாசமாக உம்மாவைக் கவனித்தபடி இருந்தாள் அவள்.

“ராணி அர்வா கதை என்று சொல்லிட்டு, அரசர் அலிட கதைதான் நெடுகலும்” என முணுமுணுத்தான் றிஸ்காத்.

“கதையே இனிமேத்தான்போல”

“அரசர் அலியக் கொன்னுட்டாங்க. இனி அஹ்மத்தும் அர்வாவும்தான் ராஜா ராணி...”

“ம்கூம், இப்பவே முடிவு தெரிஞ்சாகணும். மிச்சக் கதையையும் கேட்டுட்டுத்தான் போவோம்...”

ஆளாளுக்கு முகத்தைக் கோணிக்கொண்டு நகர மறுக்கும் கால்களைக் காய்ந்த பட்டு மணல் மூட இழுத்துக் கொண்டிருந்தார்கள்.

“பத்து மணியாகிட்டு... நாளைக்குப் பள்ளிக்குப் போற எண்ணம் இருக்கா இல்லையா.. ?” மீண்டும் விரட்டினாள் நிஸா.

“பள்ளியில எங்க இந்தக் கதையெல்லாம் சொல்லித் தர்றாங்க...”

“அது சரி பள்ளிக்குப் போறத விட்டுப்போட்டு அய்லி றாத்தாக்கிட்டயே வந்து நித்தம் கதையாக் கேட்டுக்கிட்டுக் கிடங்க, வாங்க...”

“உங்களுக்கு என்ன வந்தது, ராணி அர்வா கதைய நீங்க கேட்டிருக்கீங்களா...” சற்றென்று அங்கு அந்நியமாக இருப்பதாக உணர்ந்த அய்லி, ஒரு அவசர சாகசத்திற்குத் தயாராகி விட்டவளைப் போல திடீரென்று உம்மாவைக் கேட்டாள்.

“அப்படி ஒரு ராணி இருந்தால்தானே...”

மகளுக்குள் உண்டாக்கப்போகும் பதற்றத்தையும் பரபரப்பையும் கொந்தளிப்பையும் கண்டுகொள்ளாமல் தன்பாட்டில் சொல்லிவிட்டு நகர்ந்தாள் நிஸா.

“என்ன... என்ன... நான் இங்கே பிள்ளைகளக் கூப்பிட்டு வச்சு கட்டுக்கதை சொல்றன் என்று நினைச்சிங்களா...”

“அடுப்படி வேலை செஞ்சிக்கிட்டு ஊடு நிறைய புள்ளை குட்டியப் பெத்துப்போட்டு ஆம்புளைகளுக்கு அடிமையா இருந்த பொம்பிளைகள் கதைகள்தானே உங்களுக்குத் தெரிஞ்ச கதைகள் எல்லாம்... ராணிகள், மகாராணிகளக்கூடப் பொஞ்சாதியா மாத்திய ஆண்களின் சாகசக் கதைகள வெட்கம் சூடு இல்லாமல் இன்னமும் ஜூம்ஆ[4] பிரசங்கத்தில முழங்கிட்டுக் திரியுறாங்க... போங்க போய் அந்த கட்டுக்கதைகள மெச்சுங்க...”

மகளின் கண்களில் பாயும் உண்மையின் வெளிச்சத்தில் ஒரு விலங்குபோல நிற்பது நிஸாவுக்குப் பரிச்சயமாகிவிட்டிருந்தது. பதின்பருவத்திலிருந்த அய்லிக்கு முகத்தில் மிருதுவான ஜொலிப்பும் விடுதலையுணர்வும் வந்திருந்தது. தாயுடன் நிகழும் சின்னச்சின்ன துண்டிப்புகள் தன்னைக் குலைவிப்பதிலிருந்து காத்துக்கொள்ளப் பற்பல உபாயங்களை வகுத்துக் கொண்டிருந்தாள். நீண்ட நேரம் அங்கு நிற்காமல் பதிலேதும் கூறாமல் விலகி நடந்தாள் நிஸா. இதற்குள் பிள்ளைகள் எல்லோரும் அங்கிருந்து கிளம்பிவிட்டிருந்தார்கள்.

வெகுளித்தனமும் கூர்மையுணர்வும் மிகைபாவனையின்றி வெளிப்படும் அய்லியை எல்லோருமே அங்கீகரிப்பதற்குப் பழகிவிட்டிருந்தார்கள். மற்றப் பிள்ளைகளைப் போல உலகை அதற்கே உரித்தான வியப்போடு கவனிக்காத தனது மகளின் வினோதப் போக்குகளைக் கனத்த பெருமூச்சுடன் எதிர்கொள்கின்ற நிஸாவின் செய்கையே அபத்தமாகப் பார்க்கப்பட்டது. இரவின் கடைசி மணிநேரங்களில் விழித்துக்கொண்டு எண்ணங்களிலிருந்து முற்றிலுமாகத் துண்டித்துக்கொண்டு எதையோ மனப்பாடம் செய்வதுபோல அமர்ந்திருக்கும் அய்லி, முன்புபோல நிஸாவைத் திகைப்பில் உறையவைப்பதில்லை. பாடப்புத்தகத்தில் கவனமற்று அமர்ந்திருக்கும் அய்லியைக் காண்பது நிஸாவுக்கு ஒரு பழக்கமாகக்கூட ஆகிப்போனது. தனது முழுக் கவனத்தையும் கூர்மையாகச் செலுத்தி மகளை வழிக்குக் கொண்டுவந்துவிட எடுத்த முயற்சிகளெல்லாம்

4. வெள்ளிக்கிழமை விசேட தொழுகை.

விளக்கைப் பிடித்தபடி நீச்சலுக்கு குதிப்பதுபோல முடிந்து போயின.

தினசரி வாழ்க்கையில் நிரந்தரமாகிப்போன அம்சங்களால் அதீத கோபமோ சோகமோ பேரழிவை ஏற்படுத்திவிடாத படிக்கு நிஸாவின் நாட்கள் ஒழுங்குமுறையில் இருக்கின்ற போதிலும் அவள் முற்றிலும் அய்லியின் போக்குகளைக் கண்டுகொள்ளாமல் இருக்கிறாள் என்றும் சொல்லிவிட முடியாது. மகள் மீதான நேசத்தையும் மீறி ஆதாரமாக ஓர் ஐயப்பாடு ஊசலாடிக் கொண்டேயிருப்பதும், நிகழப்போகும் துர்நிகழ்ச்சியை வெல்வதற்காகவே கண் வாங்காமல் அளவாய்ந்து கொண்டிருப்பதும் அவசியம் போன்ற கடமை யுணர்ச்சி அவளுக்கு இருந்து கொண்டேயிருக்கிறது.

கெட்டித் தயிரில் குழைத்த சோற்றுக் கிண்ணத்தைக் கையில் ஏந்திக்கொண்டு நட்சத்திரங்கள் கொட்டியிருந்த இரவின் அமைதியைக் கிழிப்பதுபோல சன்னமான குரலில் "நிலா... நிலாக் குட்டி..." கூப்பிட்டுக்கொண்டிருந்தாள் அய்லி.

நாயின் குரைப்பைக் கேட்டுக்கொண்டிப்பதற்கும் நாய்க்குட்டி உற்சாகமாகப் பந்தைத் துரத்துவதைப் பார்ப்பதற்கும் அந்த வீட்டில் உள்ளவர்கள் எல்லோரும் பழக்கப்பட்டுவிட்டார்கள். நாயின் ஈரமான மூக்கினை அதன் மென்மையான ரோமத்தைக் கைகளால் தொட்டுத் தடவிக்கொடுப்பதையும், அது அவள் மடியில் தலையைச் சாய்த்துப் படுத்திருப்பதையும் தான் அவர்களால் இன்னமும் தாங்கிக்கொள்ள முடியவில்லை.

"நிலா" சாதுவாக வாலை ஆட்டிக்கொண்டு வந்து அய்லியிடம் குழைந்தாள். சோற்றுக்கிண்ணத்தை வைத்துவிட்டு நிலாவின் முதுகைத் தடவிக்கொடுத்தாள் அய்லி.

பள்ளியிலிருந்து வரும்போது மக்காமடிப் பாலத்தடியில் நனைந்து தொப்பலாகி சீக்குப்பிடித்துக் கிடந்த நாய்க் குட்டியைத் தூக்கி அணைத்துக்கொண்டு வீட்டுக்கு வந்து ஐந்து ஆண்டுகளாகிவிட்டது. அன்றைக்கு உம்மாவிடம் வாங்கிக்கட்டிய அடியும் ஏச்சுக்களும் மறந்துபோயின. அன்று அய்லி அணிந்திருந்த வெள்ளைச் சீருடையில் அப்பியிருந்த கறையைத் தேய்த்துத் தேய்த்துக் கழுவியும் ஆத்திரம் தீராமல் குழி தோண்டிப் புதைத்துவிட்டாள் நிஸா. இந்த நிகழ்ச்சியை அடிக்கடி நினைத்துக்கொள்வாள். நாய்மீது விருப்பமின்மை; விருப்பமின்மை என்பது குறைந்த சொல். வெறுப்பு தான் பொருத்தமாக இருக்கும்; வெறுப்புக்குப் பின்னாலுள்ள

காரணத்திற்கும் நிகழ்ந்த காரியத்திற்கும் உள்ள இணைப்பு சாதாரணமாகக் கடந்து போய்விட முடியாதது.

காதுகளைத் தொங்கப் போட்டுக்கொண்டு தேய்ந்துபோன குரலில் முணுமுணுப்போடு ஓரமாக ஒடுங்கி ஒளிந்துகொண்டது நாய். அய்லி அன்றைக்கு இரவு முழுக்க உறங்கவில்லை. பழுதடைந்த விசில்போல எங்கோ தொலைவில் அதன் சிணுங்கல் கேட்டுக்கொண்டேயிருந்தது. இடையில் சிறுநீர் கழிக்க எழுந்த தாவூதும் நாயின் சிணுங்கலைக் கேட்டார். காலையில் பேசிக்கொள்ளலாம் என்று படுத்துவிட்டார். தொங்கு உறக்கம் போல அன்றிரவு யாருமே முழுமையாக உறங்கவில்லை. அய்லியின் அழுகையும், கோபமும் அன்றைய இரவுக்குத் துர்முகத்தைக் கொடுத்துக் கொண்டிருந்தது.

விடிந்தும் விடியாமலும் போர்வை நீக்கிக் கண்விழித்த நிஸாவும் தாவூதும் படுக்கையில் அய்லியைக் காணாமல் பதறிப்போனார்கள். அத்தனை கடுமையாக நடந்திருக்க வேண்டாம் என்று தோன்றிய மாத்திரத்தில் குழறத் தொடங்கினாள் நிஸா. “எல்லாம் உன்னாலதான். . . புள்ளைய அப்படியா அடிப்பார்கள்” என்று சிடுசிடுத்தார் தாவூத். ஒரு வார்த்தைகூடப் பேசாமல் மௌனித்துவிட்டாள் நிஸா. அய்லி பிறந்த பிறகு நிஸாவின் குணாம்சங்கள் முற்றாக மாறிவிட்டிருப்பதை தாவூத் உணர்ந்திருந்தார். குழந்தை விரைவாகப் பேசுகிறாள், விரைவாக நடக்கிறாள் என்று எல்லோரும் ஆரவாரமாக மகிழ்ச்சியடைந்தபோதெல்லாம், ஏன் எல்லாம் விரைவாக நடக்கணும், எல்லாக் குழந்தைகளையும் போல ஏன் நம் குழந்தை இல்லையெனக் கலங்குவது அவளது வழக்கமாயிருந்து வந்திருக்கிறது. குழந்தையை இனி அடிப்பதில்லை என்று முன்னொருபோது தனக்குள் செய்து கொண்டிருந்த சபதத்தை மீறிய குற்றஉணர்ச்சியில் தலையைக் கவிழ்த்தபடி இருந்தாள்.

இருவருமாக அய்லியைத் தேடிப் புறப்பட்டார்கள். அவர்கள் அஞ்சினாற்போல அவள் எங்கும் தூரமாகப் போய் விடவில்லை. நாய்க் குட்டியையும் கக்கத்தில் இடுக்கிக் கொண்டு உம்மம்மாவின் வீட்டு வாசலில்போய் நின்றாள். புழக்கடைக்குப் போக அதிகாலையிலேயே கதவைத் திறந்த ஜெய்நூர் இந்தக் காட்சியில்தான் சொடுங்கியிருந்த கண்களைத் திறந்தாள். தாவூதும் நிஸாவும் மகளைத் திரும்பப் பார்த்ததும் சிறிது ஆசுவாசமானார்கள்.

“நாய்க்குட்டி என்னோடுதான் இருக்கும். எங்கும் போகாது” திடமாகச் சொல்லிக்கொண்டு நின்றாள் அய்லி.

இந்தக் கலவரத்தில் ஜெய்நூர் வீட்டுத் திண்ணையில் கூட்டம் கூடிவிட்டது. அய்லி எதிர்பார்த்தாற்போல உம்மம்மாவும், சாச்சிமாரும் துணைக்கு வரவில்லை. எல்லோரும் “நாயைக் கீழே இறக்கிவிடு...”, “அதைவிட்டுத் தள்ளி நில்லு...” என்றே திரும்பத் திரும்பச் சொல்லிக்கொண்டிருந்தார்கள். “இது குட்டி நாய். ஒரு மாசம்கூட இருக்காது. தாய்க்கிட்டப் பால் குடித்து வளர வேண்டிய குட்டி. ஆற்றுப்பாலத்தடியிலேயே கொண்டு விட்டுடலாம்...” என்று அவளை இணங்கச்செய்ய முயன்றார்கள். “தாய் அங்க இல்ல... குட்டி தனியா கத்திக்கிட்டு இருந்திச்சி” எனத் தர்கித்தாள் அய்லி. அன்றைய தினம் பள்ளிக்குப் போவதைக்கூட மறந்திருந்த அவள், யார் என்ன சொல்லியும் கேளவில்லை, பயங்காட்டியும் பணியவில்லை. நேற்று உம்மா விடம் அடிவாங்கிக் கொண்டு கதறியழுதபடி அறைக்குள் ஒடுங்கிப்போய் படுத்துக் கொண்டது இவளைப் போல வேறு யாரோ என்று எண்ணச் செய்யும்படியாகத் திமிறிக்கொண்டு நின்றாள்.

“நாயோட சேர்ந்து உங்கட புள்ளையும் பாலத்தடிக்கே போகட்டும், போங்க” என்று தாவூத் நிஸா இருவரையும் பார்த்து ஆத்திரமாகச் சொன்னாள் ஜெய்நூர். அய்லி எந்தப் பதிலும் கூறவில்லை. அமைதியாக நின்றாள். மூர்க்கமாக எதுவும் செய்யாமல் இந்தச் சூழ்நிலையைச் சமாளிக்க முடியாது. அவளை அப்படியே விட்டுவிட்டு எல்லோரும் முன்னரே பேசிக்கொண்டதுபோல அவரவர் வேலைகளைப் பார்க்க கிளம்பிவிட்டார்கள். நாயைக் கண்டுபிடித்த இடத்திலேயே விட்டுவிட்டு வீட்டுக்குத் திரும்பி வருவாள் என்று எல்லோரும் ஒரே விதமாக நம்பினார்கள்.

மதியத்திற்கு மேலாகிய பிறகும், அவள் நாய்க்குட்டியை அணைப்பிலிருந்து விடுவிக்கவில்லை. புறவளவில் தலைவிரித்துக் கிளையெங்கும் மலர்ந்திருக்கும் பூக்களோடு நின்றிருந்த முருங்கை மரத்தினடியில், விசிலடித்து விளையாடிக்கொண் டிருந்தாள். இருவரும் மாற்றி மாற்றிக் கொஞ்சிக்கொள்வதை அடிக்கடி வேலிக்கு மேலாள் எட்டிப் பார்த்து அருவருத்துக் கொண்டிருந்தாள் நிஸா. அழுக்கேறிய நாயைக் கைகளில் வைத்து அவள் தடவுவதைக் காணக் காண நிஸா நிலைகொள்ளாமல் துடித்தாள். நாக்கால் அய்லியின் சிவந்த சின்ன விரல்களை நக்கி விளையாடிக்கொண்டிருந்தது நாய்.

சந்தைக்குப் போய்விட்டு வீட்டுக்குத் திரும்பிய தாவூத், இந்தச் சிகிச்சை முறை பயனளிக்காது என்று தெரிந்துகொண்டு, நிஸாவை இசையச் செய்தார். பிறகு, மகளை வந்து கூப்பிட்டார்.

நாயை வீட்டுக்குள் கொண்டுவரக் கூடாது, அதனைத் தொட்டுத் தடவக் கூடாது, அது நக்கி விளையாட அனுமதியில்லை இப்படி பல நிபந்தனைகளை அடுக்கினார். அய்லி எல்லாவற்றிற்கும் தலையசைத்தாள். முற்றத்தில் பலா மரமும், பிலிங்காய் மரங்களும் மறைத்துக்கொண்டிருந்த ஒதுக்கமான இடத்தில் நாய்க் கூண்டு ஒன்றையும் ஒரே நாளில் ஏற்படுத்தினார் தாவூத்.

நாயின் விசுவாசமான நம்பிக்கையான கண்களும், மென்மையான விளையாட்டுத்தனமும் விரைவில் தாவூதையும் நிஸாவையும் மனம் இளகச் செய்தது. நிலா என்ற பெயருடன் அது வளைய வளைய வந்து ஸ்திரத்தன்மையானதொரு தோழமையுடன் மகிழ்ச்சியான ஏற்றுக்கொள்ளலையும் நிகழ்த்தியது.

சிறிய விஷயங்களுக்கும் நன்றியை உணரப் பயிற்றுவித்த நிலாவை இறுக்கமாக அணைத்துக் கொஞ்சி கூண்டைத் திறந்து அதனுள்ளே விட்ட பின் படுக்கைக்குப்போனாள் அய்லி.

8

வீட்டிலுள்ள ஒவ்வொரு அறைகளும் புலப்படாத அவளுடைய அடக்கமான இருப்பால் நிரம்பியுள்ளன. அவளது பிரசன்னம் ஒரு தனித்துவ மான வாசனையோடு நிகழ்கிறது. எப்போதும் அவள் வெறும் குரலாக மட்டுமே பிரசன்ன மாகிறாள். இலைக் காம்பு உதிர்வதுபோன்ற நிசப்தத்துடன், சிலபோது ஆலவிருட்சம் அடிசாய்வதுபோன்ற பேரொலியுடன் வந்து போகிறதவளின் குரல். இது யாரினுடைய குரல்? ஏன் எனக்கு மட்டுமே கேட்கிறது? நடுநிசியில் சின்ன உறுமலுடன் விழிக்கச்செய்கிறது; கடல் அலைகளுக்குள் மூழ்கடிப்பதைப் போல ஒரு நொடிக்குள் இழுத்துச் செல்கிறது.

இழுத்துச்செல்வது எது? குரலா... குரலின் கரங்களா?

யார் நீ?

குரலுக்கு அல்லது குரலுக்குரியவளுக்கு என்னிடம் என்ன தேவை இருக்க முடியும்? அவள் தனக்கு வேண்டியதை என்னிடமிருந்து எடுத்துக்கொள்கிறாளா? அல்லது தனக்கு வேண்டியதை எடுப்பதற்காக என்னை என் ஒவ்வொரு பருவத்திலும் தயார்படுத்துகிறாளா? அவள் ரகசியத்தை என்னிடம் வெளிக்காட்டாமல் பதுங்கியிருக்கிறாளா?

ஓ குரலே! பருத்திமனையில் மேவப்பட்ட புல்லின் மினுக்கத்தை என் மனதுக்கு நீதான் தந்து செல்கிறாய். யார் நீ, உன் ரூபம் எப்படி இருக்கக் கூடியது, நீ என்ன நிறம், வானத்தின் நீலமா, மேகத்தின் வெண்மையா, நீர்போல நிறமற்றவளா நீ, கேழ்வரகு குருணல்களை அள்ளி அலைந்து விளையாடுவதுபோல உன்னை அள்ளி

விளையாட முடியாதா, விரல்களால் நெட்டித் தெறித்தால் நீராக விரிந்துகிடப்பாயா நீ, அள்ளிக் கொப்பளிக்க நிலவாக நிமிர்ந்து நிற்பாயா நீ, பூவரச மரங்களை நீ பார்த்ததுண்டா, அதன் நிழலில் எப்போதாயினும் இளைப்பாறியதுண்டா, ஆ, உருவமற்ற உனக்கெதற்கு நிழல்?

ரயிலின் வேகத்தில் மூளைக்குள் நிகழும் இந்தக் கேள்விகளை ஒவ்வொரு நாளும் ஒவ்வொரு இரவும் குரலின் பிரசன்னம் நிகழும் ஒவ்வொரு முறையும் அவள் கேட்கத் தவறுவதேயில்லை. மூச்சுத் திணறச்செய்யும் அந்தரங்கக் கேள்விகளுடன் படுக்கையில் புரண்டபடி அறியப்படாமலும் புரியப்படாமலும் அவளுக்கு நேரும் இந்த அனுபவங்கள் தன்னை இறுகப்பற்றிக் கொண்டிருப்பதை அவள் விரும்பினாள்.

நலவையும் கெடுதியையும் கொஞ்சமும் ஈவு இரக்கமின்றி ஒப்புவித்துவிடும் உருவமற்ற குரலிடம் ஓர் அணில் குஞ்சு நான் என் செய்வேன்? அவள் ஒப்புவிக்கும் நலவுகளில் நானில்லை. ஒப்புவிக்கும் கெடுதிகளின் கயிற்று நுனியும் என் வசம் இல்லை.

ஓ குரலே! உன் வரவற்ற இரவு திராட்சையின் கோதாக என்னைத் துப்பியெறிவதைப் பார். கொள்ளிவாய்ப் பிசாசுபோல விழியிரண்டும் தீ கக்கத் திறந்து கிடப்பதைப் பார். தீ விழுந்து தாக்கிய இளம் மரமாகக் கதறித் துடிக்கும் என்னைப் பார். கால்கள் வலுவிழந்து இழுத்துக்கொள்கின்றன. என்னையே நான் இழந்து விடுவேனோ என அஞ்சுகிறேன்.

வசந்தத்தின் இனிமையான காற்றில் தன்னைக் கொண்டு செல்லப்போகும் குரலுக்காகக் காத்துக் கிடந்தபடி, எதையெல்லாமோ எண்ணிக்கொண்டிருந்த அய்லியின் கூடுதல் உணர்திறன் கொண்ட மூக்குத் துவாரங்கள் அந்த விசேசமான வானையை நுகர்ந்தன. புகைமூட்டத்தில் நடப்பதுபோல மூளைக்குள் மெதுவாக ஏறும் அந்த நறுமணம் பூமிக்குச் சொந்தமானதில்லை என அய்லிக்குள் ஓர் எண்ணம் இருந்து கொண்டேயிருக்கும். விழிப்பிலும், கனவிலும் தன்னைவிட்டு விலகாத அந்த வாசனை வளர்ந்தும், மாறியும் வெவ்வேறு சக்திகளின் திரட்சியாக இறங்க முழு பலத்தையும் ஒன்றுகூட்டி எழுந்தமர்ந்தாள் அய்லி.

பாதத்தில் ஈரம் படருவதைப் போலிருந்தது. தொண்டைக்குழி நீருக்கு ஏங்கியது. வியர்வை பொங்குகின்ற உடல் ஒரு சிறு பறவையினுடையதைப் போல நடுங்கிக்கொண்டிருந்தது. அந்த வாசம் எங்கே கசிகிறதென்று தெரியாமல்

அய்லியின் கண் வில்லைகள் அங்குமிங்கும் அசைந்தன. சுவாசத்தையே அறுப்பதுபோல வாசனை, உடலைத் திரவமாகக் கரையச் செய்கிற வலி ஒவ்வொரு இமைகளையும் மயிர்களையும், ஒவ்வொரு நகங்களையும் நாளங்களையும் பிடிங்கியெறிவது போல கதறச் செய்கிறது. கண்களில் திரள்கிற நீர்ப்படலத்தை மறைத்தவாறு ஜன்னலைப் பார்த்தாள். ஜன்னலின் செவ்வக வடிவ வானத்தில் அவளுக்கு மட்டுமே தெரிந்த ரகசியங்களுடன் நட்சத்திரங்கள் பூத்து ஒளிர்ந்துகொண்டிருந்தது.

சூறாவளிக் காற்றாகி உடலின் சுவர்களைத் தகர்த்தெறிகிற படியாக, நீ மாத்திரமே உடமை என்பதுபோன்ற ஆங்காரத்துடன் உயிரின் ஒவ்வொரு செல்லையும் இறுக்கிப் பிடிக்கிற இந்த வலியை அவள் நீட்சியாக அவ்வப்போது அனுபவிக்கிறாள். இந்த வலி எப்போதிலிருந்து எப்படித் தனக்குள் நுழைந்ததென்று அவளுக்குத் தெரியாது. பிரபஞ்சத்திற்கும் தனக்குமிடையில் பாலமாக இந்த வலியே இருப்பதாக அவள் எண்ணினாள். வேட்டை விலங்கின் நகங்களுக்கிடையில் இரையாகச் சிக்கிய பறவைப்போல பதறித் தடுமாறும் இந்தத் தருணங்களுக்குப் பிறகான பொழுதுகள் அவளைப் புதிதாக்கிவிட்டுப்போவது போல உணர்ந்தாள். கதறலில் இருந்து விடுவித்து, தன்னைத் திருப்பித் தந்துவிட்டு மெல்ல நகரும் இந்த நிலைகுலைக்கும் வலியிலிருந்து அவள் தன்னை விடுவிக்க எண்ணினாளில்லை. மழையில் நனைவதை விரும்புகிற குழந்தைபோல இந்த வலியை அவள் விரும்பினாள். இது வெறும் வலி அல்ல, தன்னை மறு உயிர்க்கச் செய்யும் அற்புதக் கனி என நம்பினாள்.

சில ஆண்டுகளுக்கு முன்பொரு முறை உம்மாவும் உம்மம்மாவும் காசிம் பாவாவிடம் தன்னை அழைத்துப் போயிருந்த சமயம் சில விசித்திரமான ரகசியங்களை அய்லி தெரிந்துகொண்டிருந்தாள்.

சந்தன ஊதுபத்தி வாசனையும், சாம்பிராணி புகையும் அவரது சிறிய அறையை நிறைத்துக்கொண்டிருக்கும் ஸ்தூலமான அந்தக் காட்சியும் அவர் நிகழ்த்தும் சடங்குகளும் விசித்திரமான உணர்வுகளைக் கிளர்த்த நீரில் மிதந்து எங்கோ வேற்றுக் கிரகத்திற்கு வந்துவிட்டாற்போல மாயஜாலம் காட்டியது. அவரது அறையின் சுவர்களில் அரபு எழுத்துகளும் பிறையும், நட்சத்திரங்களும், எண்ணற்ற அடையாளம் காண முடியாத உருவங்களும் பொதித்துத் தொங்கும் பச்சைச் சீலைகளைக் கண்காட்சிக்குச் சென்ற சிறுமியைப் போலப் பார்த்துக்கொண்டிருந்தாள்.

நோய் நொடி பீடித்தவர்களும், தீராத நாட்பட்ட பிரச்சினைகளுடன் அவதியுறும் பலரும் பாவாவின் தரிசனத்திற்காக வாசலில் குமிந்து காத்திருந்தார்கள். அவரவரது பிரச்சினைகளின் தன்மைக்கு ஏற்ப அட்சரக்கூடு, காப்புத் தகடு, மந்திர நூல் என்று மாற்றி மாற்றித் தந்து அனுப்பினார் பாவா. சிலருக்கு ஓதி ஊதிய தண்ணீரை முகத்தில் விசிறி அடித்து சைத்தானை விரட்டும் வீரதீரச் செயல்களையும் நிகழ்த்தினார்.

இவர்களது முறை வந்தபோது, "குழந்தைக்கு என்ன" என்று அடிக் குரலில் கேட்டார். நிஸாவும் ஜெய்நூரும் தொண்டையைச் செருமிக்கொண்டு அய்லியைத் திரும்பிப் பார்த்தார்கள். நிஸா பதற்றமான குரலில் தனக்குள் புதைத்து வைத்திருந்த, தன் நிகழ்கால வாழ்வைக் கறையான்கள்போல மெல்ல அரித்துக் கொண்டிருக்கும் காரணங்களை விவரிக்கத் தொடங்கினாள்.

"தனியாகப் பேசிச் சிரிக்கிறாள். ராவில் உறங்குவதில்ல. விடியற்காலையில் அறைக்குள் யாரோடோ பேசுறாள், சிரிக்கிறாள். அந்த அறையைவிட்டு எங்களோடு வந்து படு என்டு கூப்பிட்டாலும் வருவதில்ல. பலவந்தமாக எங்களோடு படுக்க வைத்தாலும் நள்ளிரவில் எழும்பிப் போய் அந்த அறைக்குள்ளேயே படுத்துக்கொள்கிறாள்..."

நிஸா அடுக்கிய புகார்களைச் சுருமா தீட்டிய கூர்மையான, கருணை நிரம்பித் ததும்பும் கண்கள் மூடியிருக்கக் கேட்டுக் கொண்டிருந்தார், காசிம் பாவா. தொளதொளக்கும் வெள்ளை ஜிப்பாவும் பச்சைத் தலைப்பாகையும் அணிந்து மந்திரவாதியாகத் தெரியும் அவரை வியப்புடன் பார்த்துக்கொண்டு சம்மணமிட்டுப் பவ்யமாக அமர்ந்திருந்தாள் அய்லி.

தன்னைப் பற்றிய தன் தாயின் கவலைகளை அன்றுதான் அய்லி முதன்முறையாகச் செவியுற்றாள். அன்றைக்கென்று விசித்திரமாக, கறுப்பு வளையங்கள் போட்ட மஞ்சள் சேலையை உடுத்தியிருந்தாள் நிஸா. பதுர் மாமி டுபாயிலிருந்து கொண்டு வந்த அந்தச் சேலை, உம்மாவின் கைகளைச் சேருவதற்கு முன்பே தனக்குத் தெரிந்துவிட்டதை மீண்டுமொருமுறை எண்ணிப் பார்த்தாள். அது கனவில் நிகழ்ந்தவொரு அனுபவம். அய்லி எத்தனை முறைகள் கூறியும் நிஸா அதனை நம்பினாளில்லை. கனவு அப்படியொருபோதும் தத்ரூபமாக இருக்காது என்பது நிஸாவின் திண்ணமான எண்ணம். உறக்கத்திலும் உயிர்ப்புடன் இருப்பவளின் கனவுகளை இங்கே யாருமே நம்பப்போவதில்லை என்பதை அப்போதுதான் அய்லி தெரிந்துகொண்டாள்.

நிஸா தன் புகார்கள் அனைத்தையும் ஒப்புவித்து முடித்து விட்ட பிறகு கன்னத்துக் குழி உள்ளே போய் வர அவர் வாயிலிருந்து "உஷ் பிஷ் குஷ்" என்று காற்றாய் வரும் பொருள் விளங்காத அரபுச் சொற்களில் எதைஎதையோ ஓதினார். அய்லியின் தலையில் மயிலிறகு விசிறியொன்றை வைத்துக் குரலை உயர்த்திச் சத்தமாக ஓதினார். ஒவ்வொரு வசனங்களின் பின்னரும் அவள் முகத்தில் காற்றை "ஃபூ. . ." என்று ஊதினார். தனது வலது உள்ளங்கை முழுவதும் அய்லின் தலையில் அழுத்திக்கொண்டிருக்க, கண்களை மூடியபடியே, "விரல் படாமல் தண்ணீர் வேண்டுமே" என்றார். தயாராகக் கொண்டு வந்திருந்த வெள்ளிச் செம்பை எடுத்துக்கொண்டு பாவாவின் முற்றத்திலிருந்த கிணற்றடிக்கு விரைந்துபோய், கிணற்றிலிருந்து அள்ளிய குளிர்ந்த நீர் நிரம்பிய செம்பை நீட்டினாள் ஜெய்நூர். நீர் நிரம்பிய செம்பைத் தனக்கு முன்னால் வைத்துக்கொண்டு ஓதுவதைத் தொடர்ந்தார். அரபு வாக்கியங்களைச் சொல்லிச் சொல்லி செம்பிலிருந்த தண்ணீரில் ஊதினார். ஓதி ஊதிய தண்ணீர் செம்பிலிருந்து மூன்று மிடர்கள் நீரை அருந்தச் சொன்னார். செம்பைக் கையில் எடுத்த நிஸா அய்லியைப் பார்த்தாள். செம்பின் அகன்ற வளைவில் உதடுகளைக் குவித்து மூன்று மிடர்கள் உறிஞ்சினாள், அய்லி. நீர் நன்றாகக் குளிர்ந்திருந்தது. மூன்று மிடர்கள் குடித்த பிறகு முகம், கை கால்களைக் கழுவச் சொல்லி வாசலுக்கு அனுப்பினார். குவித்துப் பிடித்த நிஸாவின் உள்ளங்கைக்குள் செம்பிலிருந்த நீரைப் பக்குவமாகச் சிந்தாமல் சிதறாமல் ஜெய்நூர் ஊற்றித் தர, அய்லியின் கை கால்கள் நனையும்படி தனது கைகளை உடலெங்கும் பரவவிட்டு எடுத்தாள் நிஸா. மூவரும் மீண்டும் பாவாவின் அறைக்குள் வந்தார்கள்.

அரபு எழுத்துகள் பதித்த செப்புத் தகட்டை வெள்ளி அட்சரக்கூட்டுக்குள் சுருட்டிச் செருகி மூடிக்கொண்டிருந்தார் பாவா. அட்சரக்கூட்டைக் கறுப்பு நாடாவில் கோர்த்து அய்லியின் இடுப்பிலோ, கழுத்திலோ கட்டிவிடச் சொன்னார்.

"இந்த அட்சரக்கூடு எப்பவும் பிள்ளையோட இருக்கணும். ஷைத்தான், தீய சக்திகள் அண்டாமல் இது பாதுகாக்கும். . ." என்று அவர் சொன்னதும், பாவாவை அண்ணார்ந்து பார்த்தாள், அய்லி. அவள் பார்வையில் அச்சமும் சுவாரசியமும் தெரிந்தது.

"வீட்டுக்குக் காவல் தேவைல்லயா, பாவா" பவ்வியமாகக் கேட்டாள் ஜெய்நூர். "இப்போதைக்கு வேண்டாம். இதுபோதும். இதுக்கும் கட்டுப்படலை என்றால் பார்ப்போம்" என்றார்.

இதெல்லாம் எதற்காகச் செய்கிறார்கள் என்று தனக்கு முழுவதும் புரியாதபோதும் ஒரு பொம்மைபோல இணங்கிப் போய்க்கொண்டிருந்தாள். தாவூதுக்குத் தெரியாமல் "காவல் சடங்கில்" ஈடுபட்டதால் கறுப்பு நாடாவில் கோர்த்த அட்சரக்கூட்டை இடுப்பில் கட்டுவதென்று பெண்கள் இருவரும் இரகசியமாகத் தீர்மானித்ததையும் அய்லி கேட்டுக் கொண்டிருந்தாள்.

இந்தச் சடங்குகள் முடிந்து வெளியேறியதும் கனவுலகி லிருந்து தரைக்கு இறங்கினாற்போல உடல் சில்லென்று குளிர்ந்திருந்தது. அந்த உணர்வின் மர்மத்தைக் கண்டறிவ தற்குப் போலவே இன்னொரு முறையும் அவரிடம் செல்ல வேண்டும் என்ற விசித்திரமான எண்ணத்தோடு அங்கிருந்து வெளியேறினாள்.

குழந்தையை ஒத்த குரலில் தன்னோடு உறவாடும் உருவமற்ற தோழியை இவர்கள் ஷைத்தான் என்று கருதுவது அவளுக்குத் துக்கமாக இருந்தது. அவள் தனக்கும் பிறருக்கும் எந்தத் தீங்கும் செய்யாதபோதும் ஏன் இவர்கள் இப்படி நடந்துகொள்கிறார்கள் என சிந்தித்தபடியிருந்தாள். அவளைப் பற்றிச் சொல்லிவிட்டால் இவர்கள் இப்படிச் செய்வதை யெல்லாம் நிறுத்திவிடுவார்களாயிருக்கும் என்றும் ஒரு கணம் எண்ணினாள்.

அவளைப் பற்றி என்ன சொல்வேன், அவளைப் பற்றிச் சொல்வதற்கு எனக்கு என்ன தெரியும்? கனவுகளை நம்பாதவர்கள் நான் சொல்லப் போவதையெல்லாம் எப்படி நம்புவார்கள்? பாவாவிடம் கூட்டிவந்து அட்சரக்கூடு கட்டியிருக்கிறார்களே, அவர் ஓதிய தண்ணீரைக் குடித்து உடலைக்கூடக் கழுவிக் கொண்டிருக்கிறேனே, குரல் இனி கேட்குமா? கேட்காமலே போய்விட்டால்..? அய்லிக்குப் பயமும் அழுகையும் ஏற்பட்டது.

வீட்டுக்கு வந்ததும், கலங்கிய கண்களுடன் அறைக்குள் ஓடி மறைந்த அய்லியை மூர்ச்சையான அளவிற்கு அமைதியோடு பார்த்துக்கொண்டு நின்றார்கள் நிஸாவும் ஜெய்நூரும். மகளின் அசாதாரணங்கள் குறித்த அக்கறையை எந்த எதிர்வினை களாலும் அடக்குவதற்குத் துணிவற்றவராக இருக்கும் தாவூதிற்கு இவர்கள் செய்துகொண்டு வந்திருக்கும் "காவல் சடங்கு" தெரிந்துவிடக் கூடாது என்ற கவனமும் இருந்தபடி யால் அன்று எல்லோரும் அமையதியாகப் படுக்கைகளில் போய் விழுந்தார்கள்.

அசையாத கண்களுடன் அன்றிரவு முழுவதும் விழித்துக் கொண்டிருந்தாள் அய்லி. யாருக்குமே கேட்காமல் தனக்கு மட்டுமே கேட்கின்ற அந்தக் குரல் இனிக் கேட்காமலே போனதெனில், நிஸாவும், ஜெய்நூரும் பாவாவும் எண்ணுவது போல அது சைத்தானினதுதான் என தானும் நம்ப வேண்டி யிருக்கும். உள் மனதில் நிகழ்ந்துகொண்டிருக்கும் மர்ம விசாரணை அவளது விழிகளைப் பிடித்து நிறுத்தியிருந்தது. இடுப்பில் கட்டியிருக்கும் அட்சரக்கூட்டைத் தொட்டுப் பார்த்தாள். இதனைக் கழற்றிவீசினால் குரல் மீண்டும் கேட்கலாம் என ஊகித்தபோதும் அவ்வாறு செய்யாதிருந்தாள். குரல் இந்த நிமிஷமே எனக்குக் கேட்கலாம் அல்லது நாளையோ மறுநாளோ ஏன் ஒரு வாரத்தில் கூட வரட்டும். இவர்கள் எல்லோரும் ஊகிப்பதைப் போல என்னோடு உரையாடிச் செல்லும் குரல் சைத்தானினது இல்லை என்று மட்டும் என்னை நம்பச் செய்தால் போதும்.

அலைக்கழிக்கும் மர்மத்தைத் தேடுவதற்குப்போல கண்களை மூடிக்கொண்டாள் அய்லி. சந்தேகங்களும் குழப்பங்களும் இல்லாத விடியலைப் பிரவேசிக்கும் கதவுகள் அவள் கண்களை மூடும்போதே திறந்துகொள்கின்றன. துக்கமும் அநியாயங்களும் நிரம்பிய நிஜ உலகத்தை விடவும் அழகானது, பாதுகாப்பானது கனவுலகம். சந்திரனை முத்தமிடுவதும், அதன் ஒளியில் அலைந்து விளையாடுவதும் கனவுகளில் அவளுக்கு வாய்க்கிறது. ஒவ்வொரு விடியலின் போதும் அவள் புதிதாகவே எழுகிறாள்.

அய்லியின் கண்களில் திடீரென திறந்த ஜன்னலூடே முடிவில்லாத ஓவியங்கள்போல பறவைகளும், நட்சத்திரங் களும் சென்று மறையும் காட்சியை ஊடறுத்துக்கொண்டு அலையெனப் பாய்ந்த மஞ்சள் ஒளி கண்களைக் கூசச் செய்தது. படுக்கையில் மல்லாந்து கிடந்த அய்லியை மஞ்சள் ஒளிக் கரங்கள் தாய்போல அணைத்துத் தூக்கிக்கொண்டு ஜன்னலுக்கு வெளியே பாய்ந்தது.

தவிப்போடு காத்துக்கிடந்த குரலின் பிரசன்னம், இதயத்தின் ஆழத்திலிருந்து நறுமணத்தின் சாளரங்களைத் திறந்து கொண்டு காதுகளை நிறைக்கிறது. இந்த முறை என் கேள்வி களுக்குப் பதிலளிக்காமல் உன்னைப் போக அனுமதிக்க மாட்டேன் என்று தொடக்கத்திலேயே உறுதிசெய்து கொள்கிறாள்.

"நான் சைத்தான்களோடு பேசிக்கொண்டிருக்கிறேனாம். கெட்ட ஆவிகளின் தூண்டுதலினால் தான் நடக்கப்போவது

முன்கூட்டியே என் கனவாக வருகின்றனவா" அவள் குரலில் தவிப்பு, உரிமை, உறுதி, அச்சம், கெஞ்சல் எல்லாமும் ஒருசேரக் கூடியிருந்தது.

"உனக்கிருக்கும் ஆற்றலைப் பிறர் வேறெப்படிப் புரிந்து கொள்ள வேண்டுமென எதிர்பார்க்கிறாய்?"

"என்ன, அப்படியென்றால் நான் சைத்தான்களுடன் பேசுகிறேனா... நீ ஆவியா"

"நான் யார் என்பதிருக்கட்டும். நீ உன்னை எப்படிக் காண்கிறாய்? உன் ஆற்றல் உனக்குத் தெளிவாக விளங்குகிறதா?"

"எப்போதோ புத்தகங்களில் படித்த சொற்கள், அல்லது யாருடையதோ புன்முறுவல் என்னையதேச்சையாகப் பிடித்திழுக் கிறது. சிலரைப் பார்த்தவுடன் அவர்கள் இறந்துகொண் டிருப்பது வரையில் தெரிகிறது. ஒரு நிலைக்கண்ணாடிக்குள் நுழைவதுபோல என்னால் பல விசயங்களைக் கண்டுணர முடிகிறது. பல விசயங்கள் என் வாழ்வில் எப்போதோ நடந்தது போலயிருக்கிறது. அத்தகையதொரு நிகழ்ச்சி உண்மையில் இடம்பெற்றதா, எனக்குக் குழப்பமாக இருக்கிறது. நான் தான் ஆவியா?"

"எல்லாரும் சுவர்க்கத்திற்குச் செல்வதற்கு ஆசைப்படு கிறார்கள். ஆனால் மரணிப்பதற்கு அஞ்சுகிறார்கள்... ஹா... ஹா..."

"ஏன் சிரிக்கிறாய்? நான் கேட்டதற்குப் பதில் இதல்லயே"

"மரணிப்பதற்கு அஞ்சினால் சுவர்க்கம் செல்வது எப்படி சாத்தியம்? மரணிக்கவே அஞ்சுகிறவர்களால் எப்படி மரணித்தவர்களின் இருப்பை விளங்கிக்கொள்ள முடியும்?"

"நீ ஒரு சைத்தானின் குரல் இல்லையென்றே இருக்கட்டும். அப்படியென்றால் யார் நீ? ஜின்களை எரியும் புகையற்ற நெருப்பிலிருந்து அல்லாஹ் படைத்தான். ஜின்கள் கண்ணுக்குத் தெரியாத உயிரினங்கள். மனிதர்களுக்கு அவர்களைப் பார்க்கும் சக்தி இல்லை, அவை மனித கண்ணுக்குத் தெரியாது. நீயொரு ஜின் என்று நம்பலாமா?"

"ஜின்களுக்கும் சைத்தான்களுக்கும் என்ன பேதம்?"

"ஜின்கள் மனிதர்களுக்கு இணையான உலகில் வெவ்வேறு பரிமாணங்களில் வாழ்கின்றன. ஜின்களின் ஆயுட்காலம்

மனிதர்களினதை விடவும் மிக நீண்டது. சுமார் ஆயிரம், ஆயிரத்தி ஐநூறு ஆண்டுகள்வரை ஜின்களால் வாழ முடியும். "ஜின்" உயிரினத்திலும் விசுவாசிகள், அவிசுவாசிகள் என இரு வகை உண்டு. அவிசுவாசிகள் "சைத்தான்" என்று அழைக்கப்படுகிறார்கள். அவிசுவாசிகளான ஜின்கள் தவறான பாதையில் அழைத்துச் செல்ல முயற்சிப்பார்களாம். அவர்கள் அல்லாஹ்வின் நினைவிலிருந்து நம்மை விலக்க முயற்சிப்பார்களாம்"

"நான் சைத்தானுமில்லை, ஜின்னும் இல்லை"

"அப்படியென்றால், யார் தான் நீ நான் வாழும் பூமியில் தான் நீ வாழ்ந்தாயா, இப்போது எங்கிருந்து என்னிடம் வருகிறாய். எப்படி மரணித்தாய்? மரணம் பற்றிச் சொல். அது வலிக்கக் கூடியதா, வலித்ததா உனக்கு..."

"மரணம் வலிக்கக்கூடியதில்லை. நாம் பூமிக்கு வருவதற்கு முன்பு வாழ்ந்தோம், இறந்த பிறகும் வாழ்வோம். மரணம் முடிவல்ல. மனித வாழ்வு சுழற்சியான ஒரு பயணத்தில் இருப்பதைப் புரியாமல் அழுது புலம்புகிறார்கள். அப்படியே மரணித்தவர்களை மறந்துவிடுகிறார்கள். பிரிவுதான் வலியைத் தருவது. என்னோடு பேசிக்கொண்டிருப்பதை அன்புக்குரியவர்கள் நிறுத்திக்கொண்டதுதான் வலியானது. மரணத்தின்போது, ஆத்மாவும் உடலும் பிரிகின்றன. உடல் மண்ணறைக்குப் போன பிறகும், நம் ஆத்மாவும், நாம் யார் என்பதன் சாராம்சமும் வாழ்கிறது. சொர்க்கம் என்பது பூமிக்குரிய கவலைகளிலிருந்தும் துக்கங்களிலிருந்தும் அனுபவங்களிலிருந்தும் ஓய்வடைவது."

"என்ன இப்படிச் சொல்லிவிட்டாய், சுவர்க்கம் என்பது வெறும் ஓய்வடைவதைக் குறிப்பது மட்டுந்தானா? சுவர்க்க லோகத்தைப் பற்றி எவ்வளவோ சொல்லித்தரப்பட்டிருக்கிறதே! சுவனத்தில் இருப்பவர்கள் நட்சத்திரங்களைப் போன்று ஒளி வீசிக்கொண்டிருப்பார்கள்; மனம் விரும்பும் ஒவ்வொரு பொருளும், கண்கள் விரும்பும் ஒவ்வொரு இதமான காட்சிகளும் இருக்கும்; சுவனவாசிகள், எப்பொழுதும் ஜீவித்து இருப்பார்கள்; ஒருபொழுதும் மரணிக்க மாட்டார்கள்; எப்போதும் ஆரோக்கியமாக இருப்பார்கள்; ஒருபொழுதும் நோயாளி ஆக மாட்டார்கள்; என்றுமே வாலிபத்திலேயே இருப்பார்கள்; ஒருபொழுதும் வயோதிகம் அடைய மாட்டார்கள்; எப்பொழுதும் சுகத்தை மட்டுமே அனுபவித்துக் கொண்டு இருப்பார்கள்; ஒருபொழுதும் கஷ்டப்பட மாட்டார்கள்; அங்கே அடக்கமான பார்வையும், நெடிய

கண்களும் கொண்ட சிப்பிகளில் மறைக்கப்பட்ட முத்துக்களைப் போல அமர கன்னியர்கள் இருப்பார்கள்; முன்னர் எந்த மனிதனும், எந்த ஜின்னும் தீண்டியிராத புதிய படைப்பாக உண்டாக்கப்பட்ட கன்னிப் பெண்கள் அவர்கள்; தோட்டங்களும், திராட்சைக் கனிகளும் தாராளமாகக் கிடைக்கும்; நினைத்தபோதெல்லாம் கிண்ணங்களில் திராட்சை ரசம் நிரம்பி வழியும்; சுவனத்தில் கற்களுக்குப் பதிலாகத் தங்கம், வெள்ளி கற்களால் கட்டப்பட்ட வீடுகளிருக்கும்; சாந்துக்கு ஈடாக கஸ்தூரி; மண்ணுக்குக் குங்குமம்; சிறு கற்களுக்கு மரகதமும் பவளமும்; கஸ்தூரி மணம் கமழும் முத்துக்கூடாரங்களும் எல்லாம் எல்லாமே…"

"சுவர்க்கம் பற்றிய உன் வியாக்கியானங்கள் அழகு. காலங்காலமாகக் கடத்தப்பட்டு வரும் இந்த விவரணங்கள் என் தாயின் ஞாபகங்களிலிருந்தது. பின் எனக்கும் கடத்தப்பட்டது. ஞாபகங்களானது மனித மூளையைவிடவும் சக்தி வாய்ந்தது. ஞாபகங்கள் மூளையை உள்ளடக்கியிருக்கலாம்; ஆனால் அது மூளைக்கு அப்பாலும் சென்றடையக்கூடியது. ஒரு நபரின் எண்ணம் மற்றொரு நபரின் உயிரியல், உடலியல், உணர்ச்சித் தொடர்பு இல்லாமல் தொலைதூரத்தில் செல்வாக்குச் செலுத்தும் சாத்தியக்கூறுகள் பற்றி நீ அறிந்திருக்க மாட்டாய். நனவு என்பது நமது உடலை விடவும் மேலானது. நான் என்னை ஞாபகங்களில் உயிர்வாழ்வதாக நம்புகிறேன். நான் ஒரு பௌதிக உடலாக இல்லாதபோதும், உடலுடன் தொடர்பு கொள்ளாதபோதும் எனது பிரக்ஞை செயற்படுகிறது. இந்தப் பிரக்ஞை எங்கிருந்து வருகிறது? கடந்த கால அனுபவத்திலிருந்து எனச் சொல்லிவிட முடியும். ஆனால் எல்லாமே கடந்த கால அனுபவத்துடன் தொடர்பானதில்லை. மரணத்தை அண்மித்திருந்த தருணத்தில் நான் கண்டறிந்த மிகப் பெரிய விசயம், முதலில், நான் பூமிக்கும் இன்னொன்றுக்குமிடையில் இருந்தேன். மூளையின் செயற்பாடு குறைந்து என் உயிர் உடலைவிட்டு வெளியேறிய பிறகும் என்னால் அனைத்தையும் பார்க்க முடிந்தது; கேட்க முடிந்தது. எனக்கு மூளை இல்லை. நான் சுவாசிப்பதையும் அறியவில்லை. எனது இப்போதைய இருப்பிடத்தைப் பற்றி உனக்குப் புரியத்தக்க வகையில் சொல்வதற்கு முடியாத என் இயலாமையைச் சபிக்கிறேன். ஆனால் ஒன்று, உடல் வாழ்க்கையில் நான் வாழ்ந்த இடத்தையும் விட இது எனக்கு நன்றாகத் தெரியும். மூளையின் செயல்பாடு குறையும்போது, உயிர் உடலை விட்டு வெளியேறி, புத்துயிர் பெறும் செயல்முறையை நீயும் சந்திப்பாய், ஒரு உயிரும் உடலும் சந்திப்பதைப் போலவே".

"எதை எதையோ சொல்லி என்னைக் குழப்புகிறாய். எனக்கு நேரடியாகப் பதில் சொல். யார் நீ?"

"உயிர் – ரூஹ், ஆத்மா. உடலின் உதவியால் ரூஹை அறிகிறோம். உயிருக்காகவே உடல். உடலுக்காக உயிர் இல்லை. இந்த உடலும் உயிரும் எங்கிருந்து வந்தன? இங்கு அவை செய்ய வேண்டியது என்ன? இவற்றின் முடிவுகள்தான் என்ன? உயிர், உடல் இரண்டினதும் பிறப்பு அல்லது தொடக்கம் ஒன்றாகவே இருப்பினும் அவற்றின் முடிவுகள் வேறுபாடானவை. மரணம் என்ற முடிவின் பலனாக உடல் மரிக்கின்றது. ரூஹ் ஜீவித்திருக்கும். ஆத்மாவின் விருத்திக்குக் காரணமாக இருப்பது அறிவு. உடல் எப்படி உயிருடன் சம்பந்தப்பட்டிருக்கிறதோ, அப்படியே அறிவும் உயிருடன் சம்பந்தப்படுகின்றது. அறிவின் மூலமாகவே உடல் பற்றிய விசயங்களை உயிர் தெரிந்து கொள்கிறது. உடல், உயிர், அறிவு – மூன்றும் சிலந்தியின் பின்னலைப் போன்றது. எனினும், அறிவுக்கும் ஆத்மாவுக்கும் ஓர் எல்லையுண்டு. மனிதன் தனது அறிவால் எல்லாவற்றையும் அறிந்துகொள்ள முடியாது. இங்கே அறிவின் பொருளும் பொருளுக்கு இடையிலான வேறுபாடும் கரைந்துவிடக் கூடியது. அறிவின் நிலைப்பாட்டில் சில நேரங்களில் அறிவு எனப்படுவதை மனம் என்றும் அழைக்கிறோம். மனம் என்ற சொல் இயற்கை என்றும் பொருள் கொள்ளப்படக் கூடியது. உனக்கு எனது குரலைக் கேட்க முடிவதும், என்னால் உன்னைப் பார்க்கவும் தொடர்பாடவும் முடிவதும் அறிவு, ஊகம் போன்ற மானிட அமைப்புக்குப் புறம்பானது. இடம், காலம், பொருள், அமைப்பு, தோற்றம், முதலியவற்றுள் அடங்காதது. உன் உயிருக்குள் உயிராகக் கலந்திருப்பவள் நான்... என் இதயத்திலிருந்த அனைத்தையும் பிரபஞ்சம் உன் இதயத்திற்குக் கடத்தியதால் கலந்துருவான உறவு இது...இந்த இணைப்பு உனது உள்ளொளி. உனக்கானது; உனக்கு மட்டுமேயானது! சைத்தான், ஜின் போன்ற மானிடர்களின் ஒற்றைப்படையான பார்வைகளுக்குள் அகப்பட்டு இவ்வொளி மங்கிப்போய்விடாமல் காப்பது உன் பொறுப்பு".

"நீ சொல்கிற எதும் எனக்குப் புரியவில்லை. உன் பேச்சைக் கேட்பதற்காக என் காதுகள் திறந்திருக்க விரும்புகின்றன. உன் குரலைக் கேட்பதால் என் இதயம் புத்துணர்வு பெறுகிறது. உன் ஒவ்வொரு வரவின்போதும் என் புத்தி விசாலமாகிறது. நான் உன்னைக் காணவே முடியாதா..? என் கண்களுக்கு உன் தோற்றத்தைக் காண்பதற்கான சந்தர்ப்பமே இல்லையா?"

"தாராளமாக என்னை நீ காணலாம். இவளை நீ நேசிப்பாய். இவளால் நீயும் நேசிக்கப்படுவாய். உன் முதுகுப் பின்னால் திரும்பிப் பார்"

இதுவரை இசைக்கப்படாத ஓர் இசையின் இழையால் அந்த இடம் நிரம்புகிறது. இந்த அபூர்வ தருணம் இவ்வளவு சடுதியாக நிகழும் என்பதைப் பற்றிய ஊகங்கள்கூட இல்லா திருந்தவளுக்குத் தனது முதுகுப் பின்னால் நிற்கும் அவளைத் திரும்பிப் பார்ப்பதற்கு மனம் அஞ்சியது. தயங்கியது. திடீரெனச் சிறகுகளைப் பிடுங்கியெறிந்தாற்போல பயமும், வலியும், நிர்க்கதி நிலையும் ஆக்கிரமித்துக்கொண்டன. ஓயாத விசித்திரமான குரலைக் கேட்டுக்கொண்டேயிருந்தால் போதும், திரும்பிப் பாராதே என்று உள்ளிருந்து ஒரு குரல் அவளைத் தடுத்தது. இதயம் தோள்பட்டைக்கு இடம்பெயர்ந்துவிட்டாற்போல அதன் துடிப்பு செவிப்பறையை அறைந்துகொண்டிருந்தது. இல்லை, எது நடந்தாலும் நான் திரும்பிப் பார்ப்பேன். என் முதுகுக்குப் பின்னால் என்னையே உற்றுப் பார்த்துக்கொண்டு என் முதுகிலேயே ஒட்டிவைத்தாற்போல துருத்திக்கொண் டிருக்கும் அந்த மந்திர விழிகளை நேருக்கு நேரே சந்திப்பேன். எனக்குள் எரிந்துகொண்டிருக்கும் பெருங்காடு சாம்பல் மேடாகி என்னைச் சாய்ப்பதற்கு முன்னமாக அவளைப் பார்ப்பேன். கண்களை இறுகப் பொத்திக்கொண்டு திரும்பினாள் அய்லி.

கண்கள் திறந்தபோது வெள்ளையும் மஞ்சளுமாக வண்ணத்திப்பூச்சிகள். கைக்கெட்டும் தூரத்தில் நிற்பவள் மங்கலாகத் தெரிந்தாள் அல்லது வண்ணத்திப்பூச்சிகள் கூட்டம் மறைத்துக்கொண்டிருந்தன. இவ்வளவு வண்ணத்துப்பூச்சிகள் எங்கிருந்து வந்தன? மஞ்சள் பூக்களா, வண்ணத்துப் பூச்சிகளா பிரித்தறிய முடியாத காட்டினிடையே அந்தச் சிறுமி நின்றிருந்தாள். ஜூன் மாதத்தில் பூத்த புத்தம் புதிய சிவப்பு ரோஜா நிறத்தில் சட்டையணிந்து நின்ற அந்தச் சிறுமி இவளைப் பார்த்துப் புன்னகைத்தாள். இனிய மெல்லிசை இசைக்கப்படுவதைப் போல அமிழ்ந்த புன்னகை அது. மின்மினிப் பூச்சிகள் விழித்துக்கொண்டதுபோலப் படபடக்கும் தீட்சண்யமான கண்கள். அச்சு அசல் தன்னை ஒத்த தோற்றம் உண்டாக்கிய துணுக்குறலை மீறி அவளைத் தொட்டுப் பார்க்கும் ஆர்வம் மேலிட்டில் நெருங்கினாள், அய்லி. பிரம்மாண்டக் கண்ணாடிச் சுவர் அவளைத் தடுத்தபோது அதிர்ந்தாள். அவளது பார்வை தனது பிரதிபலிப்பைச் சந்தித்தபோது முதுகுத்தண்டில் ஒரு நடுக்கம் ஓடியதை உணர்ந்தாள். ஒரு விசித்திரமான ஒளி அவ்விடத்தை ஊடறுத்துச் சென்றது. கண்ணாடியின் குறுக்கே ஒரு ரகசிய வலைபோல் விரிசல்கள் உருவாகத் தொடங்கின. அவளது அடையாளத்தின் சிதைந்த பதிப்பை ஆழத்தில் வைத்துக்கொண்டிருந்தாற்போல, அவளுடைய பிரதிபலிப்பின் உருவம் சிதையத் தொடங்கியது. உடைந்த கண்ணாடியில், மறக்கப்பட்ட நினைவுகளின் காட்சிகளை அவள் கண்டாள்.

உடைந்த கண்ணாடியின் ஒவ்வொரு துண்டும் அவளால் நினைவுபடுத்த முடியாத கடந்த கால இருப்பின் ஒரு துண்டாகத் தெரிந்தது. அவள் இன்னும் தீர்க்க வேண்டிய புதிரின் ஒரு பகுதி; சொல்லப்படாத ஒரு உண்மை; அவளது உணர்வின் உச்சியில் ஒரு வெளிப்பாடாக நீடித்தது. துண்டு துண்டான பிரதிபலிப்பில் ஆழமாக ஆராயும்படி தூண்டும் குரல் அவளைத் தொடர்ந்து அழைத்தது.

"உனக்குள் நான் தெரிவேன்" எங்கோ ஆழத்திலிருந்து குரல் கேட்க, நட்சத்திரங்கள் கொட்டிக் கிடந்த நிலத்தில் அவள் தனியாக நின்றிருந்தாள்.

9

மந்திரத்தால் மாங்காய் காய்க்காது என்பதறியாதவளல்ல ஜெய்நூர். பூக்களை, பிஞ்சுகளைக் கனிகளை இந்தப் பலா மரத்தில் பார்த்துவிட வேண்டுமென அவளும் ஓயாமல் ஏதாவது செய்தபடியேதான் இருக்கிறாள். நிஸாவின் வீட்டு வாசலில் திண்ணைக்கு நேராக நெடிதுயர்ந்து நிற்கின்ற பலா மரத்தின் தோற்றம் நல்ல ஆரோக்கியமாய்த்தானிருக்கிறது. நீள்வட்ட கரும் பச்சை பலா இலைகளின் பசிய சுவடுகளும் தண்டுகளில் சுரக்கும் பிசுபிசுப்பான வெள்ளை மரப்பாலைச் சுற்றி ரீங்காரம் செய்யும் பூச்சிகளும் மரம் பழுதில்லாமல் இருப்பதைக் காட்டிக்கொண்டிருந்தன. நிஸாவின் வளவு மண் வளம் ஒரு பசிய திரவியம்; அந்த வளவில் பூத்துக் காய்க்காத செடி, கொடி, மரங்களே இல்லை. எதை நட்டாலும் பூவும் காயுமாகத் தழைத்து வந்துவிடும். செழிப்பான சிறு வனம் போன்ற அந்த வளவினுள் இந்தப் பலா மரம் மட்டும் மௌனத்தோடு பாழ் மரமாக நிற்பது நீடிக்கிறது.

ஒரு மரத்திற்கே உரிய கம்பீரத்துடன், இயற்கையின் பண்டைய காவலர்போல அடர்ந்த கிளைகளுடன் செழிப்பாக முற்றத்திற்குப் பிரம்மாண்ட முகத்தைத் தந்தபடி நிற்கும் அந்த மரத்தில் ஒரு பிஞ்சுக் காயையேனும் பார்த்துவிட மொத்தக் குடும்பத்தில் உள்ளவர்களும் எதை யெதையோ முயன்று அலுத்துப்போனார்கள். பலா மரத்தைக் கவனிப்பதைத் தன் வாழ்நாள் கடமை யாகவே எடுத்துக்கொண்டு அயர்ச்சியடையாமல் ஆண்டுதோறும் டவுணிலுள்ள இயற்கை விவசாய அங்காடிக்குப் போய் உரம், மருந்துகளை வாங்கிக்

கொண்டு வந்து நோய்ப்பட்ட குழந்தையைப் போலக் கவனிப்பதை ஜெய்நூர் மட்டும் நிறுத்திக்கொள்ளவேயில்லை. "விதை மூலம் வளர்ந்த பலாச் செடி எட்டு ஆண்டுகளிலேயே காய்த்திடுமே" தாடையைத் தடவிச் சொல்லிக்கொண்டு அனுபவத் திறன்மிக்க தனது ஆலோசனைகளையும் சொல்லித் தந்தார் அங்காடி உரிமையாளர் வடிவேல். ஒவ்வொரு ஆண்டும் தொழுஉரம், தழைச்சத்து, மணிச்சத்து, சாம்பல்சத்து கலந்து ஒரு கிலோவை மரத்திற்குத் தர வேண்டும். வருடா வருடம் ஒரு மடங்கைச் சேர்த்துக் கொடுக்க வேண்டும். ஆறு ஆண்டுகளுக்குப் பிறகு தொழுஉரம், தழைச்சத்து, மணிச்சத்து, சாம்பல்சத்து இரண்டு இரண்டு கிலோ அளவு இட்டு நீர் பாய்ச்ச வேண்டும். உரங்களை மே, ஜூன் மாதங்களில் ஒரு முறையும், செப்டம்பர், அக்டோபர் மாதங்களில் ஒரு முறையுமாக இரண்டு முறை பிரித்து இட வேண்டும். வடிவேலு அளித்த இந்த ஆலோசனைகளைப் பத்துப் பதினைந்து ஆண்டு களாகத் தவறாமல் செய்து வருகிற ஜெய்நூரை அங்காடி முதலாளி வடிவேலுவுக்கு நல்ல பரிச்சயம்.

"மண் எப்படி, நல்ல வளமானதா..." அங்காடிக்கு முதல் முறை வரும் வாடிக்கையாளர்களிடம் கேட்பதை ஜெய்நூரிடமும் கேட்டார்.

"நல்ல வளமான மண் மகன், தண்ணீர் தேங்காத சரளை மண். என்ட மகள் நிஸாட வளவுலதான் இந்தப் பலா மரம் நிக்கிது. அந்த வாசல்ல மாங்காய், தேங்காய், கொய்யா, நெல்லி, பாக்கு, முருங்கை என்று காய்க்காத மரந்தடிகளே இல்ல..."

"விதையிலிருந்து முளைத்த கன்று என்று சொன்னிங்க ளல்லோ, கன்றை எப்படி நடவு செஞ்சிங்கள், நினவிருக்கோ..."

"நல்லா நினப்பிருக்குது மகன். ஆழ அகலமாத் தோண்டின நடவுக் குழிக்குள்ள பத்து நாளைக்கு முதல்லயே தொழுஉரம், செம்மண், வேப்பம் பிண்ணாக்கு எல்லாம் கலந்து, குழிய நிரப்பி தண்ணீர் ஊற்றி ஆறினப் புறவுதான் கன்றை நடவு செஞ்சேன். என்ட கையால நடவு செஞ்சேன்..."

தன் நாற்பதாண்டு அனுபவத்தில், நல்ல மண் வளமிருந்தும், சூரிய ஒளி நேரடியாகக் கிடைக்கின்ற இடத்தில் நீர் தேங்காத நல்ல வடிகால் வசதியுள்ள இடத்தில் இவ்வளவு எடுப்புக் குவிப்புக் காட்டிப் பராமரித்தும் காய்க்காமல் நிற்கும் ஒரு மரத்தை என்ன செய்வதென்று அவருக்குத் தெரியவில்லை. இந்தத் தனி மரத்துக்குச் செலவழித்த ஜெய்நூரின் சக்தி ஒரு

ஏக்கர் பலாத் தோட்டத்திற்கு ஈடாகும் என்ற தனது உள்மன எண்ணத்தை, வாடிக்கையாளர் என்பதைத் தாண்டிய நட்பு நிமித்தம் வெளிப்படுத்தாமலேயே இருந்தார்.

ஒரு நாள் வெள்ளப்பெத்தா சொன்னதைக் கேட்டுப் பழைய ஈர்க்குமாறொன்றை எடுத்து மரத்தை அடித்தாள் ஜெய்நூர். காய்க்காத மரத்திற்கு அடித்தால் ரோசம் பிடித்து எந்த மரமென்றாலும் பூக்கத் தொடங்கிவிடுமாம். மரத்தின் அடி, தண்டு, கிளைகள் என கைக்கு எட்டிய வரைக்கும் ஈர்க்குமாற்றை உயர்த்தி விசுக்கி விசுக்கி அடித்த ஜெய்நூரின் செய்கை கண்டு எல்லோரும் வேடிக்கையாகச் சிரித்தார்கள். ஜெய்நூரின் இதயத்தில் இது ஒருவித வலியைத் துளிர்க்கச்செய்தது. தொடர்ந்து மரத்தை அடிக்க முடியாமல் அவளது விழிகள் நிரம்பின. நிராயுதபாணியாய் நிற்கும் மரத்தின் மீது நீண்ட தனது வன்முறையின் கரங்களை ஒடித்தெறிய எண்ணினாள்.

இன்னொரு நாள், யாரோ சொன்னார்கள் என்று பழைய பிய்ந்த, தேய்ந்த சப்பாத்துக்களை எல்லாம் பொறுக்கி எடுத்து மரத்தின் கிளைகளில் கட்டித் தொங்கவிட்டாள். வெட்கிப்போய் மரம் பூக்கத் தொடங்கிவிடுமாம். பூக்களும் வடுக்களுமாகச் செழித்திருக்க வேண்டிய மரம் சப்பாத்துக்களைக் காய்த்துத் தொங்குவதைக் காணச் சகிக்காமலும், தனது கரங்களால் உயிர் பருக்கி வளர்த்த மரத்தை ஏளனம் செய்வது மிகப்பெரிய தோல்வியாகவும் உணரச் செய்தபோது தொங்கிக்கொண்டிருந்த எல்லாச் சப்பாத்துக்களையும் பிய்த்து எறிந்தாள்.

“அது முதிர்ச்சியடைந்துவிட்டது, இனி காய்க்காது உம்மா” என்றாள் சார்ஜஹான். “பலா மரம் நூறாண்டுகளுக்கும் மேல் வாழும் மகள். ஜலீலாட ஊட்டுல நிற்கிற பலா மரத்தைப் பார்த்தியா, நம்மட இந்த மரத்தை விடவும் வயசானது. ஒவ்வொரு வருசமும் நூறு நூத்தியம்பது பழம் காய்க்கிது... இந்த வருசமும் அடிமுதல் கந்துவரைக்கும் கொல்லை கொல்லயா வடு புடிச்சிருக்கு. நமக்கு அம்பட்டுக் காய்க்காட்டியும் ஒன்று ரெண்டு தரப்படாதா”

மரத்தைச் சுற்றி வட்ட பாத்தியைத் தோண்டி தேங்காய் நார் கழிவுகளால் வீட்டு வளவிலேயே தயாராக்கப்பட்ட கரிம உரத்தை நிரப்பிக்கொண்டிருக்கும் உம்மம்மாவையே வினோதமாகப் பார்த்துக்கொண்டிருந்தாள் அய்லி, அவளுக்கே புரியாத துயரார்ந்த கண்கள் வழியாக. இந்த மரம் ஜெய்நூரின் மறைமுக துக்கமொன்றை ஆற்றுப்படுத்தும் உயிரியாக இருப்பது அந்தக் கண்களில் தெரிந்தது.

உலகத்திற்குத் தெரியாத ஓர் துக்கத்தை வேருக்குள் மறைத்து வைத்துள்ளது போலவும் அதன் கிளைகள் நிறைவேறாத ஆசைகளுடன் காற்றில் அசைவதாகவும் அய்லி உணர்வதுண்டு. யாரோ ஒருவரின் வலியைத் தனது சொந்த வலியாகப் பிணைத்துக்கொண்டிருக்கும் மரத்தின் மீது அவளுக்கு ஒரு பச்சாதாபம் எப்போதோ ஏற்பட்டிருந்தது. ஓர் ஆழமான கதையை வேருக்கு அடியில் புதைத்துக்கொண்டு, இயற்கையின் சுழற்சியில் மௌன சாட்சியாக, தனிமையில் நிற்கும் பலா மரத்தோடு அவள் பேசிக்கொண்டிருக்க விரும்பினாள். ஆயாசமாக விழும் நிழல் தழுவியபடி இருக்கும்போதெல்லாம் ஆதுரமாக உணர்ந்தாள். பூக்களையும் கனிகளையும் தராமல் தனது ஆற்றலைப் பூட்டிக்கொண்டிருக்கும் மரத்தைச் சபிக்கப்பட்டதென மற்றவர்கள் சொல்கின்றபோதெல்லாம் மனிதர்களின் வலிகள், இழப்புகளின் மர்மங்கள் இயற்கையுடன் வலிமையான பிணைப்புக் கொண்டிருப்பதைப் பற்றிய அறிவும் உணர்வுமற்ற அவர்களைக் கடுஞ்சினத்துடன் வெறுத்தாள்.

தேங்காய் நாரைக் குவியலாக்கி நேரடியான சூரிய ஒளியிலிருந்தும் மழைகளிலிருந்தும் பாதுகாத்து, குவியலின் சரியான ஈரப்பதத்தை நிலைப்படுத்தி, குவியல் சிதைவுற்று மக்கிய பிறகு வீட்டுத் தோட்டத்திலுள்ள எல்லா மரஞ் செடிகளுக்கும் எருவாகப் பயன்படுத்துவார்கள். உணவுக் கழிவுகள், பால் பிழிந்த பின் எஞ்சிய தேங்காய் பூ, தும்பு, நார், சாம்பல் எல்லாமே பசளையாக¹ மாற்றப்படும் தொழிற்பாட்டில் சிரத்தையோடு ஈடுபடுகிறவள் நிஸா. அங்குள்ள எந்த மரஞ் செடி கொடிகளிலும் காண்பிக்காத பெருத்த அக்கறையை உம்மம்மா இந்தப் பலா மரத்திற்குத் தருவது அவளை எப்போதுமே ஆச்சரியப்படுத்துகின்ற செயலாய் இருந்தது. அந்த மரம் தாங்கிப் பிடித்துக்கொண்டிருக்கும் வலியின் எச்சம் பற்றிய உண்மையை உம்மம்மா புரிந்துகொண்டிருப்பாள் என்று அய்லி நம்பினாள். இத்தனை ஆண்டுகால நீட்சியில் எப்போதாவது ஒரு கணத்தில் மரத்தின் துக்கத்தை அவள் உணர்ந்திருப்பாள்.

மண்வெட்டியோடு வாசற்படிக்கட்டில் வந்தமர்ந்து கொண்டு, "நிஸா, தேத்தண்ணி ஊத்து மகள்" என்றாள் ஜெய்நூர். இடுப்பில் சொருகியிருந்த புடவைத் தலைப்பை இழுத்து கழுத்தை, முகத்தைத் துடைத்துக்கொண்டு வெம்மையில் தழும்பும் கண்களோடு இன்னும் என்ன கேட்கிறாய் என்பதைப் போல பலா மரத்தையே பார்த்துக்கொண்டிருந்தாள்.

---

1. உரம்

உம்மம்மா வேலையை முடிக்கும் தருணத்திற்காகவே காத்திருந்தாற்போல பலா மரத்தின் கிளையில் தொங்கிக் கொண்டிருந்த ஊஞ்சலில் ஓடிப்போய் உட்கார்ந்தாள் அய்லி. நிதானமாக ஊஞ்சல் ஆடிக்கொண்டிருந்தவளின் கண்கள் மேலும் ஆழமாக ஜெய்நூரின் வியர்வை நனைந்த முகத்தில் தெரிந்த வலியின் விம்பத்தில் நிலைத்து நின்றன. நண்டுகளின் காற்தடத்தைப் போல அவளது கால் விரல்கள் மண்ணைக் கிளறிக்கொண்டிருந்தன. அந்த வீட்டில் எப்போதிலிருந்து ஊஞ்சல் வந்ததென்று அவளுக்கு நினைவில்லை. தொட்டிலி லிருந்து அவள் நேராக ஊஞ்சலுக்கு வந்துவிட்டதாக எண்ணினாள். முதலில், வாசலில் தாறுமாறாக வளர்ந்து கிளைபரப்பி நிற்கும் மா மரத்தின் கிளையில் தேடா கயிறைத் தொங்கவிட்டு, தலையணையை வைத்து ஊஞ்சல் ஆடிக் கொண்டிருந்தாள். சிறிய பிரம்பு நாற்காலியொன்றை வாங்கி வந்து தலையணைக்குப் பதிலாகக் கயிற்றில் கட்டி ஊஞ்ச லாக்கிக் கொடுத்தார் தாவூத். அவளுக்கு ஆறேழு வயதிருக்கை யில் ஊஞ்சலைப் பலா மரத்திற்கு மாற்றிக் கேட்டு அடம்பிடிக்கலானாள். அய்லியின் தொந்தரவு பொறுக்காமல் மா மரத்திலிருந்த ஊஞ்சல் பலா மரத்திற்கு மாற்றப்பட்டது. ரகசிய உலகமொன்றும் அவளுடன் ஆடுவது போல எந்நேரமும் ஊஞ்சலிலேயே இருப்பாள். சில நேரங்களில் நூற்றியெண்பது டிகிரி தாண்டி காட்டுத்தனமாக ஆடுவாள். ஆடும் ஊஞ்சலிலிருந்து குதிப்பாள். ஊஞ்சலாடும் மகளைக் காணுந்தோறும் தனக்குப் பிடித்த அந்தப் பாடலை முணுமுணுக்கத் தொடங்கிவிடுவார் தாவூத்.

“ஆகாயப் பந்தலிலே பொன்னூஞ்சல் ஆடுதம்மா...”

மழை நாட்களில்கூட ஊஞ்சலுக்கு ஓய்வு ஒழிச்சல் இல்லை. மழையில் நனைந்துகொண்டும் ஊஞ்சலில் ஆடுவாள். சளி பிடிக்கும், காய்ச்சல் வரும் போன்ற எச்சரிக்கை குரல்களைக் கேள முடியாதபடி அவள் காதுகள் மூடிக்கொள்ளும். மழையில் ஊஞ்சலாடி அவள் ஒரு நாளும் நோய்ப்பட்டதேயில்லை. போகப் போக அவள் எந்நேரம் ஊஞ்சலாடினாலும் யாரும் எதுவும் சொல்வதில்லை. மழையில் நனைந்து பிரம்பு நாற்காலி அறுந்து நார் நாராகப் பிய்ந்துபோனது. பழையபடி வெறும் கயிற்றிலேயே தலையணை வைத்து ஆடிக்கொண்டிருந்தவளை ஒரு நாள் தேக்கு ஊஞ்சல் பலகையைக் கொண்டு வந்து திணறடித்தார் தாவூத். இரண்டு பேர் உட்கார்ந்து, படுத்துக் கொண்டுகூட ஆடுவதற்குப் போதுமான ஊஞ்சல். இந்த ஊஞ்சல் வந்த பிறகு யாரையும் அதில் உட்கார அய்லி

அனுமதிப்பதில்லை. இப்போது பதின்ம வயதாகிவிட்ட அவள் புத்தகம் வாசிக்கிறேன், வீட்டுப் பாடம் செய்கிறேன் என்ற சாக்குகளைச் சொல்லி நள்ளிரவில்கூட ஊஞ்சல் ஆடத் தொடங்கியிருக்கிறாள். வீட்டில் இருக்கும் நேரமெல்லாம் வாசிப்பு, எழுத்து, தேநீர் குடிப்பது, சிற்றுண்டி தின்பது என்று எல்லாக் காரியங்களையும் ஊஞ்சலாடிக்கொண்டே செய்கிறாள்.

“உம்மம்மா, இந்தப் பலா மரத்தில மட்டும் ஏன் உங்களுக்கு இம்பட்டு அக்கறை”

தணலாக நடுங்கும் வெயிலையே வெறித்தபடி பதில் கூறாமல் அமர்ந்திருந்தாள் ஜெய்நூர். மௌனமாக எதையோ மன்றாடிக்கொண்டிருப்பதைப் போல அவள் முகத்தில் கழிவிரக்கம் கூடியிருந்தது.

“இந்த மரத்திற்கும் உங்களுக்கும் தீராத ஒரு உறவு இருக்கு உம்மம்மா. உங்களை வருத்தமூட்டுகிற துக்கம்தான் இந்த மரத்தையும் வருத்தி பூக்காமல் காய்க்காமல் செய்கிறது”

“ம்... கேளுங்கம்மா! அய்லிப் பெத்தா கண்டுபிடிச்சிட்டா. மரத்துக்கு வருத்தம் என்டு...” ஏளனச் சிரிப்போடு தேநீர் கோப்பையை உம்மாவுக்குத் தந்தாள் நிஸா. உம்மா அப்படிச் சொன்னதைக் கண்டுகொள்ளாமல் தொடர்ந்தாள் அய்லி.

“இந்த மரம் ஒரு மரணத்தின் அதிர்ச்சியைச் சந்திச்சிருக்கு உம்மம்மா. அந்த அதிர்ச்சி உங்களுக்கும் இந்த மரத்திற்கு மிடையிலான பொது வடு”

ஜெய்நூரும் நிஸாவும் திகிலடைந்தார்கள். அந்தத் துயரார்ந்த சரித்திரத்தைச் சிறு கண்ணாடிக் குவளையை வீசியெறிந்து உடைப்பதைப் போலச் செய்துவிட்டுச் சுருள் சுருளாக அடர்ந்த கேசம் பின்னல் கலைந்து முகத்தில் அலைய ஊஞ்சலாடிக்கொண்டிருந்தாள் அய்லி. அவளது கண்களில் வெளிப்படும் சிறுமித்தனம் காணாமலாகி அவள் ஒரு பெண்ணாக வெளிப்படும் ஒவ்வொரு தருணமும் இவர்கள் மெல்லச் சரிகிறார்கள்.

கடலையே ஆவியாக்கி விடுவதைப் போலத் தனக்குள் பற்றி எரியும் அந்தத் துன்ப நிகழ்ச்சியின் தீய கரும்புகையால் தினம் தினம் மூச்சுத்திணற வாழ்ந்துகொண்டிருக்கும் ஜெய்நூர், தனது பேத்தியில் தனக்கு மட்டுமே தெரியும் முகச்சாயலை ஆழமாக உற்றுக் கவனித்தாள். அந்த முகச்சாயல் மறைத்துக்கொள்ள முடியாத ஒளியாக மொத்தமாகத் தன்னை வெளிப்படுத்திக் கொண்டிருந்தது.

அய்லியின் முகத்தில் பதுங்கிப் பதுங்கி எட்டிப் பார்த்து அவ்வப்போது தன்னைக் குளிரில் உறையவைத்த மர்ஜானியின் முகம், அய்லி வளர வளரப் பெரிதாகிக்கொண்டே வந்து தன்னை மூழ்கடித்துக்கொண்டிருப்பதை மௌனமாகப் கனத்த பெருமூச்சுடன் எதிர்கொண்டபடியிருக்கும் ஜெய்நூர், எண்ணங்களிலிருந்து தன்னை முற்றிலுமாகத் துண்டித்துக் கொண்டு, அவளை இப்படியாக உறைய வைத்திருக்கும் அந்த நிகழ்ச்சியின் எல்லா அம்சங்களையும் மனதிற்குள் வரிசைப் படுத்திக்கொண்டேயிருந்தாள்.

○○○

ஆயிரத்துத் தொள்ளாயிரத்து எழுபத்தி நான்காம் ஆண்டு. சூரியன் உக்கிரமாகப் பூமியிலுள்ள அனைத்தையும் முத்தமிட்டுக் கொண்டிருந்த மத்தியான வேளை, புறவளவில் நெல் காயவைத்துக்கொண்டிருந்த சக்கரியா, "ராணி, இங்கவந்து கொஞ்சநேரம் பார்த்துக்கிறியாம்மா. . ." பள்ளியிலிருந்து வந்துவிட்ட மர்ஜானியைக் கண்டதும் கேட்டார். அப்போது தான் பள்ளிவிட்டு வந்த மர்ஜானி கையிலிருந்த புத்தகங்களை ஓரமாக வைத்துவிட்டு வாப்பாவிடம் போனாள். "பசிக்குதாம்மா. . ." என வாப்பா கேட்ட கேள்விக்குப் பதில் சொல்லாமல் தலையை அப்படியும் இப்படியும் அசைத்தாள்.

எம்.ஏ.சி.ஏ. றஹ்மான் மாஸ்டரின் முனைப்பில் புத்தம் புதிதாகக் கட்டப்பட்ட மக்காமடிப் பள்ளி இந்த ஆண்டில் தான் திறக்கப்பட்டது. புதிதாகச் சேர்த்துக்கொள்ளப்பட்ட எண்பத்தி நான்கு பிள்ளைகளின் வரிசையில் தன் மகள் மர்ஜானி பெயரும் உள்ளதென்கிற பெருமை பச்சை குத்தினாற்போல சக்கரியா மனதைவிட்டு அகல்வதாயில்லை.

காயப்போட்டிருக்கும் நெல்லைக் காகம், குருவி கொத்திக் கொண்டு போகாமல் பார்த்துக்கொள்ளும் பொறுப்பை மர்ஜானியிடம் விட்டு விட்டு, குசினியில் மரவள்ளிக் கிழங்கு நறுக்கிக்கொண்டிருக்கும் ஜெய்நூருக்கு ஒத்தாசை புரியப் போய்விட்டார் சக்கரியா.

மரவள்ளிக் கிழங்கை நன்றாகக் கழுவி துண்டு துண்டாக நறுக்கிப் பெரிய பாத்திரத்தில் போட்டுக்கொண்டிருந்தாள் ஜெய்நூர். விறகைப் பற்றவைத்துச் சட்டியை அடுப்பில் ஏற்றி எண்ணெயை ஊற்றிச் சூடாகும்வரைக் காத்திருந்தார்.

மறுபுறம், பக்கோடா மாவைப் பிசைந்துகொண்டிருந்தாள் நிஸா. குழந்தைப் பருவத்திலிருந்தே தொழில் செய்யப் பழகிய

அவளது கரங்கள் பதின்ம வயதில் தாய் தகப்பனுக்கு இணையாக இயங்கப் பழகிவிட்டிருந்தன. கடலை மாவு, அரிசி மாவு இரண்டையும் ஒரு பாத்திரத்தில் சேர்த்து, அதில் பொடியாக நறுக்கிய பச்சை மிளகாய், இஞ்சி, சோம்பு இவற்றுடன் இடித்த பூண்டு வெங்காயம், கறிவேப்பிலை, கொத்தமல்லி, வெண்ணெய், உப்பு, பெருங்காயத்தூள், சிறிது நீர் சேர்த்துக் கலந்து பிசைந்தாள். மற்றொரு விறகு அடுப்பைப் பற்றவைத்துக் கடாயை ஏற்றினாள். எண்ணெயை ஊற்றி, சூடானதும் கொஞ்சம் கொஞ்சமாக மாவை பிய்த்துப்போட்டாள். கொதித்துக்கொண்டிருந்த எண்ணெயில் பக்கோடா மாவைப் போட்டதும் சிலுசிலுத்துப் பொரிந்த பக்கோடா சிவந்து வெந்து பொன்னிறத்திற்கு வந்ததும் பெரிய பிடி நீண்ட மர அகப்பையால் கடாயிலிருந்து இறக்கினாள்.

மர்ஜானியின் மற்ற இரு றாத்தாமார்களான சார்ஜஹானும், நூர்ஜஹானும் வறுத்த கச்சான் கொட்டை[2]களுக்குக் கோதுகளை உடைத்துக்கொண்டிருந்தார்கள்.

துறவிகள் போலத் தன்னடக்கத்துடன் ஒவ்வொருவரும் அவரவர் வேலைகளைக் கண்ணும் கருத்துமாகச்செய்து கொண்டிருந்தார்கள். எந்த நேரத்திலும் சற்றும் எதிர்பார்க்க முடியாத ஏதோவொரு விசயத்தைப் பற்றி இவர்களுக்குள் ஆரம்பிக்கும் வினோதமான சண்டைகளுக்கான குறிபாடுகள் எதுவும் இல்லை.

தள்ளு வண்டியில் சிற்றுண்டி, கடலை, மிட்டாய் வியாபாரம் சக்கரியாவின் தொழில். மழையோ வெயிலோ காற்றோ சீதோஷ்ண நிலை எதனையும் பொருட்படுத்தாமல் காலை ஆறு முப்பதுக்கெல்லாம் தூரத்தில் ஒலிக்கும் மணியைக் கேட்டதும் பள்ளிக்குப்போகும் பிள்ளைகளும் தொழிலுக்குப் புறப்படும் பெண்களும் ஆண்களும் காசுடன் கடப்படி[3]யில் வந்து நிற்பார்கள். காத்திருப்போரை ஏமாற்றாத விதமாக மணி ஒலித்த சற்று நேரத்தில் கடலை வண்டி சென்றுவிடும். “தாஜ்மஹால்” எனப் பெயரிடப்பட்ட மயில் தோகையின் நீல வண்ணம் தீட்டப்பட்டு அலங்கரிக்கப்பட்ட, சக்கரியாவின் தள்ளுவண்டி ஏறாவூருக்குள் புதுப்பாணி மிடுக்குடன் ஊரின் தெருக்களைப் பல ஆண்டுகளாகக் கலகலப்பூட்டிக் கொண்டிருக்கிறது. பருப்பு வடை, அவித்த கடலை, தயிர்வடை,

---

2. நிலக்கடலை / வேர்க்கடலை
3. வாயில்

தேன் குழல் முறுக்கு, மரவள்ளிக் கிழங்கு சீவல்[4] வகையறாக்கள் சீராக வைக்கப்பட்டிருப்பதைப் பார்த்தாலே பார்ப்பவர்களுக்கு வாங்க வேண்டும் என்று தோன்றும்.

நாளை முதல் ஒரு வாரத்திற்கு "தாஜ்மஹால்" தள்ளு வண்டி ஏறாவூர் மாகாளி ஆலயத் திருவிழாவுக்குச் செல்லப் போகிறது. வருடத்தில் ஒரு முறை அல்லது எப்போதாவதோ லாட்டரி அடித்தாற்போல வரும் இந்தப் பொன்னான தொழில் வாய்ப்பு அவர்கள் வாழ்வில் அந்தஸ்த்து வேறுபாடு எதனையும் கொண்டுவரப்போவதில்லை. சில நாட்கள் ஓய்வையும் மூன்று வேளை வறியசுவையின்றிப் பசியாறும் நாட்கள் சிலதையும் தரப்போகும் இந்தத் தொழில் வாய்ப்பைத் தவறவிட்டுவிடக் கூடாதென்று கடன்வாங்கி கனசிக்கனமாகச் செலவு செய்திருக்கிறார், சக்கரியா. வழக்கமான சேட்டைகளை ஓரங்கட்டிவிட்டு அருட்காட்சியகம் ஒன்றுக்குத் தயாராகுவது போல, சக்கரியாவின் சின்ன மகள்களும் உழைத்துக் கொண்டிருந்தார்கள். 'திருவிழா யாவாரம் முடிய மர்ஜானிக்குப் புதுச்சட்டை ஒன்டு தைக்கணும். புள்ளையப் பள்ளியில் சேர்த்து மாசக் கணக்காகிட்டு, ஒரு புதுச்சட்டையை வாங்கித் தர வழியில்லாமலேயிருக்கிது. ஒரு மிதிவெடிக்கட்டை[5], மகள் ஆசையாகக் கேட்டுக்கொண்டிருக்கும் சித்திரத் தாள்கள், கொப்பிகள், வண்ணப் பென்சில்கள் எல்லாம் வாங்கித் தரணும்' எண்ணத்தில் வரிசையாக எழுதிவைத்திருந்தார்.

"திருவிழாவுக்கு நாங்களும் வரலாமா வாப்பா..." அந்த இடத்தின் தவ அமைதியைக் கலைத்தாள் சார்ஜஹான்.

"ஒரு நாளைக்கு ஓராள் ஒத்தாசைக்கு வரத்தான் வேணும்..."

"நூர்ஜஹான் றாத்தாவயும் சார்ஜஹானையும் கூட்டிப் போங்க... நானென்டா வர மாட்டன். இங்க இருக்கிற வேல யெல்லாம் நான் செய்றன்" புத்தம் புதிய அனுபவங்களை எதிர்கொள்வதில் எப்போதும் தன்னைப் பின்னுக்கு இழுத்து வீட்டுக்குள்ளே பதுங்கிக்கொள்ளும் நிஸா முந்திக்கொண்டு கூறியது யாரையும் ஆச்சரியப்படுத்தவில்லை. குசினியறையி லேயே கிடப்பதற்குப் பிறந்தவள்போல உம்மா, வாப்பாவுடன் சேர்ந்துகொண்டு எல்லா வேலைகளையும் இழுத்துப்போட்டுக் கொண்டு செய்கிறவள் அவள்.

"அங்க என்ன நடக்கும், வாப்பா"

---

4. சிப்ஸ்
5. மரத்தால் ஆன பாதணி

“பக்தர்கள் ஒன்டாச்சேந்து பால்குடம் எடுத்து நேர்த்திக் கடன் நிறைவேத்துவாங்க. பொங்கல் வைப்பாங்க. தேர் இழுப்பாங்க. தேரோட்டத்தில தேரை வடம் பிடிச்சி ஒவ்வொருத்தரா இழுத்தும் நேர்த்திக் கடனை முடிப்பாங்க. காளி அம்மனை பூவால அலங்காரஞ் செஞ்சி தேரில ஏத்தி, பூசை செஞ்ச புறவு முக்கியமான ரோட்டு வழியெல்லாம் ஆயிரக்கணக்கில பக்தர்கள் எல்லாஞ் சேந்து தேரை இழுத்துப் போவாங்க... கும்மி, கோலாட்டம், பொய்க்காலாட்டம், வில்லிசை எல்லாம் பாடி அம்மன் கதைகளச் சொல்லுற நிகழ்ச்சி இரவிரவா நடக்கும். கொம்பு முறி, கழுவேறல் விளையாட்டெல்லாம் நடக்கும். இனிப்புச் சாமான், அவிச்ச தானியங்கள், பொரிகள், சிற்றுண்டி, தேத்தண்ணி, காப்பு ரிப்பன் கடைகள் எல்லாஞ் சுத்திவர இருக்கும்”

“முளைப்பாரியும் இருக்குமா...” பொரித்து முடித்த மரவள்ளிச் சீவல்களைக் காற்றுப்புகாத கலன்களில் அடைத்துக் கொண்டிருந்த ஜெய்நூர் கணவனைத் திரும்பிப் பார்த்துக் கேட்டாள்.

“அட, ஆமா! அதப் பத்தித் தெரியலயே...”

“அது என்ன உம்மா முளைப்பாரி...”

“இந்த மாதிரி அம்மன் விழாக்கள்ல நடக்கிற சடங்கொன்டு தான் முளைப்பாரி. வளர்பிறைக் காலத்தில காப்புக்கட்டி முளைப்பாரிக்கு ஆன வேலயத் தொடங்குவாங்க. முளைப்பாரி எடுக்கிறவங்க அதுக்குக் குறியீடா வீட்டுக் கதவு நிலையில வேப்பிலத் தோரணங்கட்டி விரதம் இருப்பாங்க. விதைகள சாணப்பாலில ஊறவச்சு விதை நேர்ச்சை செஞ்சு, அந்த விதைகள சணல் சாக்கில வைக்கோல் சேர்த்து வைப்பாங்க. அந்த விதையெல்லாம் முளைகட்டும். முளைகட்டின விதைகள மண் கலவை நிரப்பிய முட்டிகள்ல விதைச்சு சூரிய ஒளி படாத இடத்தில வைச்சு காலை மாலை தண்ணீர் தெளிப்பாங்க. திருவிழா அன்டைக்கு முளைப்பாரிகள எடுத்துக்கிட்டு ஆரவாரமா ஊர்வலம் வருவாங்க. மேளவாத்தியம், வானவெடி யோட முளைப்பாரி முட்டிகளத் தலையில சுமந்து பொண்டுகள் ஊர்வலம் வாறது பாக்க அவ்ளோவ் அழகா இரிக்கும். எல்லாரும் கூடி பொங்கல், கொழுக்கட்டை, மாவிளக்கு, துள்ளுமாவு, நீர்மோர், இளநீர், பானகம் எல்லாம் பரிமாறி கொண்டாடுவாங்க. .”

“இதெல்லாம் எதுக்குச் செய்றாங்க...”

"முளைப்பாரிகளக் கொண்டுபோய் ஓடுகிற ஆறு, வாய்க்கால்கள்ல போடுவாங்களாம். சட்டியில இருக்கிற மண், முளை இதெல்லாம் நீர் பாயுற இடமெல்லாம் பாஞ்சி அந்த நிலத்தச் செழிக்கச் செய்யும் என்ட நம்பிக்கையில செய்றாங்க..."

தாய் மகள்களின் மொத்த சம்பாஷணையையும் சுவாரசியமாகக் கேட்டுக்கொண்டிருந்த சக்கரியா,

"ஒரு சைவக்காரிக்குக் கூட இம்பட்டு விவரமும் தெரிஞ்சிருக்குமா, தெரியலயே! எங்கன இவ்வளவு தெரிஞ்சிக் கிட்டிங்க ஜெய்நூர்?"

தனது தகப்பன்வழி பாட்டியொருவர் மூலமாகத் தெரிந்து கொண்டிருந்த விசயங்களையும், அவர் அம்மன் வழிபாடுகளில் ஈடுபட்டு வந்த பரமரகசியத்தையும் போட்டு உடைத்தாள் ஜெய்நூர்.

"அப்ப அவ முஸ்லிம் இல்லையா?"

"முஸ்லிம்தான். ஐஞ்சு நேரமும் தவறாமல் தொழுவா. நோன்பு ஒன்றக்கூடத் தவறவிட மாட்டா. என்னம்மோ, அவக்கு அம்மன் மேல தீராத காதல். அம்மன் வந்து பேசுறதாச் சொல்வா. கனவுகள்ல அம்மன் தோன்றி மாவிளக்கு, பானகம் கேட்டதாச் சொல்லி அதெல்லாஞ் செய்து எடுத்துக்கிட்டு யாருக்குந் தெரியாம அம்மன் கோவிலுக்குப்போய் வருவா. சில நாட்கள்ல அம்மன் அவக்குள்ளயே வந்திடுவாள், தெரியுமா? நான் நேரிலயே பார்த்திருக்கேன். உடம்ப முறிச்சுக்கொண்டு துள்ளி எழும்பி ஆடுவா. அந்த நேரத்தில அவ என்ன சொன்னாலும் பலிக்கும்."

"அல்லாஹூ அக்பர்! அந்த வில்லங்கமான மனுசி மௌத்தாப்போய்ட்டா தானே..." ஜெய்நூரின் காதருகில் கிசுகிசுத்து அவளை வெறுப்பேற்றினார் சக்கரியா. பெறுமதி யான இந்த ரகசியத்தை இவரிடம் சொல்லியது தவறு என்ற பாவனையில் முறைத்துக்கொண்டு பேச்சை மாற்றினாள் அவள்.

"எங்கம்மா, ராணிட சத்தமே இல்ல..."

"புள்ளையத்தான் நெல்லுக்குக் காவலுக்கு வெச்சிட்டு வந்தேன்..."

"பள்ளியில இருந்து வந்த புள்ளைக்குப் பசியெடுத் திருக்குமே... பக்கோடா மணத்திற்கு இந்நேரம் ஓடி

வந்திருப்பாளே, என்ட மகள்...” பல மணி நேரமாக மறந்திருந்தவளின் ஞாபகம் பளிச்சிட “ராணி... ராணி... ராணிம்மோ ஓ...” கீரை விற்று வருபவளைப் போல கீச்சுக் குரலில் உரத்துக் கூவினாள் ஜெய்நூர். எதிர்த்திசையில் எஞ்சிய மிகத் தீவிரமான மௌனம் உடனடியான கலக்கத்தை உண்டாக்கியது. வழக்கத்தில் மர்ஜானி தனியாக இருக்க மாட்டாள். யாரோடாவது ஒண்டிக்கொண்டு திரிவதுதான் அவளுக்குப் பழக்கம். யாரையும் தொந்தரவு செய்வதும் அவளுக்குத் தெரியாது. யார் யார் என்ன வேலை செய்து கொண்டிருந்தாலும் தனக்கு என்ன முடியுமோ அதைச் செய்துகொண்டுதான் அவர்களுடன் இருப்பாள். நெல்லுக்குக் காவலாக நிற்க வைத்தாலும் இந்நேரத்திற்குப் பத்து முறையாவது ஓடிவந்து, மரவள்ளிக் கிழங்குச் சீவலையோ, பக்கோடாவையோ உள்ளங்கையில் குவித்து அள்ளிக்கொண்டோ காகிதத்தில் சுத்திக்கொண்டோ ஓடியிருப்பாள். அங்கேயே இருந்து கொண்டு, யாரையாவது கூவிக் கூப்பிட்டு “இன்னும் எம்பட்டு நேரம்...” என்று இருபத்தைந்து முறையாகவாவது கேட்டிருப்பாள். இவை அனைத்துக்கும் மேலாக அவள் பசி பொறுக்கவே மாட்டாள். பசி எடுத்துவிட்டால் கதவருகில் சாய்ந்து ஒற்றைக்காலில் நிற்பாள். இவர்கள் எவ்வளவு பெரிய வேலைகளிலிருந்தாலும் கூர் மினுங்கும் வாளைப் போலத் தனது இருப்பைத் துல்லியமாகக் காட்ட அவளுக்கு முடியும்.

அவர்களுக்குச் சந்தேகம் எழத் தொடங்கிவிட்டது. “புள்ளையப் போய் பாரும்மா சார்ஜஹான்” உம்மாவின் குரல் காதுகளுக்குள் முழுதாகப் பாய்வதற்கு முன்பாகவே அங்கிருந்து விரைந்த சார்ஜஹானுக்குப் பின்னால் நூர்ஜஹானும் ஓடினாள்.

பட்டாடையின் ஜரிகைபோல மினுங்கிய அவள் முகத்தில் தீயை அணைத்த பிறகும் ஜுவாலிப்பு மங்காத விறகுக்கட்டையைப் போல இறுக்கம் ஏற, மரவள்ளி சீவல்கள் அடைத்த கடைசிக் கலனை மூடினாள் ஜெய்நூர்.

“உம்மா” அச்சமான குரலில் கத்தினாள் மர்ஜானியைப் பார்க்கப் புறவளவுக்குப்போன சார்ஜஹான். வேலைகளை எல்லாம் அப்படியே போட்டுவிட்டு சக்கரியாவும் ஜெய்நூரும் மர்ஜானியை நோக்கி நடக்கத் தொடங்கினார்கள். புழுங்கல் வாசனை அடைத்துக்கொண்டிருக்கும் சாக்குக் கிட்டங்கி களுக்கு நடுவே சுருண்டு படுத்திருந்தாள் மர்ஜானி.

“ம்மா... செல்லமே...” படுத்திருந்தவளைத் தூக்கி நிறுத்தினார்கள் சக்கரியாவும் ஜெய்நூரும். குழந்தை நிற்க முடியாமல் தரையில் விழுந்தாள். மனத்தால் தீண்டிக்கூடப்

பார்த்திராத இந்தப் பயங்கர காட்சி அவர்களை அடித்துச் சாய்க்க, மர்ஜானியைத் தூக்கிக்கொண்டு வீட்டுக்குள் ஓடினார்கள். குழந்தை பசியில் வாடிக் கிடக்கிறாள் என்றெண்ணிய ஜெய்நூர் தட்டில் சோற்றை எடுத்துக்கொண்டு வந்து பக்கத்தே அமர்ந்து ஊட்டிவிட முயன்றாள். மர்ஜானி வாய் திறக்கவேயில்லை. அவளது இடது கன்னத் தாடை சிவந்து வீங்கிப்போய் இருந்தது. “இதென்ன, அல்லாஹ்வே” மகளின் தலைக்குக் கீழே கையைவிட்டுத் தூக்கி நிமிர்த்திக் கன்னத்தைத் தொட்டுப் பார்த்தாள். இயல்பிலே செவ்வரத்தம் பூ தோல் நிறமான அவளின் கன்னப்பகுதி மேலும் சிவப்பேறி குங்குமம் அப்பினாற்போலிருந்தது.

“ராணிக்குக் கூவாக்கட்டு[6] வந்திருக்கும்மா. . .” என்று நூர்ஜஹான் சொன்னதும், பள்ளியிலிருந்து வந்த பிள்ளையை முதலில் கண்டவரான சக்கரியாவை ஜூவாலைத் தெறிக்கும் கண்களால் பார்த்தாள் ஜெய்நூர்.

“கூவாக்கட்டோட பள்ளியில இருந்து வந்த புள்ளையப் புடிச்சி நெல்லுக்குக் காவலுக்கு வச்சிருக்கீங்க. . .”

“பைத்தியக்காரியாட்டம் பேசாதடி. . .” என்றவாறே வெளியேறி நடந்தார் சக்கரியா. எடுத்ததற்கெல்லாம் கோபம் வெடிக்கும் சிடுமூஞ்சிக்காரரான அவர் அப்படியாக நகர்ந்து சென்றதை எப்போதும் மறந்துவிட முடியாத ஒரு நிகழ்ச்சியைப் பார்ப்பதுபோலப் பிள்ளைகள் பார்த்தார்கள்.

மர்ஜானி இந்த வீட்டின் விசேட மலர். ராணியென்ற செல்லப் பெயரைத் தனதாக்கிக்கொள்ளும்படி எல்லாரையும் தன் பக்கம் இழுத்து அன்பால் ஆளுகிறவள். முற்றத்து அணில், மா மரத்துக் கிளி, மாதுளம் மரம் எல்லாமுமே அவளை நேசிக்கும்படி தாட்சண்ய குணத்தோடு பிறந்தவள். “அழகு” என்ற கலைக்களஞ்சியத்திலுள்ள சொல்லுக்குத் தத்ரூபமாகப் பொருந்தும்படியும் நம்பும்படியுமிருந்தது எப்போதுமே அப்பழுக்கற்ற முகமலர்ந்த அவளது தோற்றம். சக்கரியாவுக்கும் ஜெய்நூருக்கும் இடையில் அவ்வப்போது திடீரென்று வெடித்துக் கிளம்பும் தகராறுகள் எல்லாம் இவள் வருகைக்குப் பிறகு அடியோடு காணாமலாகிப்போய் கனவுக்கு அப்பாலான இனிய நாட்களில் அவர்கள் இருந்தார்கள்.

“ஹ்ம்ம். . .” என அரற்றியவாறு முனகினாள் சிறுமி மர்ஜானி. உடல் காய்ச்சலில் கொதித்தது. ஈரத்துணியை நெற்றியில் போட்டு

---

6. அம்மைக்கட்டு

ஒற்றிக்கொண்டிருந்தாள் சார்ஜஹான். சந்தனக்கட்டையைக் கிணற்றுக் கொட்டில் உரைத்துத் தேய்த்துப் பசைபோல வளித்துக் கிண்ணத்தில் எடுத்து வந்து கூவாக்கட்டுப் பகுதியிலும் கழுத்திலும் தடவினாள் நிஸா. குருணல் அரிசியில் உப்புக்கஞ்சி காய்ச்சிக் கொண்டிருந்தாள் நூர்ஜஹான்.

“இருட்டிட்டே, காலத்தாலதான் டாக்குத்தர்ட்டப் போவலாம்...” மகள் பள்ளியிலிருந்து வரும்போது வழக்கம் போல துள்ளிக்குதித்துக்கொண்டு வரவில்லை. அவள் கால்களில் எப்போதுமே மான்களைப் பார்த்துப் பழகிய அவர் அத்தருணம் கொஞ்சம் அலட்சியமாக இருந்துவிட்டார். என்றும் போல தன்னிடம் வந்து கழுத்தைக் கட்டிக் கொஞ்ச வில்லை. அன்று பள்ளியில் படித்த பாடங்கள் எதையும் ஒப்புவிக்கவில்லை. வாழ்க்கையின் கடப்பாடான உழைப்பில் குவிந்திருந்த கவனம் கண்களை மறைத்துவிட்ட குற்றவுணர்வுடன் மனம் வெதும்ப மகளையே பார்த்துக்கொண்டிருந்தார் சக்கரியா.

இருந்த ஒரேயொரு சோற்றுப் பொட்டலத்தையும் நாய்க்கு வைத்துவிட்டுக் குந்தியிருக்கும் யாசகனாக மர்ஜானி அருகில் உட்கார்ந்திருக்கும் சக்கரியாவைப் பார்த்துக்கொண்டே, குர்ஆன் ஆயத்து[7]க்களை ஓதி மகளின் உச்சந்தலையில் ஊதி, இரு கைகளையும் பரப்பி உடல் முழுவதும் தடவிக் கொண்டேயிருந்தாள் ஜெய்நூர்.

இடையே இரண்டு மூன்று முறைகள் வாந்தி எடுத்ததில் போட்டுக்கொண்டிருந்த சட்டையெல்லாம் நனைந்து புளித்த வாடை வீசத் தொடங்கியது. பாயில் உட்காரவைத்து ஜெய்நூரும் மகள்களும் சட்டையைக் கழற்றிவிட்டார்கள். அவளிடமிருந்த, அவளுக்கு மிகவும் பிடித்த மற்றொரு சட்டையைக் கொண்டுவந்து அணிவித்தார்கள். தனது பிரியத்திற்குரிய அந்தச் சிவப்புச் சட்டை உடலில் ஏறியதும் முகம் மெல்லிய மலர்ச்சிக்குச் சென்றுகொண்டிருந்தது. மர்ஜானியின் முகத்தைப் பார்த்ததும் ஜெய்நூருக்கு இலேசான புன்னகை வந்தது.

“மகள், என்ட செல்ல மாதுளம்பழமே... உனக்குப் புதுச்சட்டையும் மிதிவெடிக்கட்டையும், கொப்பிகள், பென்சிலும் வாங்கித் தருவேணும்மா...” திரும்பத் திரும்ப இதனை ஒப்புவித்துக்கொண்டு மகள் அருகிலேயே அமர்ந்து விட்டார் சக்கரியா.

---

7. வசனம்

குளிர் ஏறிய தன் கைகளால் பக்கத்திலிருந்த உம்மாவின் விரல்களைப் பற்றிப் பிடித்தாள் மர்ஜானி. உம்மாவின் விரலைத் தனது சட்டையில் வைத்துத் துழாவினாள். முகம் லேசாகப் புன்னகைத்துக்கொண்டிருந்தது. மகளின் செய்கையைப் புரிந்து கொள்ளச் சிறிது நேரம் எடுத்தது.

“மகள் என்ன சொல்றாள் பார்த்திங்களா, புதுச்சட்டை வாங்கித் தாறன் என்று சொன்னீங்கதானே... இந்தச் சட்டையிட கலர்லதான் வேணுமாம்...” ஒவ்வொரு சொல்லையும் மகளை உன்னிப்பாகப் பார்த்துக்கொண்டு அழுத்திச் சொன்னாள் ஜெய்நூர். தான் சரியாக ஊகித்துவிட்டதை மகளின் புலர்ந்த முகம் காட்டித்தந்தது.

“வருத்தமாப் படுக்கக்குள்ளேயும், எப்படி ஆள் பார்த்திங்களா, உம்மா...” சார்ஜஹான் சொல்ல எல்லார் முகமும் இறுக்கம் தளர்ந்து புன்னகைத்தது. அந்தத் தளர்வோடயே நாளைக்குப் பார்த்துக்கலாம் என்றெண்ணிய படி எல்லோரும் படுக்கைக்குத் தயாராகினார்கள். மர்ஜானியைப் படுக்க வைத்திருந்த அறையிலேயே ஆளுக்கொரு பக்கமாகப் பாய்களை விரித்துப்படுத்துக்கொண்டார்கள். திரும்பவும் வாந்தி எடுக்கலாம் என ஊகித்து அணைக்காமல் விட்ட விளக்கு அறையின் மூலையொன்றில் உரலுக்குமேல் உட்கார்ந்து எரிந்துகொண்டிருந்தது. அட்டைப் பெட்டிகளில் அடைக்கப்பட்ட திருவிழா வியாபாரச் சாமான்களின் குவியல் சுவரின் ஓரமாகக் கிடந்தது.

திறந்திருந்த அறைக்கதவுக்கும் திண்ணைக்கும் குறுக்காக சக்கரியா கால்நீட்டிச் சாய்ந்து படுப்பதை அரைக்கண்களால் பார்த்தபடி, அயர்ந்து கிடக்கின்ற மர்ஜானி அருகே படுத்திருந்தாள் ஜெய்நூர். சட்டென வீடு முழுக்க நிசப்தத்தில் மூழ்கியது. நாள் முழுதும் வேலை செய்த அயர்ச்சியில் பிணங்களைப் போலப் படுத்துக்கிடந்தவர்களைத் துர்க்கனவுகள் ஆக்கிரமித்துக்கொண்டிருந்தன. வழித்தடம் இல்லாத காட்டிற்குள் தொலைந்துபோய் தனித்தனியாகச் சிறுமி மர்ஜானியைத் தேடி அலைந்துகொண்டிருந்தார்கள்.

சிறிய வீறிடலோடு “ஹ்ம்ம்...” திக்கலான குரலில் குழறிய மர்ஜானியின் குரல் கேட்டு முதலில் கண் விழித்தவர் யார் என்று சொல்ல முடியாதபடிக்கு எல்லோருமே படுக்கையிலிருந்து சுருட்டிக்கொண்டு எழுந்தார்கள். உறக்கம் களையாத சொடுங்கிய கண்களூடாகப் பதற்றமாக ஆளையாள் பார்த்துக் கொண்டிருந்தார்கள். எங்கோ கண்ணைக் கட்டித் தனித்து விடப்பட்டவளாக ஜெய்நூர் மகளைப் பார்த்தாள்.

அடிவயிற்றைத் தடவிக் கொண்டு முனகிப் புரண்டாள். மர்ஜானி. மீண்டும் மீண்டும் ஓங்காலத்துடன் வாந்தி எடுத்தாள். மஞ்சள் கரைசலைக் குடித்தவளாகத் தண்ணி தண்ணியாக வாயிலிருந்து கொட்டிய வாந்தியை உள்ளங்கைகளை நீட்டி ஏந்தினாள் நூர்ஜஹான்.

நீருக்கு அடியில் கிடக்கும் கூழாங்கல்லைப் போல குளிர்ந்திருக்கும் மர்ஜானியின் உடலைத் தொட்டதும் ஜெய்நூருக்கு அழுகை முட்டிக்கொண்டு வந்தது. விடிவதற்கு இன்னும் சில மணி நேரங்களே உள்ளன. மருத்துவமனைக்குச் செல்ல இருக்கும் ஒரேயொரு போக்குவரத்து மார்க்கம் நூர்முஹம்மது காக்காவின் இரட்டை மாட்டு வண்டிதான். அவர் இரவுப் பொழுதில் வயலைக் காவல் காப்பதற்குப் போய்விடுவார். அச்சமும் திகைப்புமாக வலம் இடமாக நடந்துகொண்டிருந்தார் சக்கரியா.

தாங்கள் எதிர்கொண்டிருக்கும் துயரார்ந்த விடியலை எண்ணி எல்லார் மனதும் கொடூரமாகப் பதறிக்கொண்டிருந்தது.

இறைஞ்சி அழும் சாயலில் சுவற்றில் பதித்துப் பார்த்த படியிருந்த மர்ஜானியின் கண்கள், அறையின் மூலையிலிருந்த மேசையில் வைக்கப்பட்டிருந்த பலாப் பழத்தை வருடி வருடி விலகின.

“உம்... மா...”

“என்னம்மா... என்ட செல்லமே...”

“பசிக்குதாடா...”

காற்றில் அலைகிற விளக்கொளிபோல இருந்த கண்கள் ஆமென்பதுபோல அசைந்தன. அவளுக்குப் பருகத் தருவதற்காக காய்ச்சி வைத்திருந்த கஞ்சியை எடுத்துக்கொண்டு ஓடி வந்தார்கள் சார்ஜஹானும், நிஸாவும். மேசையிலிருந்த பலாப் பழத்தை நோக்கி மர்ஜானியின் விரல் உயர்ந்து நீண்டதும் சக்கரியாவும் ஜெய்நூரும் துக்கத்தோடு ஒருவரையொருவர் பார்த்துக்கொண்டார்கள். திருவிழாவில் சுளைகளாக விற்பதற்காகச் சந்தையிலிருந்து கொண்டு வந்த பலாப்பழம். அங்கிருந்தவர்கள் யாருமே அதனை முக்கியமாகக் கருதவில்லை. தூண்டிலில் அகப்பட்டதுபோலத் திணறிக்கொண்டிருக்கும் பொக்கிசமானவளின் மீட்சி மட்டுமே அவர்களது உடல் பொருள் ஆவியை நிறைத்திருந்தது.

“என்ட செல்லமே, விடிஞ்சதும் டாக்குத்தரைப்போய் பார்த்த புறகு தின்னலாம்டா...”

“வெட்டிக் குடுப்பமே உம்மா” சொல்லியபடி பக்கத்தி லேயே அமர்ந்திருந்த நூர்ஜஹான் எழுந்தாள். உடனேயே பலாப் பழத்தை வெட்டுவதற்குப் போல.

“காய்ச்சலும் சத்தியும் எடுக்கிற புள்ளைக்கி பலாப் பழத்த எப்படி மகள் தின்னக் குடுக்கிற...”அழுகையின் தொனியில் இயலாமையை முன்வைத்துவிட்டு மகளையே பார்த்துக் கொண்டிருந்தாள் ஜெய்நூர்.

யாரும் எண்ணிப்பாராத விதத்தில் சிறுமி மர்ஜானி புறப்படுவதற்கான நேரத்தை நெருங்கிவிட்டிருந்தாள். விரைவில் அவள் இறுதித் தருணங்களின் வாசலில் தன்னைக் கண்டாள். தனது வாழ்வின் விலைமதிப்பற்ற கடைசி நிமிடங்களில், அவளுடைய பார்வை நன்கு பழுத்த சதைப்பற்றுள்ள சுவைத்துப் பார்க்க எட்டாத பலாப் பழத்தின் மீது விழுந்திருந்தது. தான் வாழ வேண்டிய வாழ்வின் இனிமையான சுவை முழுவதையும் தன்னுள் அகப்படுத்திக்கொண்டிருக்கும் ஒன்றைப்போல அக்கனியையே ஏக்கமாகப் பார்த்துக் கொண்டிருந்தாள். அந்த விழிகளை அந்தக் கனி சந்தித்தது. உலகத்தை விட்டுப் பிரியும் முன் பழத்தை ருசிக்க வேண்டும் என்ற சிறுமியின் ஆசையையும் அது உணர்ந்திருக்க வேண்டும். அந்த அழுத்தமான பரிமாற்றம், கணிக்க முடியாத வழிகளில் அவள் விரும்பிய இறுதிச் சுவை அவளுக்கு மறுக்கப் பட்டதன் வலியிலிருந்து சொல்லப்படாதவொரு தொடர்பை அவ்விடத்தே உருவாக்கிக்கொண்டிருந்தது.

மர்ஜானியின் அழுகையும் அரற்றலும் கொடூரமாக உயர்ந்து அடங்கி, மேலும் உயர்ந்து அடங்கி மெல்லத் தணிந்து கொண்டிருந்தது. அவளது மினுங்கிய கண்களின் கூர்மை மெல்ல மங்கிக்கொண்டிருந்தது. மகளின் வெற்றுக் காது மடல்களை மென்மையாக நீவியபடி அவளையே பார்த்தபடியிருந்தாள் ஜெய்நூர். அவளின் தசை கனிந்து வெயிலுக்கு வெம்பிய மாம்பழத்தின் தோல்போல தளர்வாக நசிந்தது.

மோசமான வாதை அடங்கியதைப் போல இலேசான மலர்ச்சியுடன் உம்மாவை ஏறிட்டாள் மர்ஜானி.

“ஒன்டுமில்லம்மா... ந்தா விடியப்போவுது... ஆஸ்பத்திரிக்குப் போவலாம். எல்லாஞ் சரியாயிடும்...”

மகளின் உள்ளங்கையை வருடிக் கொடுத்தாள் ஜெய்நூர். பக்கத்திலேயே நைந்துபோய் அமர்ந்திருக்கும் வாப்பா, றாத்தாமார்களில் மர்ஜானியின் விழிகள் தாவியது. தன்னிச்சையாக உம்மாவின் சேலைத்தலைப்பை அவளது ஒரு கை பிடித்துக்கொண்டிருந்தது. எப்போதும் சிரிக்கின்ற அவளது கண்கள் அவளறியாமலேயே மீண்டும் வந்துவிட்டிருந்தது. அந்தச் சிரிப்பில் என்ன இருக்கிறதென்றே தெரியாமல் அவளைச் சுற்றியிருந்தவர்கள் வாஞ்சையோடு பார்த்துக் கொண்டிருந்தார்கள்.

மிகத் தீவிரமான மௌனத்தோடு அங்கிருந்த எல்லாரையும் தொட்டுவிட்ட பிறகு மர்ஜானியின் விழிகள் ஜெய்நூரில் குத்தி நின்றன. மகளின் அந்தப் பார்வைப் பரிமாற்றத்தின் இரகசிய இழையைப் புரிந்துகொள்ளத் திறனற்றவளாய் தீவிர குழப்பத்துடன் இறுகிப் போயிருந்த ஜெய்நூர் மகளின் நெற்றியை வருடி உதடுகளைக் குவித்துக் கொஞ்சினாள்.

"மகள்" திடீரெனக் கவிந்த இருளைக் கிழித்தபடி கோரமாகக் கத்தினாள் ஜெய்நூர். மர்ஜானியின் கண்கள் சிரித்தபடியே பார்த்துக்கொண்டிருந்தன.

10

யா நபி ஸலாம் அலைக்கும், யா ரசூல் ஸலாம் அலைக்கும், யா ஹபீப் ஸலாம் அலைக்கும், ஸலவாத்துல்லாஹி அலைக்கும்...[1]

சந்தன ஊதுபத்திகளின் வாசம் பூசி, ஊரையே தவநிலைக்குக் கொண்டுபோய்க்கொண்டிருந்தன மௌலிது[2] கவிவரிகள். காட்டுப் பள்ளிவாசலில் மஃரிப்[3] தொழுகை முடிய தூய வெள்ளை ஆடையில் கூடியிருந்து ஆலிம்களும் மதரஸா மாணவர்களும் ராகம் சேர்த்துப் பாடும் மௌலிது வரிகள் மதுர கானமாக ஊரின் ஒவ்வொரு வீட்டுக் குள்ளும் மழையாக இறங்கிக்கொண்டிருக்கும் மாதம். தெருக்களின் ஒவ்வொரு சந்திகளும் ஊதுபத்தி வாசனையில் கமகமத்துக் கிடந்தன. திரும்பும் திக்கெல்லாம் தங்கநிற ரிப்பனாக மினுங்கும் முகங்களில் பெண்களும் சிறுமிகளும் கூட்டம் கூட்டமாகப் பள்ளியை நோக்கி கொண்டாட்டமாக நடந்துகொண்டிருந்தார்கள்.

காட்டுப் பள்ளிவாசலில் மௌலிது நாட்களில் விநியோகமாகும் நார்சா[4] பொதிகளை வரிசையில் நின்று வாங்கிக் கொண்டுவந்து ஓர் இடத்தில் சேர்ந்திருந்து தின்பதும், தின்று முடிய திரும்பவும் வரிசையில் ஓடிப்போய் நிற்பதும் துடுக்குத்தனம் கூடிய பிள்ளைகளின் அபிமான விளையாட்டு. வாழை இலைகளிலும், காகிதங்களிலும் தரப்படும் நார்சா சோற்றுக்கென்று பிரத்தியேக வாசனை உண்டு. வாய் அகன்று உயர்ந்த அண்டாவை விறகு

---

1. நபியே உங்கள் மீது சாந்தி உண்டாக்கட்டும், நாங்கள் உங்களை அமைதியுடன் வாழ்த்துகிறோம்
2. புகழிசைப் பாடல்கள் (முஹம்மது நபியின் பிறப்பைப் புகழ்ந்து பாடுதல்)
3. சூரியன் மறைந்த பிறகு தொழப்படும் ஐந்து நேரத் தொழுகைகளில் ஒன்று.
4. அன்னதானம்

அடுப்பில் ஏற்றி சூடேறியதும் நல்ல பசுநெய் விட்டு, ஏலம், கருவாப்பட்டை, வெங்காயம், பச்சை மிளகாய், கறிவேப்பிலை, ரம்பை இலை, உலர் திராட்சை, துவரம் பருப்பு அனைத்தையும் தாளித்து தேங்காய்ப் பால், உப்பு, சிறிது மஞ்சள் சேர்த்துக் கொதிக்க வைப்பார்கள். அற்புத நறுணம் சமையல்காரர்களின் நாசிகளில் ஊடுபாய்ந்து உற்சாக மனநிலையைக் கொடுக்கும். ஆடலும் பாடலுமாக, மூட்டைகளைப் பிரித்து புழுக்கள் வண்டுகள் இல்லாத முத்துப்போலத் தூய்மையான அரிசியை அலசிக் கழுவி வாசனையோடு கொதித்துக்கொண்டிருக்கும் தேங்காய்ப்பால் கலவையில் கொட்டுவார்கள். அரிசியைப் பதமாக அவியவிட்டுக் கிளறக் கிளற முகத்தில் மந்திரப் புகை பாயும். சோற்று அண்டாவிலிருந்து கிளம்பும் புழுங்கல் ஆவி நாசியை நிரப்பும். சுற்றியிருக்கும் எல்லோரையும் வாயைத் திறந்து வாசம் குடிக்கவைக்கும். சில நாள்களில் நார்சா சோற்றில் இறைச்சி சேர்த்தும் சமைத்திருப்பார்கள். நெய்யிலும் வாசனைத் திரவியங்களிலும் மென்மையாக அவிந்த இறைச்சித் துண்டுகள் ஒன்றோ இரண்டோ நார்சா சோற்றில் இருந்துவிட்டால் தின்பவர்கள் முகத்தில் குதூகலம் ஒரு சொட்டுக் கூடிவிடும். நேர்ச்சைகளைத் தீர்ப்பதற்காக இறை விசுவாசிகள் குர்பானி[5] கொடுக்கும் ஆடு, மாடுகளை அறுத்துத் தனியாகக் குழம்பு வைத்தும் சோற்றோடு நார்சாவாகத் தருவதும் நடப்பதுண்டு.

பள்ளியில் நடக்கும் மௌலிது விழாக்கள் மஹல்லா வாசிகளினதும்[6], ஊரவர்களினதும் ஒத்துழைப்பில் நடப்பதே வழக்கம். ஊரில் உள்ள ஒவ்வொரு குடும்பத்திடமிருந்தும் வசூலித்த நன்கொடைப் பணத்தில்தான் நார்சா ஆக்குவார்கள். உள்ளூர் வியாபாரிகள், தனவந்தர்கள் பெரிய அளவில் நன்கொடை தருவார்கள். விவசாயிகள், தானிய வியாபாரிகள் அரிசி தருவார்கள். சந்தை வியாரிகள் தாம் உறுப்பினராயிருக்கும் சங்கத்திற்கூடாகவும் தனித்தனியாகவும் காய்கறிகள், மசாலாப் பொருள்களைத் தருவார்கள். பண்ணையாளர்கள் இறைச்சியைத் தருவார்கள். நார்சா பெற வருகிறவர்கள் பள்ளி உண்டியலில் காணிக்கையிடுவார்கள். நேர்ச்சைப் பொருளாக விசுவாசிகள் இன்னோரன்ன ஏராளம் பொருள்களைப் பள்ளிக்குத் தருவார்கள்.

காட்டுப் பள்ளிவாசலில் கந்தூரி[7] நடக்கும் எல்லாக் காலங்களிலும் தாவூத் முழு ஆதரவு அளிப்பார். உலகின்

---

5. பலியிடல்
6. பள்ளி நிர்வாக எல்லைக்குள் வாழும் மக்கள்
7. திருவிழா

வெளிச்சத்தைக் கண் திறந்து பாராமலேயே மண்ணறைக்குப் போன பிஞ்சு மகனின் நினைவாகக் குர்பானி தருவதை ஆண்டு தோறும் செய்து வந்தார். அய்லி பிறந்த பிறகு அனுபவிக்க நேர்ந்த துன்ப நிகழ்வுகளிலிருந்து மீட்பளித்து, மருத்துவர்கள் கைவிரிக்க சயனித்துக் கிடந்த மகளுக்கு அதிசயிக்கத்தக்க விதத்தில் வாழ்வு அளித்த அல்லாஹ்வின் பெயரில் ஊர் மக்களுக்கு உணவளித்து மகிழ கந்தூரி நல்ல சந்தர்ப்பத்தைத் அவருக்குத் தந்தது. நாலைந்து அரிசி மூட்டைகள், இரண்டோ மூன்றோ ஆடுகள் உட்பட்ட இன்னோரன்ன பொருட்கள் அனைத்தையும் பள்ளிக்குத் தருவார். அவர் ஒருவரின் பங்களிப்பில் ஒரு நாள் நார்சா சோறு இறைச்சியோடு அன்றெல்லாம் கந்தூரிக்குப்போகிறவர்கள் எல்லோருக்கும் கிடைத்துவிடும்.

லாரியில் காட்டுப் பள்ளிக்கு எடுத்துப்போயிருந்த அரிசி மூட்டைகளை முதுகில் சுமந்து இறக்கிவைத்துவிட்டு இடுப்பில் மடித்துக் கட்டியிருந்த அழுக்கேறி சாயம் மங்கிப்போயிருந்த சாறனில் முகத்தைத் துடைப்பதற்குக் குனிந்த அப்துல், நாணயத்தாள்களை நீட்டிபயடி நிற்கும் தாவூதில் தான் நிமிர்ந்தான். சட்டை அணிந்திராத வெற்று உடம்பில் கொப்புளங்களாக பரவிக்கிடந்த வியர்வை முத்துக்கள் வெடித்து நீராக வடிய, மூட்டை தூக்கி முறுக்கேறிய அவனது புஜங்கள் வழுவழுப்பான கண்ணாடித்தாள்களாக மின்னியது. நல்ல கறுத்த தோல் நிறம் கொண்ட அவனது உதடுகள் சிவப்பேறி யிருந்தன. வாயில் வெற்றிலையை மென்றவாறே, தாவூத் தந்த காசுத் தாள்களை எண்ணிப் பார்த்துவிட்டுச் சப்பிய வெற்றிலை சாறு வாயோரம் வடிய பற்களைக் காட்டிச் சிரித்தான்.

“முதலாளி... வூட்டுக்கு எடுத்துப் போறதுக்குச் கொஞ்சம் நார்சா சோறு எடுத்துத் தாறீங்களா...” வெற்றிலையை அதக்கி அசைபோட்டபடி பின் தலையைச் சொறிந்தான் அப்துல். வியர்த்த வெற்று உடம்போடு பள்ளிக்குள் போகத் தயங்கியபடி வாசலிலேயே நிற்கிறவனை வாஞ்சையோடு பார்த்துவிட்டு, “நீ இப்பிடியே போய்க் கேட்டாலும் இஞ்ச யாரும் ஒன்டும் சொல்லப் போறல்ல...” என்றார். “ஊத்தையா இருக்கன் முதலாளி, பாருங்க” விரித்த கைகளைத் தன் பக்கமாகத் திருப்பிக் காட்டினான். “உழைக்கிறவன் இப்படித்தான்டா இருக்கேலும்... வெள்ளயும் சொள்ளையுமா உடுத்துக்கிட்டு நீ செய்ற வேலயச் செய்ய ஏலுமா சொல்லு...” பற்கள் தெரியச் சிரித்தார் தாவூத்.

“பொறு நார்சா எடுத்துத் தாறேன்” என்று சொல்லித் தாமதிக்காமல் பள்ளிவாசல் படிக்கட்டுக்களில் ஏறி உள்ளே போய் மறைந்த தாவூத், காகிதப் பை நிரம்ப நார்சா சோற்றுடன்

திரும்பி வந்தார். மக்கள் அலையால் பள்ளி வளவு நிரம்பி யிருந்தது. ஒளி பெருக்கியில் ஸலவாத்[8] ஒலித்துக்கொண்டிருந்தது.

“நாளைக்கு நம்மட நார்சா... மறந்திராம வந்து வாங்கிக்க. உனக்கு வர ஏலாட்டி உன்ட மகனை அனுப்பியாச்சும் எடுத்திரு, என்ன”

“சரிங்க முதலாளி...”

அப்துல் கிளம்பிச் செல்வதைப் பார்த்துக்கொண்டிருந்து விட்டு மீண்டும் பள்ளிக்குள் போனார் தாவூத். சப்பாத்துக்களைக் கழற்றிவிட்டு வுழு[9] செய்வதற்காக நீர் நிரம்பிய பளிங்குத் தொட்டியை நோக்கிப் போய்க்கொண்டிருந்தவரை “தாவூத், அஸ்ஸலாமு அலைக்கும்[10]” என்ற குரல் திரும்பிப் பார்க்கச்செய்தது. “வ அலைக்கும் (முஸ்)ஸலாம்[11]” என்ற பதிலோடு அவரை அடையாளம் கண்டவராக முகம் மலர்ந்தார்.

“மிச்ச நாளாக உங்களச் சந்திக்க நினைச்சிக்கிட்டே இருந்தேன்” என்று சொல்லிக்கொண்டு வந்தவர் அய்லியின் வகுப்பு ஆசிரியர் ஜஃபர்.

“பார்த்தது சந்தோசம். தொழுது முடிச்சிட்டுப் பேசுவோம். வாங்க சார்...”

“ஓமோம்!” ஜஃபர் ஆசிரியரும் தலையாட்ட இருவருமாக வுழு செய்து கொண்டு இஷா [12]தொழுகைக்குப் போனார்கள்.

அய்லி பற்றி ஜஃபர் ஆசிரியர் சொல்லியவை முன்னர் அறிந்திராத அல்லது புதிதாகத் தெரிந்துகொண்ட புதிர் ஒன்று மில்லை. நிஸா அடிக்கடி தன்னிடம் புலம்பி காதுகள் புடைத்தெழும்பச் செய்த விசயங்களின் நீட்சியான சொற்களையே அவர் தாவூதுக்கு ஒப்புவித்துக்கொண் டிருந்தார். ஊரில் எல்லோராலும் அறியப்பட்ட சாரதி பிச்சைக்குட்டியின் மகனை கல்லால் அடித்துத் தலையில் காயமுண்டாக்கியிருக்கிறாள் அய்லி என்ற விசயம் ஒன்று தான் பதற்றத்தைக் கூட்டுவதாயிருந்தது. அவள் பொதுவாக யாரையும் நோகடிக்கிற பிள்ளை இல்லை. வாய்காரிதான், வம்புச்

8. நபி முஹம்மதுவுக்காகப் பிரார்த்தித்தல்

9. சுத்தம்

10. உங்கள் மீது சாந்தியும் சமாதானமும் உண்டாகுவதாக

11. உங்கள்மீதும்சாந்தியும்சமாதானமும்உண்டாவதாக

12. ஐந்து நேரத் தொழுகையில் நாளின் இறுதியாக தொழப்படுவது

சண்டைகளுக்குப் போறவளில்லை என்ற தனது நம்பிக்கையில் சிறு சலனத்தைப் பார்த்தார் தாவூத்.

சாரதி பிச்சைக்குட்டியின் மகன் முனாஸ்தீன் அய்லி படிக்கும் அதே வகுப்பில் படிக்கிறான். ஒரு வார காலமாகப் பள்ளிப் பக்கமே வராதிருந்தவன், தலையில் கட்டுப்போட்டுக் கொண்டு பள்ளிக்கு வருகிறான் என்று ஜஃபர் சொன்னது கடுமையான வருத்தத்தை ஏற்படுத்தியது.

“பொட்டப்புள்ளை அடிச்சதால் காயப்பட்டேன் என்று சொல்ல வெட்கப்பட்டு மரத்திலயிருந்து விழுந்திட்டனேன்டு சொல்லித் திரியுறான். அவங்க ஊட்டிலயும் யாருக்கிட்டயும் உண்மையச் சொல்லல... எனக்கிட்ட மட்டும் சொன்னான்...”

“அய்லியக் கூப்பிட்டு விசாரிச்சிங்களா, சேர். . .”

“ஓம், நான் தான் அடிச்சன் சேர். அவன தைரியமா அவங்க வாப்பாக்கிட்டச் சொல்லச் சொல்லுங்க! இப்படிச் சொல்றாள். துளி பயமில்ல. . . எல்லாத்துக்கும் தர்க்கம். கட்டுப்படுத்தவே முடியல்ல. வகுப்புல டீச்சர்ஸ் இல்லாத நேரத்தில பர்தாவக் கழற்றி இடுப்புல கட்டிக்கிட்டு மேச மேல ஏறியிருந்து அரட்டையடிக்கிறதப் பற்றி எல்லா டீச்சர்ஸ் உம் முறைப்பாடு சொல்றாங்க. சமயத்தில பின்பக்கமாப்போய் மதிலேறி குதிச்சி சமோசா, கிழங்கு பாபத் வாங்கிகிட்டு வகுப்புக்கு வர்றா. எத்தனையோ முறை கூப்புட்டுவச்சி அறிவுர சொன்னாலும் கண்டுக்கறதேயில்ல... ஆம்பிளைப் பிள்ளைகள்கூட இந்தளவு மோசமா குழப்படி செய்றல்ல”

“வீட்டிலயும் இப்படித்தான் சார். நாங்க சொல்ற எதையும் செய்றதில்ல. . . கேட்கிறதுமில்ல.. அவளுக்குப் புடிச்ச விசயங்கள மட்டுந்தான் செய்வா. மற்றப்படி குணத்தில தங்கம்” அவர் உதடுகள் வேகமாக வார்த்தைகளை உதிர்த்தன. முகம் ஆழ்ந்த சிந்தனைக்குப் போய்விட்டிருந்தது.

“படிப்பெல்லாம் எப்படி. . .” ஆழத்திலிருந்து பிரக்ஞைக்கு வந்தவர்போல திணறிக் கொண்டு வந்தது கேள்வி. “நல்லாப் படிக்கிற புள்ளை என்று தான் அதிபர் இன்னும் டீசி செர்டிபிகட்டைக் கிழிக்காமல் இருக்கார்...” ஜஃபர் ஆசிரியரின் இந்தப் பதிலைக் கேட்டதும் நிம்மதியின் மென்மை அவர் முகத்தில் பரவியது.

“அடிபட்ட அந்தப் பொடியனுக்கு ஏதாச்சும் உதவி செய்யலாமா. . ?”

“அதெல்லாம் தேவைல்ல. அய்லி வயசுக்கு வந்த புள்ளை. இவன் பொல்லாத பொடியன்களோட சேர்ந்துக்கிட்டுத் திரியுறவன். பொல்லாத வயசு வேற... பொம்பிளைப் புள்ளைய கண்டிச்சி வளர்க்காட்டி நாளைக்கி கைசேதம் உங்களுக்குத் தான். சொல் பேச்சு கேட்காட்டி நல்லா நாலு தட்டுத் தட்டுங்க. வளையாட்டி நாமதான் வளைக்கணும்”

ஜஃபர் கூறிச் சென்ற கடைசி வரிகள் அவரைத் தீவிரமாக உலுக்கியது. அய்லியை அடித்துக் கண்டித்து வளர்க்கவில்லை என்று இதுவரைச் சொல்லாதவர்களே இல்லை. குழந்தைப் பிள்ளையை அடிக்கலாமா என அன்றும், வயசுப் பிள்ளையை அடிக்கலாமா என இன்றும் தடுமாறித் தடுமாறியே அவளுக்குப் பதினைந்து வயதாகிவிட்டது. எல்லாவற்றுக்கும் மேலாக, வைரத்துண்டுபோல துருத்தித் தெரியும் அவளை நோக்கிக் கையை நீட்ட தாவூத் மனத்தில் துணிவில்லை. அகப்பைக் கணை நீட்டுகிற நிஸாவும், அய்லி பருவமடைந்த பிறகு அப்படிச் செய்வதில்லை. எதிர்க்கேள்வி கேட்கிறாள், தர்க்கம் புரிகிறாள், அவளை நல்லபடியாக வளர்த்தவில்லை – இப்படி ஆளாளுக்கு அடுக்கும் புகார்களைக் கேட்டுக் கேட்டு தாவூத், நிஸா இருவரினதும் காது நரம்புகள் வீங்காதிருப்பதே பெரிய விசயம். தன்னைப் பற்றி இப்படியெல்லாம் புகார்கள் இருப்பதாகக்கூடக் கண்டுகொள்ளாமல் இளந்தளிராக பசிய முகத்துடன் வளைய வரும் மகளை விசாரணை செய்கிற முன்யோசனைகூடச் சங்கடத்தையே தந்து கொண்டிருந்தது.

“ஹா... ஜஃபர் சேருக்கிட்டப் போய் சொல்லி யிருக்கானா...” மின்மினிப் பூச்சிகள் முகமெங்கும் பறக்க சிரித்தவளை அமைதியாகப் பார்த்துக்கொண்டிருந்தார் தாவூத். கொஞ்சம் சினம் எட்டிப் பார்க்கும் கண்களுடன்.

“உடம்பெல்லாந் திமிர் மட்டுந்தான், பாருங்க” சமையலறை யில் எதையோ செய்தபடி சொல்லிக்கொண்டிருந்தாள் நிஸா.

“கேளுங்க வாப்பா, நான் அவனைச் சும்மா வலியப்போய் கல்லால அடிக்கல... நான் சைக்கிள் ஓடிக்கிட்டு வர்ற போதெல்லாம் எனக்குத் தெரியாம ரோட்டில கயிறை இழுத்து வச்சி விழுத்தாட்டிக்கிட்டேயிருந்தாங்க. நாலைஞ்சு முறை விழுந்திட்டேன். இப்படி செய்றவங்க யாருன்னு என் கூட்டாளிப் பிள்ளைகளோடச் சேர்ந்து தேடிக் கண்டுபுடிச்சுத்தான் கல்லால அடிச்சேன். கூட்டாளிகள் எல்லோரும் ஓடிட்டானுவள். இவனுக்குத்தான் மண்டையில பட்டிச்சி”

“நான் அப்பவே அடிச்சிக்கிட்டேன். குமருப் புள்ளைக்கி என்னத்துக்கு சைக்கிள். நம்மட ஊர்ல வேற புள்ளையல்

யாராச்சும் இந்த வயசில சைக்கிள் ஓடுதா. இந்தப் புள்ளை மட்டும் ஓடித்திரிஞ்சா நாலு கழிசடைகள் வம்பிழுக்கத்தான் பார்ப்பானுவள். சின்னப் புள்ளையில ஓடினது சரி. இப்ப இந்த சைக்கிள் தேவல்லாத பிரச்சினை" சூடான தாய்ச்சியில் போட்ட சோள விதைகளாகப் படபடத்துப் பொறிந்தன நிஸாவின் சொற்கள்.

"ஓம் மகள். உம்மா சொல்றது சரி தான். இனி சைக்கிள் ஓடாதிங்க..." தீவிர மௌனத்துடன் எல்லாவற்றையும் கேட்டுக் கொண்டிருந்துவிட்டுச் சன்னமான குரலில் சொன்னார் தாவூத். அதீத அன்பைக் காட்டினாலும் மகளைப் பாதுகாக்கும் சுவரையும் எழுப்ப வேண்டிய பொறுப்பில் நிஸாவும் தாவூதும் இருந்தார்கள்.

நிலைக்கண்ணாடியைத் துடைத்துவிட்டு மெல்லிய புன்முறுவலுடன் தன்னையே பார்த்துக்கொண்டிருந்தாள் அய்லி.

"நீங்க ரெண்டு பேரும் உங்க உபதேசங்கள அந்தக் கழிசடைகளுக்குப்போய் நடத்துங்க. அவனுகளுக்காக என்ட கண்ணை நானே குத்திக்க ஏலாது..."

அலுமினியப் பாத்திரத்தைத் தரையில் உருட்டிவிட்டுத் தவறியோடும் பூனையைப் போல அவள் அங்கிருந்து ஓடிவிட்ட பிறகும் என்ன சொல்லிப்போனாள் என்று தெரியாதவர்களாக அவர்கள் இருவரும் திகைத்துப்போய் நிற்பது இது முதல் முறையல்ல. ஒரு சோக முகமூடியை அணிந்து அவர்கள் இருவரும் சிலையாக நின்று கொண்டிருக்க, 'நான் ஒரு சிந்து காவடிச் சிந்து ராகம் புரியவில்ல' பாடலை முணுமுணுத்தபடி கால்களைச் சுழற்றி ஆடிக்கொண்டே பலா மரத்தில் மாட்டி யிருந்த ஊஞ்சலை நோக்கிப்போய்க் கொண்டிருந்தாள்.

அவள் வாசலுக்கு வருகிறவரையிலும் தலையைத் தொங்க வைத்தபடி கண்களைக் கதவிலிருந்து அங்கிங்கு எடுக்காமல் நோட்டமிட்டுக் கொண்டிருந்த அவளது செல்ல நிலா, அவள் ஊஞ்சலில் அமர்ந்ததும் ஓடிப்போய் துள்ளிப் பாய்ந்து அவள் அருகில் உட்கார்ந்தது.

கடுமையான எரிச்சலுடன் நிஸா ஏசிக்கொண்டே சமையல் பாத்திரங்களை மோதவிட்டுக்கொண்டிருந்தது வாசல் தாண்டிக் கேட்டது.

"சுதந்திரம் இல்லாத வாழ்வு கண்களைக் குத்திக்கொண்டு வாழ்வதைப் போல; இல்லையா, நிலா"

எந்த நிலாவிடம் கேட்கிறாள் என்று புரியாமல் நிலவு வெளிச்சத்தின் கீழே முற்றத்து மரங்கள் எல்லாம் மௌனமாக அவள் பேசுவதைக் கேட்டுக்கொண்டிருந்தன. உம்மாவும், மற்றப் பெண்களும் வாழுகின்ற மீண்டெழுந்து வர முடியாத தோல்வியான வாழ்வை அய்லி பார்த்துக்கொண்டுதான் இருக்கிறாள். அவர்கள் வாழ்க்கையிலிருந்து ஒதுங்கி இருப்பதாக அவளுக்குத் தோன்றும். அருங்காட்சியகங்களில் வைக்கப்பட்டிருக்கும் கைப்பணிப் பொருள்களைப் போல வீடுகளிலிருக்கும் பெண்கள் பரிதாபமான காட்சியாகவே அவளுக்குத் தோன்றினார்கள். ஆசைகளையும் எதிர்பார்ப்பு களையும் சாதுர்யமாக மறைத்துக்கொண்டு சொல்லப் போனால் ஆசைகளே இல்லையென்பதுபோல வாழ்ந்து கொண்டிருக்கும் உம்மாவைத் துயரார்ந்த விம்பமாக அய்லி பார்த்தாள். இந்த விம்பத்தை எப்படி ஒவ்வொரு பெண்ணுக்கும் கடத்துகிறார்களெனத் திட்டமாகத் தெரிந்துகொள்ளும் பருவத்தை அவள் அடைந்திருக்கிறாள். திட்டமிடல் இல்லாத வினோத சம்பவங்கள் ஒவ்வொன்றின் போதும் அவர்களின் சாயல் தனக்கு வந்துவிடக்கூடாதென்ற தீர்க்கமான தீர்மானம் தீக்கொழுந்தாக அவ்வப்போது அவளுக்குள் பற்றியெறிகிறது.

ஒருவனைக் கல்லால் அடித்த சம்பவத்திற்கு இவ்வளவு பதற்றமடைந்திருக்கும் உம்மா வாப்பாவின் காதுகளை நாளைக்கோ மறுநாளோ விரைவில் எட்டப்போகும் அந்த துர்ச்செய்தி எப்படியெல்லாம் அதிர்ச்சியுண்டாக்கும் என்றெண்ணி தனக்குள்ளே சிரித்துக்கொண்டாள்.

துப்பாக்கியை நெஞ்சுக்குக் குறுக்காகப் போட்டுக் கொண்டு, "உன்னைச் சுட்டுத் தள்ளத்தானடி நான் ராணுவத்திற்கே போனேன்" என்று இராணுவ சீருடையில் அவன் கர்ஜனை செய்த நிகழ்ச்சி இந்த வாரம் நடந்திருந்தது. அவன் கண்களில் கோபம் அனலாய்த் தெறித்தது. அவன் பழிவாங்கும் உணர்ச்சியின் பிடியில் இருந்தான். அவளது நண்பிகள் எல்லாரும் அவனைக் கண்டு அலறியடித்துக்கொண்டு ஓட பூவரசு மரங்கள் சாட்சியாக அவள் மட்டும் தன்னந்தனி யாகத் தெருவில் நின்றுகொண்டிருக்க அவன் சபதமிட்டுச் சென்றது மிகை கற்பனை போல நம்ப முடியாதிருக்கிறது. இரண்டு ஆண்டுகளுக்கு முன்னர் நடந்த நிகழ்ச்சிக்குப் பழிதீர்க்கப் புறப்பட்டிருப்பதாகச் சொல்லித் திரிகிற அவனது முட்டாள்தனத்திற்காக அவன் முகத்திலேயே நகைத்தாள்.

வருடாந்த பள்ளி விளையாட்டுப் போட்டி அன்று; – அவள் மகளிருக்கான பரிதிவட்டம் வீசுதல், நீளம் பாய்தல், உயரம் பாய்தல் போட்டிகள் மூன்றிலும் முதலிடத்தைத்

தட்டிக்கொண்டிருந்தாள். மாணவத் தலைவியாகப் பங்களிப்புச் செய்த சிவப்பு இல்லம் முதலாமிடத்தை வென்றது. இந்த இரண்டு காரணங்களால் அன்றைய நாள் அவள் மகிழ்ச்சியின் உச்சத்தில் இருந்தாள். விளையாட்டு மைதானத்தை அண்டி திடீரெனத் தோன்றியிருந்த ஷர்பத் கடை வாசலில் அந்த நிகழ்ச்சி அரங்கேறியது. சிவப்பும் மஞ்சளுமான இனிப்பான வர்ணக் கரைசல்களில் அன்னாசிப் பழத்துண்டுகளையும் நீரில் ஊறிப் பொதும்பியிருந்த கசகசா விதைகளுடன் ஐஸ் துண்டுகளையும் போட்டு, இரண்டு கண்ணாடிக் குவளைகளில் சூடான தேநீரை ஆத்துவதுபோல வலது கை மேலாகவும் இடது கை கீழாகவும் மாறி மாறி சிந்தாமல் சிதறாமல் ஆத்திய ஷர்பத்தை வாங்கிக் குடிக்க அந்த சிறு கடையின் முன்னால் விளையாடிய பள்ளி மாணாக்கர் பேரதிசயமாகக் குழுமி நின்றார்கள். சுட்டெரிக்கும் வெயிலுக்குச் சில்லென்று தித்திக்கச் செய்யக்கூடிய ஷர்பத்தைக் குடிப்பதற்காக அய்லியும் பள்ளித் தோழிகளோடு அங்கு போய்ச் சேர்ந்தபோது, இதோ துப்பாக்கியோடு வெளியாகியிருக்கும் ‘பெயரிலி’ சில கூட்டாளிகளோடு அங்கு நின்றிருந்தான். அவன் யார் என்பதோ, என்ன பெயர் என்றோ அய்லிக்குப் போலவே அவளது தோழிகளுக்கும் தெரியாது. அவனும் அவனது வாலிபர் கூட்டாளிகளும் பெண் பிள்ளைகளைப் பார்த்ததும், இதற்கு முன்னொருகாலும் பெண்களைப் பார்த்திராதவர்களைப் போல படு உற்சாகமாக ஏதேதோ பிதற்றத் தொடங்கினார்கள். அவற்றையெல்லாம் கண்டு கொள்ளாமல் அய்லி கடைக்காரரிடம் ஷர்பத் கேட்டாள். “எத்தனைம்மா...” நடுத்தர வயதான கடைக்காரர் ஒற்றை ஆளாக வியர்வை வழிய நின்று கூட்டத்தைச் சமாளித்துக் கொண்டிருந்தார். அய்லி தனக்கும் தோழிகளுக்குமாக ஆறு ஷர்பத் கேட்டாள்.

“ஆறில உனக்கு எது மச்சான்” ஒருத்தன் கேட்க, மற்றையவன் அய்லிக்கு அருகில் நின்ற தோழியின் பர்தாவைப் பிடித்து இழுத்து “இது” என்றான். அச்சமும் திகைப்புமாக “வாங்கடி போவலாம்” என அவள் சிணுங்கினாள். அய்லியும் அவளது தோழி அஜீசாவும் அவர்களைத் திரும்பிப் பார்த்து முறைத்தார்கள். “தம்பிகளா, இடத்தை விட்டுப் போங்கப்பா” பரிதாபமாகக் கெஞ்சுந் தொனியில் கடைக்காரர் சொல்லி யதையும் பொருட்படுத்தாமல் அவர்கள் சேட்டையைத் தொடர்ந்தார்கள். முதலில் மூன்று ஷர்பத்களைப் போட்டுக் கொடுத்துவிட்டு மற்றைய மூன்றை ஆத்தத் தொடங்கியிருந்தார் அவர். அவரிடம் பெரிய பாத்திரங்கள் இல்லாததினாலோ வேறு காரணத்தினாலோ ஒரு தடவையில் இரண்டிரண்டாக அல்லது மூன்றாகவே ஷர்பத்தைத் தயாரித்தார். அய்லியும்

சிவப்புச் சட்டை சிறுமி 137

அஜீசாவும் முதல் கிடைத்த மூன்று கிளாஸ்களைத் தோழிகளுக்கு எடுத்துக்கொடுத்தனர். ஒருத்தி குடித்துக்கொண்டிருந்த ஷர்பத் கிளாஸைப் படக்கென்று கண்ணிமைப்பதற்குள் பறித்து உறிஞ்சிவிட்டு, "ப்பா... இதுதான் அமிர்தம்" என்று சொல்லிவிட்டு மீண்டும் அவளுக்கே கிளாஸை நீட்டினான். அவனது செய்கையை உற்சாகப்படுத்துவதுபோல அவன் கூட்டாளிகள் ஆகாயத்திற்கு வாயைத் திறந்து காட்டி கெக்கே பிக்கேவென்று சத்தமாகச் சிரித்தார்கள். அச்சம் பரவிய முகத்துடன் நடுங்கிய அவள் கால்கள் பின்னோக்கி மெல்ல மெல்ல நகர "ஏன்டி என் எச்சில்பட்டதைக் குடிக்க மாட்டியோ..." கண்கள் சிவந்து அழுகிறவளைப் பொருட்படுத்தாமல் நெருங்கி வந்துகொண்டிருந்தவனின் முகத்தில் திடீரென்று அன்னாசித் துண்டுகளும், கசகசாவும் வழிந்தது. என்ன நடந்ததென்று அங்கிருந்தவர்கள் ஊகிப்பதற்குள் "பளார்" என்று ஓங்கி அறைந்தாள் அய்லி. அவமானத்தில் அவன் சிதறிப்போனது அப்பட்டமாய்த் தெரிந்தது. சற்று முன்பிருந்த ரகளையான முகம் எங்கே ஒளிந்துகொண்டதென்றே தெரியவில்லை. அவன் கூட்டாளிகள் ஒருவனது கன்னத்தையும் அய்லியின் கை பதம் பார்த்தது. செருப்பைக் கழட்டிக்கொண்டு அஜீசா நிமிர்வதற்குள் நான்கு பேர் அந்த இடத்தைவிட்டே ஓடிவிட்டார்கள். "நீ எதுக்கு அழுறாய்... காகமோ குருவியோ நம் தலையில எச்சம் போடுவதை நம்மால் தடுக்க முடியாது. அது நம் தலையில் கூடு கட்டுவதைக் கூடவா தடுக்க முடியாது" அக்கறையும் சிறிய கேலியும் பொதிந்த குரலில் சொல்லியபடி சிற்பமாக உறைந்துபோய் நின்றிருந்த கடைக்காரரின் கையிலிருந்த ஷர்பத் கிளாஸை வாங்கி உறிஞ்சினாள்.

அதன் பிறகு அவனும் அவன் கூட்டாளிகளும் கண்களில் படவேயில்லை. அவமானத்தில் ஊரைவிட்டே ஓடிவிட்டார்கள் என்று அய்லியும் தோழிகளும் அவ்வப்போது சொல்லி சிரித்துக்கொள்வார்கள். இரண்டு ஆண்டுகள் கழித்து ராணுவ சீருடையும் துப்பாக்கியும் கையுமாக வந்து நின்று சுட்டுக் கொல்வேன் என மிரட்டித் திரிகிறவன் கன்னத்தில் ஷர்பத் வழிய அறை வாங்கியவனே. நிராயுதபாணியாக நின்று, தன் ஆண் திமிறைக் கலைத்துப்போட்ட ஒரு பெண்ணை எதிர்கொள்ள அவனுக்கு ஒரு துப்பாக்கியும் சீருடையும் இரண்டு ஆண்டுகள் காலமும் தேவையாயிருந்தது சற்று வியப்புத்தான். கழிந்துபோன இந்த இருபத்திநான்கு மாதங்கள் காலத்தில் ஒரு நாள் கூடவா பெண்களைச் சீண்டியதற்காக அவன் வெட்கப்பட்டிருக்க மாட்டான்? தெருவில் வைத்து ஒரு பெண்ணின் பர்தாவைப் பிடித்து இழுத்து அசிங்கம்பிடித்த காரியத்தைச் செய்ததனாலும், அத்துமீறலான தனது செய்கையாலுமே முகத்தில் அறை

விழுந்தது; அவமானப்பட நேர்ந்ததென்கிற அறிவைப் பிடிவாத மாக மறைத்துக்கொண்டு அல்லது அப்படியொரு உணர்ச்சியே இல்லாத பிண்டமாகப் புதிய மினுங்கும் வாளொன்றுடன் போருக்குப் புறப்பட்டிருக்கும் அவன் தோல்வியில் தன்னை மறந்து நிற்கிறான்.

நட்போடு சகஜமாகப் பழகிக் கொண்டிருக்கும் தோழிகளே அவர்களின் தாய் தகப்பனிடம் இந்த நிகழ்ச்சியை விரைவில் 'கோள்' சொல்லிவிடுவார்கள். தாவூதுக்கோ, நிஸாவுக்கோ இது தெரியவரத்தான் போகிறது. தெரிந்தே துயர முடிவுகளைத் தேர்ந்தெடுக்கக் கூடியவர்கள் என்ற அவநம்பிக்கை தன் பெற்றோர்களில் அவளுக்கு எப்போதுமே இருக்கிறது. துப்பாக்கிக்காரன் விசயம் இவர்கள் காதுகளை எட்டுவதற்கு முன்பே எதிர்வினைக்குத் தயாராகிவிட வேண்டுமென எண்ணியபடி அளவற்ற கருணை பெற்ற முகத்தோடு அமைதியாக மடியில் உறங்கிக்கொண்டிருக்கும் நிலாவை முத்தமிட்டாள். பூ இதழ்களது மென்மையை ஒத்த நிலாவின் உடலை வருடிக்கொண்டு எதையோ தீவிரமாக யோசித்தாள். அவளுக்கு உடனே தனது அறைக்குச் சென்று நட்சத்திரங்கள் அழைக்கும் ஜன்னல் வழியாக வானத்தைப் பார்த்துக்கொண்டு படுத்திருக்க வேண்டும் போலிருந்தது. சட்டென எழுந்து நிலாவைக் கூட்டிற்குள் இறக்கிவிட்டு நடந்தாள். ஊஞ்சலில் மழைத் துளிகள் விழத் தொடங்கியிருந்தன.

திண்ணையில் மட்டும் மின்குமிழ் நிதானமாக வெளிச்சத்தை உமிழ்ந்துகொண்டிருந்தது. நிஸாவும் தாவூதும் உறங்கியதற்கான சமிக்ஞைகளைக் கவனித்த பிறகு அவர்களைத் தொந்தரவு செய்துவிடாமல் கண்ணாடியில் போலத் தாவித் தாவி நடந்து அறையை அடைந்தாள். அவளின் கதகதப்பான புகலிடத்தில் பிரவேசித்த சற்று நேரத்தில் ஆர்வங்கொண்ட அந்தக் கண்கள் மின்னி எழுந்தன. மிக ஆழமாக எதையோ எண்ணிக்கொண்டிருந்தவள், மேசையில் திறந்து கிடந்த குறிப்பேட்டை எடுத்து எழுதத் தொடங்கினாள்.

"என்னால் மாற்ற முடியாததை ஏற்றுக்கொள்ளும் அமைதி; என்னால் முடிந்ததை மாற்றும் தைரியம்; வித்தியாச மான புதிய அனைத்தையும் அறியும் ஞானம்".

"என்ன இவை"

இருளுக்குள் பாயும் மெல்லிய வெளிச்சம்போலத் தெளிவாக, கூர்மையாகக் கேட்டது குரல். கைகளால் தொட்டு விடக்கூடிய தூரத்தில் கண்களால் கண்டுகொள்ள முடியாத குரல் கேட்டபோது, திணறலோ தடுமாற்றமோ இல்லாத

முகத்துடன் திரும்பத் திரும்ப மனதிற்குள் கண்களால் பார்த்துக் கொண்டிருப்பதுபோன்ற மாற்றம் அவளில் நிகழத் தொடங்கி யிருந்தது. பூமியில் கண்திறந்த நாளிலிருந்து தனக்குள்ளிருந்தும் வெளியேயிருந்தும் கேட்கின்ற குரல் பற்றிய விசாரணைகளை அய்லி முற்றிலுமாக நிறுத்திக்கொண்டிருந்த காலத்திலிருந்தாள். சிலந்திவலையின் இழைகளைப் போல பின்னப்பட்டிருக்கும் மர்மங்களுக்குள் தனக்கு மட்டுமே திறந்துகொள்கின்ற ஜன்னல் வழியாக இறங்கிப்போய் பிரகாசமிக்க வீதிகளில் உலாவித் திரிந்துவிட்டு எல்லோரும் விழித்துக்கொள்வதற்கு முன்பாக படுக்கையிலிருந்து எழுந்திருப்பதுபோல வெளியேறும் சாமர்த்தியம் இயல்பு பிசகாமல் அவளுக்குப் பொருந்தியிருந்தது. சபிக்கப்பட்ட மிகவும் சலிப்பூட்டும் நடைமுறைச் சுழலிலிருந்து தப்பித்துக்கொள்ள எண்ணும்போதெல்லாம் இரகசிய ஜன்னலைத் திறந்து இறங்கிப் போய்விடுவாள். அறைக் கதவுகளைப் பூட்டிக்கொண்டு உறங்குகிறாள் என புகார் கூறும் உம்மாவின் குரல் கேட்கவே முடியாத தொலைவில் வேறொரு பிரபஞ்சத்திற்கு வண்ணத்துப்பூச்சிகள் அவளைக் கூட்டிச்சென்றுவிடும். காசிம் பாவா மந்திரித்துக் கட்டும் அட்சரக்கூடு, காப்புத் தகடு, மந்திர நூல் எதுவுமே நுழைய முடியாத உலகாயத பண்டங்களின் பிம்பம் அற்ற முடிவற்று நீளும் பிரம்மாண்ட வெளியின் காட்சிகளைப் பார்த்துக் கொண்டே இருப்பதை அவள் விரும்பினாள்.

“மாற்ற முடியாததை ஏற்றுக்கொள்ளும் அமைதி; முடிந்ததை மாற்றும் தைரியம்; வித்தியாசமான புதிய அனைத்தையும் அறியும் ஞானம். இந்த மூன்றும் உன்னைப் பூரணப்படுத்தப் போதுமா?”

“பருவத்தின் தேவைகள் மாறும்போது பெறுமானம் மாறும்போது வாழ்வின் தத்துவம் என நான் இப்போது நம்புவது இன்னும் விரிவடையலாம், பிரிதொன்றாகவும் மாறலாம்”

“மற்றவர்களிலிருந்து வித்தியாசமாகச் செயல்பட வேண்டும் என்று எண்ணுவதைவிட உன்னைத் தாக்கும் அசௌகரியங்களை நீ எவ்வாறு எதிர்கொள்கிறாய், உன்னைத் தொந்தரவு செய்யும் விடயங்களை எவ்வாறு உள்வாங்கிக் கொள்கிறாய் என்பதைத் தெரிந்துகொண்டு சரி செய்வதனூடாக நிறையத் துன்பங்களை நீ தவிர்க்கலாம். எதையும் மாற்ற முடியாதென்று நிராதரவாக உணருவதற்குப் பதிலாக உன் வரம்புகளையும் எல்லைகளையும் நேர்மையாக மதிப்பீடு செய்யும்போது நேர்மறையான தாக்கத்தை ஏற்படுத்தக் கூடியதாக சூழ்நிலையில் சில மாற்றங்களைச் செய்ய முடியும். அன்றாட வாழ்வில் விரும்பத்தகாத உணர்ச்சிகள் எழுவது

இயற்கையானது. கோபம் விரும்பத்தகாத உணர்ச்சிகளில் ஒன்று. மன்னிப்பு சக்திவாய்ந்த கருவி. ஞானத்தை விசாலமாக்குவதற்குத் தேவையான கருவி; ஞானம் பெறுவதற்கும் வாழ்வில் முன்னேறவும் மன்னிக்கும் குணமே உன்னை முற்றாகத் திறந்து அனுமதிக்கும். இவற்றை ஒருவரும் பிறப்பினால் அடைவதில்லை. அமைதி, தைரியம், ஞானம் இவற்றில் தேர்ச்சி பெறுவதற்கு நிலையான பயிற்சி தேவை. எதை நீ விரும்புகிறாயோ அதுவாக மாறுகிறாய். எதை நீ கற்பனை செய்கிறாயோ அதனை உருவாக்குகிறாய்."

சாயம் மெல்ல மெல்ல ஊறும் துணியைப் போல அய்லி எழுதிக்கொண்டிருந்த காகிதத்தின் வெற்றிடங்களில் ஒவ்வொரு வரிகளிலும் அவளது முத்து முத்தான எழுத்துகள் இறங்கின. ஈரத் துணியை அணிந்ததுபோல உடல் வியர்க்க வியர்க்க எழுதிக்கொண்டேயிருந்தாள்.

உலகமே மூச்சுவிடும் இரவின் அணைப்பிலிருக்க, அய்லி மட்டும் கண்ணுக்குத் தெரியாத குரலுடன் விசித்திரமான உரையாடலில் மூழ்கியிருந்தாள். நேரமும் இடமும் வரம்புமற்ற ஒரு மண்டலத்தில் ஒன்றிணைவதைப் போன்ற விசித்திரமான அதீத தருணம்.

சிலுசிலுக்கும் இலைகளுக்கும், மாலை நேரத் தென்றலின் மெல்லிய அரவணைப்புக்கும் நடுவே, அந்தக் குரல் அய்லியின் உள்ளத்தில் ஆழமாக எதிரொலிக்கும் ஞானத்துடன் பேசியது. குரல் உச்சரித்த வார்த்தைகள் ஒவ்வொன்றும் அவளுடைய கலங்கிய இதயத்தைச் சுற்றி அமைதியின் இழைகளை நெய்கிற வார்த்தைகள். கண்கள் அடிவானத்தை உற்றுப் பார்த்திருக்க, புதிரான வார்த்தைகளுக்குப் பின்னால் உள்ள அர்த்தத்தை ஆழ்ந்து சிந்தித்தபடியே கவனத்துடன் கேட்டுக்கொண்டிருந்தாள் அய்லி. தனது தோள்களை அழுத்துகிற சுமைகள், கடக்க முடியாத கடுமையான பொழுதுகள், எப்போதும் அடைய முடியாதென எண்ணக்கூடிய கனவுகள் அனைத்திலும் குரலின் மென்மையான வழிகாட்டுதலில் ஒரு நுட்பமான மாற்றத்தை அவள் உணர்ந்திருக்கிறாள்.

"உன் விதியை வடிவமைப்பது, புதிய பாதைகளை உருவாக்குவது, வாழ்க்கை முன்வைக்கும் சவால்களை ஏற்றுக் கொள்வது அனைத்தும் உன் கைகளிலேயே உள்ளது"

குரலின் வார்த்தைகள் தன் ஆத்மாவின் தீக்கங்குகளுக்கு உயிர் ஊட்டுவதுபோல, நம்பிக்கை அலைகள் தனக்குள் எழுச்சியாவதை அய்லி உணர்ந்தாள். அந்த வார்த்தைகளில் பயத்தை எதிர்கொள்ளும் வலிமையைக் கண்டாள். தன்னைத்

துன்புறுத்தக்கூடிய துன்பங்கள் எதுவென்றாலும் எதிர் கொள்ளும் துணிவு அவள் குருதியில் சிவப்பு நிறமாக ஊறிக் கொண்டிருக்க, புதிய திடத்துடன் உள்நோக்கிப் பார்த்தாள். தைரியத்தின் தீப்பொறியைப் பற்றவைத்து அவள் முன்னோக்கிச் செல்லும் பாதையை ஒளிரச் செய்யும் நெகிழ்ச்சியின் நெருப்பை மூட்டியது குரல்.

அதன் இருப்பு கிட்டத்தட்ட தெளிவாகத் தெரியும்படி குரல் தொடர்ந்தது. "மற்றொரு ஞானம் பற்றியும் நீ அறிய வேண்டியுள்ளது. வெறும் புரிதலுக்கு அப்பாற்பட்ட ஒரு ஞானம்; அது மாற்ற முடியாததை ஏற்றுக்கொள்ளும் அமைதிக்கும் முடிந்ததை மாற்றும் தைரியத்திற்குமிடையே உள்ள இணைப்பில் பிறந்தது"

மனித புரிதலுக்கு அப்பாற்பட்ட ஒரு சர்வ ஞானம் இருப்பதை ஒப்புக்கொள்வது வலியிலிருந்து விடுதலை அளிக்கும் அருமருந்தைப் போன்றது. தன்னைக் கண்டறிவதற்கான தேடலானது வெறும் தீர்மானம் அல்ல, பிரபஞ்சத்தைப் பிணைக்கும் பிரபஞ்ச சக்திகளுடன் எப்போதும் வளரும் மாபெரும் நடனம்; இந்த அதீத தருணத்தில், அவள் தனியாக இல்லை. கண்ணுக்குப் புலப்படாத குரலுடன் கைகோர்த்திருக்கிறாள். பிரபஞ்சத்தின் ஒவ்வொரு அணுவிலும் பாயும் ஒரு மாய சக்தி அவளை வழிநடத்துகிறது. அவளது விதியின் அறியப்படாத எல்லைகளை நோக்கி அது அவளை அழைத்துச்செல்கிறது.

மூன்றாம் பாகம்

11

தொலைதூர நட்சத்திரங்களைப் போல கனவுகள் ஒளிரும் கண்களுடன் மர்ஜானி புதிய பள்ளியின் வாயிலில் நின்றிருந்தாள். தங்களுக்கு ஒருபோதும் வாய்க்காமல்போன படிப்பை இழந்த எல்லா பெற்றோர்களையும் போலவே தொலைதூரக் கனவுகளுடன் புத்தகங்களின் உலகத்திற்குள் மர்ஜானியையும் அவள் தாயும் தகப்பனும் கூட்டிச் சென்றிருந்தார்கள். மர்ஜானி யின் இதயம் ஆயிரம் பட்டாம்பூச்சிகளை எட்டித் தொடும் குதூகலத்துடன் ரகசியமாகப் பரபரப்பில் ஆழ்ந்திருந்தது. "யானை விழுந்தான்" "புளிய மரத்தடி" என்றெல்லாம் கிராமவாசிகளால் அழைக்கப்பட்ட, காசான் பற்றைகளும் புதர்களும் அடைத்துக்கொண்டிருந்த பசுங்காட்டிற்குள் புளிய மரங்களும், ஆல், வேம்பு, புங்கை மரங்களும் காவல் வீரர்களைப் போலத் திமிறிக்கொண்டு சடைத்து நிற்கின்றன. ஒளிக் கதிர்களை உள்ளே நுழையவிடாமல் தடுத்து அரண்காக்கும் இந்த மரங்களால் எப்போதும் குளிர்ச்சியோடிருக்கும் காட்டினிடையே கலங்கரை விளக்கமாக முளைத்த பள்ளிக்கூடத்திற்குள் நுழைவது மர்ஜானிக்கோ சுவர்க்கத்தை அடைவதுபோல பிரமிப்புண்டாக்கியது. பள்ளிக்கு அணிந்து செல்ல தூய அழகான சட்டைகள் இல்லை. நல்ல சப்பாத்து இல்லை. விலை மதிப்பிட முடியாத ரத்தினக் கனவுகளை இதயத்தில் மறைத்துவைத்திருந்த அவளுடைய கண்களின் மினுமினுப்பு அந்தக் குறைபாடு முழுவதையும் மறைத்தது.

ஊராரின் நன்மதிப்புக்கும் சிறப்புக்குமுரியவ ரான மனிதர் எம்.ஏ.சீ.ஏ. றஹ்மான், தனது ஊர் மக்களின் காலடிகளைப் புதிய திசைகளின் பாதைகளில் தடம்பதிக்க ஊக்கப்படுத்தும் பெருந்தன்மையோடும் பெருங்கொடையோடும்

தொடங்கிவைத்த பள்ளிக்கூடத்திற்கு 'மக்காமடி அரசினர் முஸ்லிம் கலவன் பாடசாலை' எனப் பெயர் சூட்டியிருந்தார்கள். புத்தம் புதிய பள்ளிக்கு அதிபராக எம்.எம்.சாலிஹ் என்பவர் அறிமுகப்படுத்தப்பட்டார். அந்த மனிதரை அதிபராகப் பெற்றதால் இப்பள்ளி தனிச் சிறப்பு பெற்றுவிட்டதென்று அங்கிருந்தவர்கள் பரவசப்பட்டுக்கொண்டிருந்தார்கள். அவரைக் கவிஞன் என்றும், நல்ல மூளைசாலி என்றும் பாராட்டினார்கள். ஏறாவூரின் பெருமைகளைத் தனது கவிதைகளால் நாடெல்லாம் எடுத்துப்போனவர் என்றும் சொன்னார்கள். கொழும்பு, கண்டி போன்ற பெரிய நகரப் பள்ளிகளிலெல்லாம் கற்பித்த ஆசிரியருக்கு இந்தப் புதிய பள்ளி, அதிபர் என்கிற உயர்ந்த அந்தஸ்த்தையும் அளித்திருந்ததால் அவர் முகத்திலும் சில வெள்ளிகள் மினுமினுத்தன.

பள்ளிக்கூடம் திறந்துவைக்கப்பட்ட முதல் நாளில் சேர்த்துக்கொள்ளப்பட்ட எண்பத்து நான்கு பிள்ளைகளின் வரிசையில் பள்ளிப் பதிவேட்டில் மர்ஜானியின் பெயரும் பொறிக்கப்பட்டது. கரகோசங்களில் நெகிழ்ந்த அந்த முக்கிய மான சிறப்புமிகு நாளில், மர்ஜானி நுழைவாயிலைக் கடந்து செல்லும்போது, மகிழ்ச்சியின் திசையைக் காண்பிக்கும் உணர்ச்சிகளின் இழை தன்னைச் சுற்றி நெய்வதை உணர்ந்தாள்.

சொந்தப் பெயரைக்கூட எழுதத் தெரியாத மர்ஜானியின் தாய், தகப்பன் முகங்களில் மகிழ்ச்சியும் பணிவும் ஒருங்கே நட்ட புதுச் செடியின் மெருகையேற்றியிருந்தது. மகள் மர்ஜானிக்கு எல்லையற்ற எதிர்காலத்தைப் பரிசளித்த பெருமையை அடக்க முடியாமல் மகளின் புதிய உலகத்தின் வாசலில் பிரமித்துப்போய் நின்றிருந்தார்கள் அவள் பெற்றோர். முன்னொருபோதும் பெற்றோரைப் பிரிந்தறியாத குழந்தைகள் நிரந்தரமாகப் பிரிவதாக எண்ணி தாயின் கால்களைக் கட்டிக்கொண்டு வீறிட்டு அழுதார்கள். மத்தியானமே பள்ளி முடிந்துவிடும்; கூட்டிச்செல்ல வரும்போது இனிப்பு மிட்டாய்களோடு வருவோம் என்று ஆசைகாட்டினார்கள். சில குழந்தைகள் தாயினதோ தகப்பனினதோ விரல்களைப் பற்றிப்பிடித்தபடியே வகுப்பறை வரையிலும் பதுங்கிப் பதுங்கி எறும்புகளாக ஊர்ந்துகொண்டிருந்தார்கள். நீண்ட தூரத்திற்கான முடிவற்ற பாதைகளின் பிரம்மாண்டத்திற்குள் நுழைவதற்கான பாதைகளைக் கண்டுபிடித்த மிரட்சியோடு பிரகாசிக்கும் கண்கள் வழியாகப் பெற்றோரைத் திரும்பிப் பார்த்துக் கையசைத்தபடியே உதிராத புன்னகையுடன் வகுப்பறையை நோக்கிப் போய்க்கொண்டிருந்த மர்ஜானியைப் பார்த்துக் கொண்டிருக்கையில் அவளுடைய திறன்மீது அசைக்க முடியாத நம்பிக்கை அவர்களைப் பற்றிப் படர்ந்தது.

அறியப்படாத பிரதேசங்களுக்கான கதவுகளைத் திறக்கும் திறவுகோலாக இருக்கப்போகும் வகுப்பறைகளுக்குப் பூக்கள் மலர்ந்தாற்போன்ற முகங்களுடனும், திறந்த கரங்களுடனும் பிள்ளைகளை வரவேற்றார்கள் ஆசிரியர்கள். இன்னும் சொல்லப்படாத வாக்குறுதிகளைத் தாங்கியபடி தூசி படியாத கரும்பலகைகள் வெறித்து நிற்க, நேர்த்தியாக அடுக்கப்பட்ட மேசைகளும் நாற்காலிகளும் போடப்பட்டிருந்த வகுப்பறை களைப் பார்த்து அவள் விழிகள் விரிந்தன. புதிய புத்தகங்களின் வாசனை வகுப்பறைக் காற்றில் கலந்திருந்தது. புத்தகங்களைப் புரட்டிப் பார்த்து மடமடக்கும் ஒவ்வொரு தாள்களிலும் ஒரு உலகம் இருப்பதைக் கண்டுபிடித்தாள் மர்ஜானி.

அடுத்தடுத்த நாட்களில், கற்றலின் தாழ்வாரங்களில் தாகம் கொண்ட பறவையாகச் சிறகுகளை அகல விரிக்கப் பழகிக்கொண்டிருந்தாள். அவளைப் போலவே, முடிவற்ற தேடல்களால் தங்களைப் புதுப்பித்துக்கொள்ள முயலும் குழந்தைகளின் கதைகளை வகுப்பறைச் சுவர்கள் அகப்படுத்தத் தொடங்கியிருந்தன. வகுப்பறையில் கற்கின்ற ஒவ்வொன்றும் ஒரு தூரிகையாக அவள் மனதில் ஓவியங்களாகிப் புதுப்புது பொருள்களைத் தீட்டினாலும் பாடல்களிலேதான் அவளுக்குச் சொல்லொண்ணாத பிடிப்பு உண்டாகியது.

உலகத்தையே பிரகாசிக்கச் செய்யும் ஒளியை மறைத்து வைத்திருப்பவளைப் போல ரகசியமாகத் தெரியும் அவள், வண்ணத்துப்பூச்சி பாடலை ஓயாமல் முணுமுணுத்துத் திரிந்தாள்.

வண்ணத்துப்பூச்சி வண்ணத்துப்பூச்சி[1]
பறக்குது பார் பறக்குது பார்
அழகான செட்டை அழகான செட்டை
அடிக்குது பார் அடிக்குது பார்

சிவப்பு மஞ்சள் நீலம் பச்சை
பொட்டுக்கள் பார் பொட்டுக்கள் பார்
தொட்டது முடனே தொட்டது முடனே
பட்டது பார் பட்டது பார்

பூக்களின் மேலே பூக்களின் மேலே
பறந்து போய் பறந்து போய்
தேனதை உண்டு தேனதை உண்டு
களிக்குது பார் களிக்குது பார்

கைகளிரண்டையும் வண்ணத்துப் பூச்சியின் இறக்கைகளாக வளைத்துக்கொண்டு சிறகடிக்கும் அவளை வேடிக்கையாக

1. இலங்கை பாலர் பாடநூல்களில் இடம்பெற்ற வித்துவான் க. வேந்தனார் எழுதிய சிறுவர் பாடல்.

ரசித்துக்கொண்டிருப்பது மர்ஜானி வீட்டில் அழிக்க முடியாச் சித்திரமாகியிருந்தது. தன் சின்னஞ்சிறிய குரலில் அவள் பாடித் தீர்க்கும் பாடலுக்குள்ளிருந்த உவகையால் முழுவதும் நிரம்பிய பிறகே உறங்கச் செல்வதை அவள் வீட்டார் வழக்கமாக்கிக் கொண்டார்கள். அவர்கள் தங்களையே மறந்திருக்கும் அந்நிமிடங்களில் நிலவை இழுத்துச்செல்லும் இரவு வானில் மூச்சுவிட்டு ஒளிரும் நட்சத்திரங்களின் படலம் தீட்டிவைத்த ஓவியமாக ஜன்னல் வழியாகத் தெரிவதைக் கவனிக்க மர்ஜானி தவறுவதேயில்லை.

“இந்த ஒரேயொரு பாட்டைத்தான் எல்லா நாளும் சொல்லித் தர்றாங்களா?” நூர்ஜஹான் றாத்தா நையாண்டி பண்ணுகிறாள் என்பதைக்கூட அறியாத, பழிப்புக் காட்டத் தெரியாத, அவர்களின் ஒவ்வொரு வார்த்தைகளையும் மெய்யென்று நம்புகிறவளான மர்ஜானி, “இல்லியே...” பற்கள் பதியக் கீழுதட்டைப் மடித்துக் கடித்துத் தலையசைத்தபடி மற்றைய பாட்டைப் பாடத் தொடங்கும்போது அவளை முத்தமிட்டுக் கொஞ்சி சீராட்டத் தோன்றும்.

நிலா நிலா ஓடி வா[2]
நில்லாமல் ஓடி வா
மலை மீது ஏறி வா
மல்லிகைப் பூ கொண்டு வா

வட்ட வட்ட நிலாவே
வண்ண முகில் பூவே
பட்டம் போல பறந்து வா
பம்பரமாய் சுற்றி வா

பச்சைக் கிளியே வா வா, ஓடி விளையாடு பாப்பா, அணிலே அணிலே ஓடி வா இப்படியாகப் பாடல்களின் பட்டியலொன்று அவளிடமிருந்தது. எல்லையற்ற ஆர்வத்துடன் அவள் செய்வதற்குக் காத்திருக்கும் சாகசங்களுக்கு வழிகாட்டும் பாடல்களையும் அவள் மட்டுமே கேட்கக்கூடிய பாடல்களுக்கு நடனமாடச் செய்யும் தாளங்களையும் அவள் தினமும் கற்றுக் கொண்டிருந்தாள். பாடல்களில் மாத்திரமல்ல, வரைவதும் தனக்கேயான புகலிடம் என்று அவள் நம்பினாள். முயன்று பார்ப்பதற்குரிய காகிதங்களும் வண்ணங்களும்தான் அவளிடமில்லையே ஒழிய ‘நான் வரைவேன்’ என்ற திடமான எண்ணம் எப்படியோ அவளுக்குள் வேரூன்றியிருந்தது. ஒரு குருவி தனக்கான நெல்லைச் சேமிப்பதுபோல வரைய விரும்புவதையெல்லாம் மனதில் கூட்டிவைத்திருந்தாள். அணிந்து செல்வதற்கு அழகான சட்டைகள் இல்லாமலும்

---

2. இலங்கை பாலர் பாடநூல்களில் இடம்பெற்ற அழ. வள்ளியப்பா எழுதிய சிறுவர் பாடல்

சப்பாத்து இல்லாமலும் வறுமை படிந்திருந்தாலும் ஒளிரும் நட்சத்திரங்களே கண்களாகிவிட்டதுபோலத் துடிப்புக் குறையாமல் பள்ளி செல்வதைத் தொடர்ந்தாள் மர்ஜானி.

“சித்திரக் கொப்பியும் கலரும் கொண்டுவரச் சொல்றாங்க...”

சுடுமணல் ஒழுங்கைகளிலும் மக்காமடி கிரவல் பாதையிலும் நடந்து நடந்து மகளின் மென் பாதங்கள் இறுகிப் போவதை ஒரு சோடிச் சப்பாத்து வாங்கித் தந்து தடுக்க முடியாத அவளின் பெற்றோருக்கு அவள் தேவைகள் ஒவ்வொன்றும் அறிவித்தல் இல்லாமல் வந்து கூரையைத் தாக்கும் இடிகளாகக் கலங்கவைத்தது. வறண்ட நிலத்தில் ஒரு மென்மையான பூவை வளர்ப்பதுபோல அவளின் கனவுகளைப் பிரகாசிக்கச் செய்ய அவர்கள் விரும்பினார்கள். அந்தச் சின்ன ஊரில் எவ்வளவுதான் சுற்றி சுற்றிப் பொழுதெல்லாம் அலைந்தாலும் சிற்றுண்டி வியாபாரத்தில் ஒரு வேளை பசியாறுவதே பெரும் போராட்டமாயிருந்தது. ஆறு பேரைக் கொண்ட குடும்பம். நான்கு மகள்களுமே பள்ளி செல்கிறவர்கள். எவ்வளவுதான் மாய்ந்து மாய்ந்து சக்கரியாவும் ஜெய்நூரும் உழைத்தாலும் அவர்களின் தேவைகள் தோளைத் தாண்டி மரங்களாக உயர்ந்தபடியே இருந்தன.

மர்ஜானி சித்திரங்கள் வரைய வேண்டுமென அழுது அடம்பிடிக்கத் தொடங்கிவிட்டாள். இடைவிடாத மழை நாட்களில் வியாபாரம் முன்பை விடவும் மொத்தமாகப் படுத்துக்கொண்ட நிலையில் மகளுக்குத் தினமும் வாக்குறுதியளிப்பதை மட்டும் நிறுத்திவிடாமல் தொடர்ந்தார் சக்கரியா. வண்ணப் பென்சில்களால் சித்திரத் தாளில் வரைவதற்கு மர்ஜானியின் கைகள் உழன்றன. உலகத்தைச் சிவப்பு, நீல நிறங்களிலும், விடியலை மென்மையான புல்வெளியின் பசுமையிலும், அஸ்தமன சூரியனின் தங்கக் கதிர்களின் அரவணைப்பிலும் பார்க்கும் கனவுகளால் அவள் உறக்கங்கள் மூழ்கிப்போவது தொடர்ந்தது. அவளது மனச்சுவர்களின் ஒவ்வொரு மூலையிலும் வண்ணங்கள் ஒற்றிய தனது ஓவியங்களின் நிழல் காட்சிகளைக் கண்டாள். வானத்தைப் போல திறந்த இதயத்துடன், எல்லையற்ற சாத்தியங்களுக்கான நுழைவாயில் வழியாகப் பிரவேசித்து ஒவ்வொரு வெற்று சித்திரத் தாள்களையும் அணுக ஆசைகொண்டாள். அவளுடைய விரல்கள் வண்ணங்களின் கற்பனையான சுவடுகளைப் பிரதிபலித்தன. கற்பனையில் அவள் தேர்ந்தெடுத்த நிறங்கள் வெறும் நிறமிகள் அல்ல; அவை அவளுடைய ஆன்மாவின் எதிரொலிகள்.

○○○

“உம்மா...”

வீறிட்டுக் கத்திய குழந்தையின் குரல் கேட்டுப் பதறியடித்துக் கொண்டு எழுந்தாள் ஜெய்நூர். மர்ஜானியின் உடல் நடுங்கிக் கொண்டிருந்தது.

“துர்க்கினாக்[3] கண்டிருக்காள் போலயே...” அரைத் தூக்கத்தில் முணுமுணுத்துக்கொண்டு தண்ணீர் கிளாஸை எடுத்து ஜெய்நூரிடம் நீட்டினார் சக்கரியா. தண்ணீரைப் பருக்கப் போன ஜெய்நூரின் கைகளைப் பிடித்துக்கொண்டு நிமிர்ந்து உட்கார்ந்தாள் மர்ஜானி.

“பயமா இருக்கு உம்மா...” உதடுகள் பிதுங்க, கண்களிலிருந்து நீர் வழிந்தது.

“என்ட செல்லமே... என்ன கனவும்மா அது” தலையைக் கோதி அரவணைத்த தாய்க்குப் பதில் சொல்லாமல் உம்மாவின் மடியில் தலை சாய்த்தாள்.

மகா துயரத்தின் தடத்தை மறைத்து வைத்திருக்கும் காலத்தின் எச்சரிக்கையாக அது இருக்கலாம். ஒரே மாதிரியான கனவு திரும்பத் திரும்பத் தோன்றி ஆந்தைகள் அலறுவதைப் போல் இரவை நடுங்கவைத்தது. ஒரு வலிமையான கரம் துடிக்கும் இதயத்தைக் கைகளில் பொத்தி வைத்திருக்கும் அக்கனவில் திரைச்சீலைகளுக்கு நடுவே, ஒரு நிழல் நீடித்தது. ரகசியம் போல ஒட்டிக்கொண்ட அந்த நிழல் அவளைப் பயமுறுத்தியது. அவளுடைய பயம் இரவின் இருளைப் பற்றியது அல்ல; ராட்சத உயிரினங்களைப் பற்றியது அல்ல; அந்த நிழல் உருவம், அது அவளது ஆசிரியரின் உருவம். அதிகாரம் நிரம்பிய அவ்வுருவம்; அறிவால் சூழப்பட்டு, கலை ஞானத்தின் புகழ் காற்றால் அலங்கரிக்கப்பட்ட பள்ளிக்கு அதிபராயிருக்கும் அவளது வகுப்பு ஆசிரியரின் உருவம்! அது தனது கனவில் தோன்றியதன் புதிரை அறியும் சக்தி அவளுக்கில்லை. அவரது இருப்பு மர்மான முறையில் அவளை அமைதியற்றவளாக்கி உறக்கத்தில் விழிக்கச் செய்யும் துர்க்கனவு வரையில் ஆக்கிரமித்துவிட்டது.

அவர் வகுப்பறைக்குள் அடியெடுத்து வைத்தது முதல், மர்ஜானியின் இதயம் வேகத்தை விரைவுபடுத்தும்; அவளுடைய உள்ளங்கைகள் ஈரமாகிவிடும்; அவளுடைய மூச்சு மார்பில் படர்ந்துவிடும். காகிதங்களின் மடமடப்புக்கூட அவளது நடுக்கத்தின் பயங்கரத்தால் பெரிதாகிக் கேட்கும்.

---

3. கெட்ட கனவு

வழிகாட்டுவதில் மற்றவர்களுக்கு ஆதர்சமாக இருக்கும் ஆசிரியர் தனக்கு மட்டும் அமைதியின்மையைத் தோற்றுவிப்பதன் புதிர் அவளுக்குப் புரியவில்லை. பேருந்து நடத்துனரின் விசில் போன்ற தொனியில் அவர் பாடங்களை நடத்தும்போதும், அவளது வகுப்புத் தோழர்கள், வண்ணத்துப் பூச்சிகளைப் போல ஆசிரியரைச் சுற்றி நின்று மகிழ்ச்சியடையும் போதும் மர்ஜானி மட்டும் ஒதுங்கியே நின்றாள். மடியில் தூக்கிவைத்துக் கொஞ்சி கன்னங்களை நிமிண்டி ஓயாமல் தொந்தரவளிக்கும் அவரை அனுமதித்துக்கொண்டிருக்கும் தன் வயதுப் பிள்ளைகள் கசப்புகளைக் காண்பிக்காத வேப்பம் பூக்களாக அவளுக்குத் தெரிந்தார்கள். விரல் தீண்ட முடியாத ஓர் இடைவெளியை விரும்பி தலை உயர்ந்த பிள்ளைகளின் பின்னால் ஒதுங்கும் மர்ஜானியில் கற்களை எறிந்தாற்போல ஆசிரியரின் பார்வை விழும்போதெல்லாம் கதவுகளை அடித்துச் சாத்துவதுபோல அவள் கண்கள் சட்டென்று தரையைப் பார்க்கும்.

“மர்ஜானி உன் கொப்பியையும் கலர்களையும் எடுத்துக் கொண்டு மேசைக்கு வா”

அவரது அழைப்பில் விஷத்தன்மையிருந்தது. மோசமான வானிலையிலிருந்து தப்பிக்கும் புதிய திட்டங்களுக்கு அவசிய மில்லாதவாறு அவளிடம் சித்திரம் வரையும் கொப்பியும் கலர்களும் இருக்கவில்லை. கருத்த அவர் முகத்தில் கருப்பைத் தவிர எதுவுமே தெரியாமலிருந்தது. கொட்டுவதற்கு ஒரு புள்ளியைக் கண்டுபிடித்த தேளாக அவர் முகம் மாறியது.

“நாளைக்குக் கொப்பி, கலர் இல்லாமல் வகுப்புக்கு வராதே” உயிரோடிருக்கும் ஒரு செங்கல்லின் இருப்பாகத் தோற்றம் காட்டும் மர்ஜானியை எச்சரித்துப்போனார்.

அவள் கையை உயர்த்தி குரல் கொடுக்கத் துணிந்த ஒவ்வொரு கேள்வியும் சுய சந்தேகத்தையும் ஒவ்வொரு பதிலும் துன்பத்தின் எழுச்சியையுமே சந்தித்தது.

தீவிரமாக வேட்டையாடும் கொடும் எண்ணத்துடன் கண்ணிகளைத் தேடும் வேடனாக ஆசிரியரும், பறத்தலின் நினைவேக்கத்தைச் சுமந்த பறவையாக மர்ஜானியும் பிணைப்பை உடைக்கும் இடமாகப் பள்ளி நாட்கள் திசை திரும்பிக்கொண்டிருந்தன. எடுத்துக் கொண்டுவர வலியுறுத்தும் உபகரணங்கள் இல்லாமலேயே ஐந்தாவது நாளாகவும் வகுப்புக்குப் பிரசன்னமாகியிருந்த மர்ஜானியைக் கொந்தளிப் பான அலை சிப்பியைக் கரையொதுக்குவதுபோலத் தனது

பார்வையிலிருந்து ஒதுக்கித்தள்ளினாலும் விஷத்தைச் செலுத்துவதற்கான பல விஷயங்களை அவர் தேர்ந்தெடுக்கத் தொடங்கினார். அவருக்கிருந்த எதையும் தேர்ந்தெடுக்கக்கூடிய சுதந்திரமும் அதிகாரமும் அவளது மங்கிய ஆடைகள் சப்பாத்து அணியாத வெற்றுப் பாதங்களில் போய் நின்றது.

"மர்ஜானி இன்றைக்கும் அப்படியேதான் வந்திருக்கிறாயா..."

"சித்திரத்தாள்கள் எங்கே, பென்சில்கள் எங்கே... நீ ஏன் பள்ளிக்கு வருகிறாய்..."

மேட்டிலிருந்து சரிந்த சிறுகல்லாய் பயத்தை நோக்கி உருண்டோடுகிறது அவள் மனம்.

கருணையற்ற அவரது பார்வையும் மன்னிப்பிழந்த கேள்விகளும் அவளை அப்படியே தூரமாக ஒதுங்கச்செய்து கொண்டேயிருந்தது. மற்றவர்கள்மீது விழுந்த மென்மையான கவனம், தனது சக வகுப்பு பிள்ளைகளுக்குக் கிடைத்த பாராட்டுகள் எதுவும் அவளைத் தவறியும் நெருங்கவிடாமல் பெரிய தடுப்புச் சுவர் எழும்பியிருந்தது. அவளது இல்லாமை களின் மீது அவருக்கிருந்த நெருக்கமான வெறுப்பு கோடையின் வெப்பமாயிருந்து சிறிது சிறிதாய் ஆழமிக்கதாக மாறிவிட்டது.

சொல்லப்படுவதற்குக் காத்திருக்கும் இன்னதென்று பொருள் தெரியாத ரகசியத்தினால் பயத்திற்கும் ஆர்வத்திற்கும் இடையிலான இடைவெளி சுருங்கத் தொடங்கியது. பிசுபிசுப்பு வடிந்து வற்றிய கனியாகச் சுருங்கிக்கொண்டிக்கும் தனது ஆர்வங்களை ஒளிரச் செய்து மென்மையான வழிகாட்டுதலுடன் தோட்டக்காரன்போலப் பொறுமையாகப் பயத்தைத் தணிக்க வல்ல ஆசிரியர் ஒருவர் வர மாட்டாரா என மர்ஜானி ஏங்கியது நிறைவேறவேயில்லை. காலம் அவளை நோக்கி பூக்களின் கிளையை நீட்டவில்லை. பரந்த தாழ்வாரங்களை ஒளிரச் செய்யக்கூடிய தீப்பொறி அவளுக்குள் இருப்பதைக் கண்டுகொள்ள மறுக்கும் சாலிஹ் ஆசிரியர் வகுப்புக்குள் பிரசன்னமாகும்போதெல்லாம் அவளது உலகம் நொறுங்கி வீழ்ந்தது.

நட்சத்திரங்களின் பிரகாசத்தைப் போலவே சக்தி பெற்றதாக அவரது சொற்கள் கொண்டாடப்பட்டதொரு சாம்ராஜ்ஜியத்தை அவர் தனக்காக உருவாக்கிக்கொண் டிருந்தார். உண்மையில் எம்.எம்.சாலிஹ் கவிஞர் என்ற புகழுக்கும் மேலாகத் திறமையானவர்; மொழியின் மூலம் வாழ்வின் சாராம்சத்தைப் பிடித்து வளைக்கும் கலை

அவரிடமிருந்தது. அவரது ஞானம் அவரது வசனங்களைப் போலவே வசீகரிக்க கூடியதென்று வியக்கப்பட்டது. கவிஞர் என்றும் 'புரட்சிக் கமால்' என்றும் அற்புத ஞானி என்றும் புகழப்பட்ட அவருக்குள் ஒரு தீக்காயத்தை எரியச் செய்யக்கூடிய மூர்க்கமான நெருப்பும் ஒளிந்திருந்தது.

துர்க்கனவுகளில் நிகழ்வதுபோல, மர்ஜானி அன்று சாலிஹின் கோபத்திற்கு ஆளானாள். அவள் அன்றும் கொப்பி களை எடுத்துப் போகவில்லை. கோடையில் பச்சையை இழந்த புல்போலத் தலை தாழ்த்தி நின்றாள். அன்பில்லாத அவரிடம் அமைதியாக நிற்பதே அவள் வழக்கமென்றாகி விட்டது.

"நான் உன்னைப் பள்ளிக்கு வர வேண்டாம் எனச் சொன்னேன்"

"காலில் சப்பாத்து இல்ல... வரைந்து பழகச் சித்திரக் கொப்பியில்ல... கலர் இல்ல... ஏன் வருகிறாய்"

"ஏன் வருகிறாய் சனியனே..."

அவரின் கோபம் ஒரு இடியைப் போல மர்ஜானியைத் தகர்த்தெறிந்தது. அதிரும் மத்தளத்தில் அள்ளியெறிந்த குருணல்களாக அவள் கால்கள் கிடுகிடுக்க, இறுகப் பூட்டி யிருந்த உதடுகள் பிணைந்தபடியே துடிக்க கண்களின் அணை உடைந்து பெருக்கெடுத்தது.

"சொல்லு சனியனே, ஏன் பள்ளிக்கு வருகிறாய்..." உதிர்ந்த சருகாகப் பதற்றத்துடன் தனக்கு முன்னாள் நின்றவளின் கன்னத்தில் பளாரென்று ஓங்கி அறைந்தார். காயமேற்படுத்தும் ஆயுதமில்லாத அவரது கரங்களிலிருந்து இப்படியொரு அதிர்ச்சி நிகழ முடியும் என்று கொஞ்சமும் எண்ணியிராத அந்தக் கணம் அவளுக்கு மூச்சுமுட்டியது. குறுவாளாக மாறிய அவரது கண்கள் சிறுமியை மேலும் பதறச்செய்தது.

கருணை காட்டச் சொல்லிக் கெஞ்சும் அவள் கண்களைப் பார்த்துக்கொண்டே மீண்டும் ஒரு அறைவிட்டார், அதே கன்னத்தில்! சமீபத்தில் மீண்டும் சாணை பிடிக்கப்பட்ட, கூரேரிய கத்தியால் கீறிவிட்டாற்போல வலியில் நின்று கொண்டிருந்த மர்ஜானி சாய்ந்து கீழே விழுந்துவிட்டாள்.

சாலிஹ் அன்று மூர்க்கனாக மாறிவிட்டிருந்தார். அவரிடம் காண்பிப்பதற்கென எந்த நீதியுமில்லை. கருணையுமில்லை. இவ்வுலகின் பயங்கரங்கள் எதுவும் தெரிந்திராத குழந்தைகளின்

முன்னால் பேர் அதிசயத்தை நிகழ்த்தும் தாண்டவக் குறி அவர் முகத்திற்கு வந்துவிட்டிருந்தது. அவளது குரல் ஆழமான கிணற்றில் விழுந்த செம்புப் பாத்திரமாக மூழ்கியும், சாலிஹின் ஆத்திரம் எல்லையை மீறியது.

சரிந்து விழுந்த குழந்தையின் பின் கழுத்துச் சட்டையைப் பிடித்துத் தூக்கினார். குள்ளமான அவரது முகத்திற்கு நேராக அவள் முகம் உயர்த்தப்பட்டபோது கண்களை இறுக மூடிக் கொண்டாள். சுருள் வில் தராசில் தொங்கவிட்ட சரக்குச் சாக்காக அவரின் விரல்களுக்குள் அகப்பட்டிருந்தது மர்ஜானி யின் பின் கழுத்துச் சட்டை. தளர்வு இல்லாத உறுதியான பிடியினால் சட்டை கழுத்தை இறுக்க இறுக்க மர்ஜானியின் சிறிய இதயம் கொஞ்சம் காற்றுக்காக வாயைத் திறந்து சுவாசித்தது. காயமேறியதன் அடையாளமாக அறையப்பட்ட கன்னத்தில் சாயம்போலச் சிவப்பு பரவியது. கழுத்தறுபட்ட கோழியாகக் கைக்குள் அகப்பட்டுத் திணறியவளைப் பலம் கொண்டு அலட்சியமாக விட்டெறிந்தார். புயலில் கிழிந்த மரக்கப்பல் பாய் திசையற்றுப் பறந்துபோய் சுருண்டு ஒதுங்குவது போல எதிரே சுவரை முட்டிக்கொண்டு விழுந்தாள் மர்ஜானி.

‘அவள் கொல்லப்பட்டுவிட்டாள்’ என பிள்ளைகள் நம்பிய அக்கணம், ஆசிரியர் சாலிஹின் வெறித்தனம் கண்டு நிசப்தத்தில் இருந்த வகுப்பறையின் ஒழுங்கை மீறி ஒரு சிறுமி வாய்விட்டுக் கதறினாள். யாராவது வந்துவிட மாட்டார்களாவென எட்டி எட்டிப் பார்த்துக் களைத்து விட்டிருந்த பிள்ளைகளின் உப்புக் கண்ணீர் யாரும் பார்க்காத மௌனத்தில் கரைந்துகொண்டிருந்தது. குழந்தைகளின் பிரார்த்தனை மறுக்கப்பட்ட அந்தக் கரிய நாளின் காயம் பிதுங்கிப் பெரிதாகிக்கொண்டேயிருந்தது. மர்ஜானியின் நிராதரவான ஓலம் வகுப்பறைச் சுவர்களைத் தாண்டும் வலிமையை இழந்தது.

மன்றாட்டங்கள் புரியாமல் அல்லது மன்றாடத் தெரியாமல் தரையில் விழுந்து சுருண்டு கிடந்த மர்ஜானியின் முகத்தைச் சப்பாத்துக் காலால் உயர்த்தினார் ஆசிரியர். “எழும்பு, எழும்பு சனியனே” ஒரு சிறிய பூச்சியைப் போல தரையில் நீந்தி எழும்பினாள் அவள். மலைப் பாதங்களைப் போலத் தன்னை நெருங்கி வரும் பூனைக்கு அகப்படாமல் பொந்தில் பாதி நுழைந்துவிட்ட எலியின் சிறிய இரைப்பையாக மர்ஜானியின் உடல் படபடத்தது. அவளது கண் வில்லைகள் பழுதடைந்த கடிகார முள்ளின் வேகத்தில் வகுப்பறையைச் சுற்றி வந்தாலும் எழுந்து நிற்பதற்குண்டான வலிமை மீதான

நன்றியுணர்ச்சி அவள் முகத்தில் தெரிந்தது. முதல் நாள் பிரவேசித்தபோது இதே வகுப்பறையை நிறைத்திருந்த பிரகாசம் அணைந்துவிட்டிருந்தது, சூரியன் அடிவானத்திற்குக் கீழே மூழ்கியதுபோல.

"இங்கேயே, இப்படியே நில்லு. இதுதான் உனக்குச் சரியான தண்டனை. இந்த வகுப்பில் நான் இனி உன்னைப் பார்க்கவே கூடாது". அப்படி என்னதான் அதிக தொந்தரவை அவள் ஏற்படுத்தினாள் என்று உணரும்படி அறிவுறுத்தும் இதயத்தையும் புத்தியையும் எங்கோ மறதியாகக் கழற்றி வைத்துவிட்டவரைப் போல கருணையற்ற கண்களை அவளில் வீசிவிட்டு மேசையில் கிடந்த புத்தகத்தைக் கையிலெடுத்துக் கொண்டு பாடத்தைத் தொடங்கினார்.

சிலுவையாக நின்றுகொண்டிருந்த மர்ஜானியைத் தாண்டி பாடத்திற்குள் செல்ல முடியாத பிள்ளைகளின் மௌனம், ஆசிரியரைப் புதிராக உற்றுக் கவனிக்கிறது. மகா துயரத்தின் இந்தத் தடம் ஆயிரமாயிரம் வருடங்கள் கழித்தும் பூமியில் வாழுமென்பதைப் பாறையில் போல பொறித்து வைக்கிறது பிள்ளைகளின் கண்களும் மௌனமும்.

பாடத்திற்குச் செல்ல முடியாமல் கவனம் சிதறிய பிள்ளைகள் இறுகி உறைந்த பனிக்கட்டிகளாக மாறி யிருந்தார்கள். அவர்களது கண்கள் பசையாக மர்ஜானியில் அப்பிக்கொண்டுள்ளதைக் கண்டுகொண்ட ஆசிரியர்,

"இந்த மூதேவியை ஏன் பார்க்கிறீங்கள்" கொதிப்பேறி மீண்டும் நாற்காலியிலிருந்து எழுந்தார். பயங்கரமான மீறுதலைச் செய்கின்ற உணர்ச்சி அவர் முகத்தில் சிறுதும் வெளிப்பட வில்லை. பலரைத் தாக்கித் தாக்கி முனை மழுங்கிய ஆணவச் செருக்கு அவரை வழிநடத்திக் கொண்டிருந்தது.

"இங்கே வா..." மர்ஜானியின் காதைத் திருகி இழுத்தார். மற்றப் பிள்ளைகள் மர்ஜானியின் முகத்தைப் பார்க்க முடியாமல் செய்துவிடும் முயற்சியாக மேசைக்குக் கீழாக அவள் முகத்தைப் பிடித்துத்தள்ளினார். விலா எலும்புகள் ஒவ்வொன்றும் முறிய கொஞ்சமாகச் சுவாசித்துக்கொண்டு மேசைக்குக் கீழாகப் பாதி உடல் உள்ளே புகுந்திருக்க மர்ஜானி நிற்கவைப்பட்டிருந்த மேசைக்கு மேலே அமர்ந்தார். மர அளவுகோலை எடுத்துக் குனிந்து நின்ற சிறுமியின் இடுப்பில் இரண்டு தட்டுத் தட்டிவிட்டுப் பிள்ளைகளைப் பார்த்தபோது, தனது நெடுந்தீயை இறக்கி வைத்த ஆசுவாசம் அவர் முகத்தில் தெரிந்தது.

"இங்கு எல்லாம் என் இஷ்டப்படி தான் இருக்கணும்" பின்னிய கால்களை அசைத்தபடி புத்தகத்தைக் கையில் எடுத்தார்.

எந்த வசனத்தினுள்ளும் அடக்க முடியாத வருத்தத்தின் கசப்பான சுழலுக்குள் அகப்பட்டிருந்தாள் மர்ஜானி. வலிமை யானவர் என்பதற்காகவே ஒரு சிறுமியின் இதயத்தின் மீதும் குறிவைத்து நசுக்க முடியுமென்பதை பெருந்துயரக் கேவலோடு படித்த அன்றைய நாளையும் ஆணவமும் அலட்சியமும் கூடிய ஆசிரியர் முகத்தையும் நினைவிலிருந்து அழிக்கவே முடியாத ஓவியமொன்று அவள் எண்ணத்தில் பத்திரப்படுத்தப்பட்டது. சேகரித்து வைத்திருந்த தனது கனவுகள் ஒவ்வொன்றும் பெருந்துயரக் கேவலாக வெளியேறிச் செல்வதைப் பார்த்தபடி சுவாசத்தின் இறுக்கத்திலிருந்து விடுபட்டுக்கொண்டிருந்தாள்.

12

பிரகாசிக்கும் அந்தத் தோட்டம் உயிர்ப்புடனிருப்பதன் ஆதார சுருதியாகச் சிறகுகளின் மெல்லிசையைச் சுமந்து தவழ்ந்தது காற்று. ஏதேதோ வண்ணங்களின் துடிப்பால் நிரம்பியிருந்த அவ்விடம் அற்புதங்களை மறைத்திருக்கவில்லை. கோடையின் கதைகள் சருகுகளாக உதிர்ந்து கிடக்கும் நெடும் பாதையில் அதிசயங்களைக் காணப் புறப்பட்ட பழக்கமான பயணிபோல அங்கே தோன்றினாள் அய்லி. பவளச் சிவப்பு அலகும், வெளிர் ஊதா கால்களும் கொண்ட ஒரு புறா சட்டெனக் கிளைதாவும்போது கவனம் சிதறி அங்கேயே நின்றாள். உடலின் மேற்பகுதி மரகதப் பச்சை. தலை உச்சியும், கழுத்தும் சாம்பல் நிறம். முன்னொருபோதும் கண்டிராத இந்தப் புறாவை நோட்டமிட்டுக் கொண்டிருந்தவளின் கவனத்தை நீலமுகம் செம்பகம் ஈர்த்தது. அச்சு அசல் மயில் பீலியை ஒத்த வெளிர் நீல நிறக் கண் வளையம், நீண்ட வால் சிறகு. அவளது கண்கள் மேலும் வியப்புடன் விரிந்தன. கண்டுபிடிக்கப் படாமல் காத்திருக்கும் இயற்கையின் ரகசியங்கள் அந்த வனத்தினுள் ஒளிந்துகொண்டிருப்பதாகத் தோன்ற, பாதையிலிருந்து விலகி வனத்தினுள் சென்றாள்.

பசுமையான அந்தப் புகலிடத்தில் மரக்கிளை களில் இறகுகளால் பின்னப்பட்ட பறவைகளின் கூடுகள். மரக்கிளைகளைத் தொங்கட்டாண்களாக அலங்கரித்துக்கொண்டிருந்த பறவைகளின் கனவுகளால் வேயப்பட்ட ஒவ்வொரு கூடுகளும் வாழ்வின் சுழற்சியை உறுதியாக மொழிவது போல் அசைந்தபடியிருந்தன. தனது குஞ்சுகளைக் கற்பனை செய்துகொண்டும் அவைகள் பரந்த வானத்து முகடுகளை நோக்கி சிறகு விரித்துப் பறப்பதை எண்ணிக்கொண்டும் தாய்ப் பறவைகள்

முட்டைகளை அடைகாத்திருக்கும் காட்சி கண்டு நம்ப முடியாத வியப்பில் ஆழ்ந்தாள் அய்லி.

பறவைகளுக்கு எப்படி இந்தக் கைவினைத்திறன் வாய்த்தது? புதிய வாழ்க்கைக்கான புகலிடத்தை உருவாக்கும் நுணுக்கங்களைப் பறவைகள் எப்படித் தெரிந்துகொள்கின்றன. மீன் முட்டையிடுகிறது. தவளைகளும் அதைச்செய்கின்றன. பூச்சிகள்கூட முட்டையிடுகின்றன. ஆனால் மற்றெல்லா உயிரினங்களையும்விட பறவைகளே இதைச் சிறப்பாகச் செய்கின்றன. பறவைகள் மட்டுமே கண்ணுக்கு இதமான நிழலில், கரடுமுரடான மேற்பரப்பில் வித்தியாசமான வடிவங்களில் முட்டையிடும். ஆபரணக்கடையின் ஜன்னல் வழியாக ஜொலிக்கும் ரத்தினங்களைப் போல முட்டைகளில்தான் எத்தனையோ நிறங்கள்! சில வழுவழுப்பானவை. சில வர்ணப் புள்ளிகளின் வடிவங்களால் மூடப்பட்டவை. பறவை இனங்களின் முட்டைகள், புள்ளிகள், கறைகள், சுருள்கள், கோடுகள் அதன் பல்வேறு வடிவங்களில் கண்டுகொள்ள முடியாத மர்மத்தை இயற்கை ஒளித்துவைத்துள்ளதா?

அவளது விசித்திரமான ஆய்வைத் தடுத்துக்கொண்டு எதையோ கிசுகிசுத்துப் பறந்தது ஒரு வண்ணத்துப்பூச்சி. அவள் கைகளை நீட்டிப் பிடிக்கப்போனாள். கைகளுக்குள் சிக்காமல் மழுப்பும் வண்ணத்துப்பூச்சியைத் தொடுவதற்கு அவளது கால்கள் மகிழ்ச்சியுடன் ஓடின. தனது பிடிக்கு வெளியே நடனமாடித் திரியும் அதன் வினோதம் அவளைக் கொஞ்சமும் சலிப்பூட்டுவதாக இல்லை. செதுக்கிய தகட்டு வாளின் கூர்மையில் ஒளிரும் அவள் கண்ணெதிரில் திடீரெனத் தோன்றும் வண்ணத்துப்பூச்சிகளின் தொகை பெருகிக் கொண்டேயிருந்தது. அவள் கால் பாதங்கள் நிலத்தைத் தொடாமல் துள்ளித் தாவ, கைகள் காற்றில் அலைய விடாப்பிடியாகத் துரத்தி ஓடிக்கொண்டேயிருந்தாள். பச்சைப்புற்களின் தேசமாக வனம் விரிந்துகொண்டேயிருக்கிறது. அவளும் ஓடிக்கொண்டேயிருக்கிறாள்.

“வண்ணத்துப்பூச்சிகளைத் துரத்தாதே...”

சூசகமான கணத்தை அப்படியே உறையச் செய்துவிட்ட அந்தக் குரல் தோட்டத்தில் எதிரொலித்தது. புதிரான அந்தக் குரல் தோட்டத்தில் எங்கிருந்து வந்தது என்று அங்குமிங்கும் தலையைச் சுழற்றித் தேடினாள் அவள். ஆகாயத்திலிருந்து வந்த குரல்போல் கேட்டது. இங்குள்ள மரங்களில் ஒன்றிலிருந்து வந்ததாயும் இருக்கலாம். இங்குள்ள எண்ணற்ற பறவைகளில் ஒன்று பேசியிருக்குமோ? அப்போது வாய்த்திருந்த மனநிலை

அவளை மேலும் சிந்திக்க அனுமதிப்பதாயில்லை. பெருகிவிட்ட கடலாகக் கண்ணெதிரில் பரவித் திரியும் காட்சிகளால் விரைவில் அவள் மீண்டும் கவனத்தைத் தத்ரூபமாகவே இழக்கிறாள். தன்னைச் சூழ்ந்திருக்கும் வண்ணத்துப்பூச்சிகளை நோக்கி கைகளை நீட்டியபடி துரத்தி ஓடினாள். ஓடிக்கொண்டே யிருக்கிறாள். இது முடிவற்ற காரியம் என உணர்ந்து கொண்டாலும் துரத்திப் பிடிக்க ஓடுவதை அவளால் நிறுத்த முடியவில்லை.

"வண்ணத்துப்பூச்சிகளைத் துரத்தாதே" மர்மக் குரல் மீண்டும் மென்மையாகக் கிசுகிசுத்தது.

"ஏன், துரத்த வேண்டாம், யார் நீ?" மனதின் எல்லா நுட்பங்களையும் இணைத்துக்கொண்டு வெளியேறிய அவளது குரலில் அச்சமில்லை. பதில் வரப்போகும் திசைக்காகக் கழுத்தைச் சாய்ந்து நாற்திசையும் திருப்பினாள். சுற்றுமுற்றும் கண்ணுக்கெட்டிய வரையில் அங்கு யாருமில்லை. கடல் நீரில் உப்பைப் போல வனத்திலிருந்து பிரித்தெடுக்க முடியாத அக்குரல் தொடர்ந்தது.

"இதுபோலொரு தோட்டத்தை உருவாக்கு. வண்ணத்துப் பூச்சிகள் தானாகவே உன் இடத்தை வந்து சேரும்"

இந்த அறிவுரை எதையோ நிகழ்த்திக் காண்பிப்பதாக அவள் எண்ணினாள். உலகின் எல்லைகளைத் தாண்டிய உண்மை யுடன் எதிரொலித்த இவ்வறிவுரையின் அர்த்தம் என்னவாக இருக்கும்?

சந்திக்கும் ஒவ்வொரு வண்ணத்துப்பூச்சியும் ஒரு தனித்துவ மான அழகைக்கொண்டிருப்பதை அவள் கவனித்தாள். தன் இதயத்தில் மலரும் கனவுகளின் பிரதிபலிப்பாக வண்ணத்துப் பூச்சிகளை அடையாளம் கண்டுகொள்ள நெடுநேரமாகவில்லை. ஒவ்வொரு உயிரினமும் அதற்கேயுண்டான நுட்பமான முறையில் ஒரு கனவை வளர்த்தெடுக்கின்றன.

ஒவ்வொரு உயிரும் தனது சொந்த விதியைத் தானே தேர்ந்தெடுக்கும் என்கின்ற ஆழ்ந்த ஞானத்தை உபதேசிக்கும் இந்த அதிசயத்தை யார் நிகழ்த்துகிறார்கள் என்று அவளுக்குத் தெரியவில்லை.

"ஏமன் அரசி அர்வா மிச்சக் கதையைக் கேளாமல் இஞ்சருந்து போறல்ல, சரிதானே..."

மிகத் துல்லியமாகக் காதில் விழுந்த இந்தக் குரல் கடலில் கிடக்கும் துரும்புகளை அலைகளோடு தூக்கித் தரையில்

தள்ளினாற் போல அவளை எழுப்பிவிடக் கண் திறந்தாள் அய்லி. சூரியன் மென்மையான ஒளியை வீசி பாந்தமாகப் பூமியைத் தழுவியிருந்தது.

"பகல் கனவா..." அய்லியின் முகத்திற்குக் கிட்டே தனது முகத்தைக் கொண்டுவந்து, குனிந்து நின்றாள் காலிதா. செம்பட்டைக் கேசம் காற்றில் அலைய பற்கள் தெரியச் சிரித்துக்கொண்டு நின்றான் றிஸ்காத். எப்போதும் கனவு கண்டுகொண்டிருப்பவள் அதற்கெனவே வீட்டில் முடங்கிக் கிடக்கிறாள் என தன்னைப் பற்றிய பிறரது அபிப்பிராயம் பற்றியெல்லாம் அய்லிக்குச் சொல்வதற்கு எதுவுமில்லை. எப்படித் தூக்கத்தில் ஆழ்ந்தோம் எனத் தெரியாதபடி திடீரெனப் பிடித்திழுக்கும் கனவுகளும் எப்போதும் பின்தொடரும் குரலும் இல்லாத வாழ்வில் இருப்பவர்கள் தன்னைக் கண்டுணரச் சாத்தியமில்லை. இந்த வாழ்விலிருந்து வெளியே அடியெடுத்து வைப்பதும் அவளுக்கு முடியாதது. எல்லோரையும் புரிந்துகொள்ளச் செய்வதற்காக எந்தப் பிரயத்தனங்களிலும் அவள் இறங்கவுமில்லை, எண்ணவுமில்லை.

தனது அரிய கனவுலகத்தைக் கலைத்த சாச்சியின் பிள்ளைகளை விகற்பமாக முறைத்துவிட்டு, சிவப்பேறிய தனது கண்களில் குளிர்ச்சியான உள்ளங்கைகளை வைத்து அழுத்தி னாள். அப்போது அவளுக்குத் தேவைப்பட்டது எல்லாம், முற்றத்து ஊஞ்சலில் பட்டப்பகலில் தனக்கு நிகழ்ந்த அற்புதக் கனவை மீட்டுப் பார்க்கக் கொஞ்சம் தனிமை. தான் விரும்பும் உயரங்களுக்கு அழைத்துச் செல்லப்போகும் கனவு இதென்று சட்டென்றொரு எண்ணம் தோன்றி மறைந்தது. கால்களை நெட்டி எழுந்திருக்கும்போது நிலாவும் அவளருகில் படுத்திருப்பதைப் பார்த்தாள். கதகதப்பாகப் படுத்திருந்த நிலா கைகால்களைக் கட்டியிருந்த சோம்பலின் பிடியை தளர்த்த முன்னங்கால்களை முன்னோக்கியும் பின்னங்கால்களை பின்னாலும் நீட்டியது. காலிதா, றிஸ்காத் இருவரினதும் உற்சாகமான முகங்களைப் பார்த்ததும் சாகசங்களைத் தழுவத் தயாராக இருப்பதைக் காட்டுவதற்குப் போல வாலை அசைத்து, முகத்தில் வெள்ளொளி பாய எழுந்து நின்றது.

விழித்துக்கொண்ட பிறகும் கண்ணெதிரில் பறந்து கொண்டேயிருப்பதாகத் தோற்றம் காட்டும் வண்ணத்துப் பூச்சிகள் குழப்பத்தில் ஆழ்த்த எழுந்து வேகமாகப் பின்புறத்தைக் காட்டியபடி வீட்டுக்குள் போனாள் அய்லி. கனவில் உலாவித் திரிந்த வளைந்த பாதைகள் கொண்ட பசுமையான புகலிடம் தன்னை மீண்டும் அழைப்பதாகத் தோன்றியது.

“றாத்தா, றாத்தா நில்லுங்க...”

“ஏமன் அரசி அர்வா கதையின் முடிவைத் தெரிஞ்சிக்காம இஞ்சருந்து போவமாட்டம்...” குரலில் கோபம் மேலீடக் கூறினாள் காலிதா. மண்டையைப்பிய்த்துக்கொள்ளச் செய்திருக்கும் நீண்ட காத்திருப்பின் வெறுப்பு அவள் குரலில் இருந்தது.

“ம்கூம், இன்றைக்கு முடியாது, எனக்குத் தலை வலிக்கிறது...” திரும்பிக்கூடப் பாராமல் விரைவாகப்போய் அறைக்கதவைச் சாத்திக்கொண்டாள் அய்லி.

பொறுமையை மீறி “இல்ல... இல்ல... நீங்க இப்பிடியே தான் சொல்றீங்க... இன்டக்கி உங்கள விடமாட்டம்...” கிட்டத்தட்ட அப்பாவித்தனமாகக் கத்திய றிஸ்காத்தின் குரல் அவளது காதுகளைச் சேர்ந்ததா என்பதுகூடத் தெரியவில்லை.

கதை சொல்லக்கூடிய வரப்பிரசாதமான மனநிலையில் அய்லி அப்போதில்லை. அறைக்குள் போனவள் சுவரைப் பார்த்தபடி அப்படியே உட்கார்ந்திருந்தாள். கனவில் தோன்றிய பறவைகளாலும் கதகதப்பான முட்டையுள்ள கூடுகளாலும் செழித்த அந்தத் தோட்டத்தில் நடந்தும் இளைப்பாறியும் திரிந்த காட்சிகளைக் கண்முன்னே கொண்டுவர முடிந்ததைப் போல அந்தக் குரலை மீட்பது முடியவில்லை. கடலுக்குப் போய் திரும்பி வருவதற்குத் தாமதித்துவிட்ட இளம் மாலுமியின் மனைவி அலைகளை வெறித்தபடி கரையில் காத்திருப்பதைப் போல யாரினதோ வருகையை எதிர்பார்த்திருந்தாள் அய்லி. அவள் பின்னங்கழுத்து வியர்த்துக் கொண்டிருக்க வெற்றுச் சுவரையே வெறித்தபடி இமைக்காமல் உட்கார்ந்திருந்தாள். பனிப்படலம் மறைக்கும் கண்ணாடியில் விழுந்த விம்பம் துலங்கினாற்போலக் கூரிய நினைவு கிளர்ந்தெழ தனது மேசையில் எப்போதும் திறந்து கிடக்கும் குறிப்பேட்டை எடுத்து எழுதத் தொடங்கினாள்.

“வண்ணத்துப்பூச்சிகளைத் துரத்த வேண்டாம். பதிலாக, ஒரு தோட்டத்தை உருவாக்கு. வண்ணத்துப்பூச்சிகள் தானாகவே உன் இடத்தை வந்து சேரும்”

மண்ணைத் தொடாத மழைத்துளிகளாக மனத்திலிருந்து அப்படியே வந்திறங்கிய அந்த வாக்கியங்களைப் படித்து அவள் முகம் இலேசாக மலர்ந்தது. இடைவிடாமல் அந்த வரிகளை மீண்டும் மீண்டும் சரிபார்த்துக்கொண்டேயிருந்தாள். ஏனோ மனதில் எந்த உணர்வும் தோன்றவில்லையே என்ற எண்ணமும்

அவளுக்கு வந்தது. இப்போதெல்லாம் தான் இப்படித்தான் என்றும், அப்படியும் சொல்ல முடியாதென்று உடனே மறுத்தும் மனம் மாயத்தோற்றமுண்டாக்கியது.

வெம்மை தணிந்து மழைகூடிய குளிர் காற்று அறைக்குள் வீசியது. அமைதியற்ற சிள்வண்டுகளாகச் சளசளத்துக்கொண்டு, முற்றத்திலேயே நீண்ட நேரம் காத்திருக்கும் காலிதாவையும் நிஸ்காத்தையும் எண்ணிக்கொண்டாள். அவளது கூரிய காதுகள் இன்னும் சில சிறுவர்களின் குரல்களையும் உள்வாங்கிக் கொண்டன. அதிக கருணையும் நிறைவமைதியும் திடீரென இளகச் செய்ய ஒரு மெழுகுவர்த்தியைப் போல அங்கேயே இருந்தாள். விரைவாக வெளிமுற்றத்தில் தோன்றிய அவள், சிறுவர்களைப் பார்த்து அவர்கள் ஆர்வமாகக் காத்திருக்கும் கதையைச் சொல்லப்போவதாக அறிவித்தாள்.

ооо

இறந்துவிட்டதாக அறிவிக்கப்பட்டிருந்த அரசி அஸ்மா உயிருடன் சிறைப்பிடிக்கப்பட்டதைச் சுமார் ஓராண்டு கடந்தே தெரிந்துகொண்டான் இளவரசன் அஹ்மத். சிறைப்பிடிக்கப் பட்ட அவள் இன்னமும் நஜாஹித்களின் சிறைவாசத்தில் இருப்பதைத் தெரிந்துகொண்டதும், அவன் கண்களிலிருந்து ஆக்ரோஷமாகக் கண்ணீர் பெருகியது. பிடித்து வைத்ததுபோல உடல் நடுங்க நின்று கொண்டிருந்தான். அழக்கூடிய தோற்றம் கொண்டவனில்லை அவன். இத்தனை மாதங்கள் தனது தாயின் இருப்பை உணராமலும் அவளை மீட்காமலும் இருந்து விட்ட குற்றவுணர்வு உலுக்கியது. கண்கள் கலங்கி, உடல் கோண நின்றிருந்தவனிடம், "என்ன தாமதம், போய் அரசியை மீட்டுக்கொண்டு வாருங்கள்" எனக் கர்ஜித்தாள் அர்வா.

மறுகணமே, மக்களின் முழு ஆதரவுடன் தலைநகர் சனாவிலிருந்து அரசியை மீட்டுக்கொண்டு வருவதற்கான படை பரிவாரங்களுடன் புறப்பட்டான் இளவரசன் அஹ்மத். மூவாயிரம் குதிரைப்படைகளையும் துருப்புக்களையும் அழைத்துக்கொண்டு விரைந்தான். அரசியை மீட்கும் போர் அவ்வளவு எளிதாக இருக்கவில்லை. நஜாஹித்கள் முன்னரை விடவும் அதிக பலம் பெற்றுவிட்டிருந்தார்கள். அவர்களது பிரதேச எல்லைகள் பலப்படுத்தப்பட்டு எதிரிகள் நுழைய முடியாத அரண்கள் எழுப்பப்பட்டிருந்தன. சனாவிலிருந்து புறப்பட்ட படையின் திடீர் பன்முகத் தாக்குதலில் இரவு அலறியது.

மறுநாளும் நீடித்த இடைவேளையற்ற தாக்குதல்கள் நஜாஹித்களை மக்களின் குடியிருப்புகளுக்குள் புகுந்து

பின்வாங்க வைத்தது. பலர் பாலைவனத்தில் பதுங்கித் தப்பி ஓடினர். படையினரில் மேலும் பலர் தாக்குதலைக் கைவிட்டுக் காயமுற்றவர்களையும் உயிர்பிழைத்தவர்களையும் காப்பாற்றுவதில் கவனஞ்செலுத்தலானார்கள். அரசியை மீட்கச் சென்ற துருப்புகள் பிரதேசத்தைக் கட்டுப்படுத்திவிட்டதாக நம்பிய கணத்தில் இளவரசன் அஹ்மத் தன் தாயைத் தேடுவதில் துரிதமாக ஈடுபட்டான். அவன் சிறைச்சாலையை நெருங்கிய போது அது கரும்புகையால் சூழப்பட்டிருந்தது. அங்கு கதவுகள் திறக்கப்பட்டு அறைகள் காலியாக இருப்பதைக் கண்டு ஏமாற்றமடைந்தான். எரிந்துகொண்டிருக்கும் சிறைச்சாலைக் கட்டடத்திலிருந்து தனது தாயை எப்படிக் கண்டடைவ தென்று அவனுக்குத் தெரியவில்லை. ஒவ்வொரு அறைகளுக் குள்ளும் தலையை நீட்டித் தேடும் ஒவ்வொரு முறையும் பெருங்குரலெடுத்துக் கத்தி அழைத்தான். தீப்பிடித்து எரிந்து கொண்டிருந்த சிறைக் கட்டடம் தகர்ந்து எரி துண்டுகளாக வீழ்ந்துகொண்டிருந்தது. தாயைக் காணாத அவன் விரக்தியோடு கிட்டத்தட்ட வெளியேறியபோது அந்தப் பரிதாபமான குரல் அவன் காதுகளில் நுழைந்தது. கட்டடம் முழுவதுமாகத் தீப்பிடித்துக் கொண்டுவிட்ட நிலையில், அந்தப் பெண் குரல் ராணி அஸ்மாவினது எனக் கண்டுகொள்ளாத போதும் எரியும் சிறைக்கூடத்தில் ஓர் அபலைக் குரலைத் தாண்டி வெளியேற முடியாமல் தவித்தான். இருவரினது குரல்களும் திரும்பத் திரும்பக் கதறியதில் ஒருவரையொருவர் கண்டுகொண்டார்கள். சிறைவாசிகளின் உயிரைக் காப்பாற்றும் நோக்கில் தப்பிச் செல்வதற்கு வசதியாக எல்லா சிறைக் கூண்டுகளின் கதவுகளையும் திறந்துவிட்ட நஜாஹித்கள் ராணி அஸ்மா சிறைவைக்கப்பட்டிருந்த கூண்டுக் கதவை மட்டும் திட்டமிட்டே பூட்டிவைத்திருந்தனர். இருண்டதொரு நிலவறையில் அவள் சிறைவைக்கப்பட்டிருந்தாள். பூஞ்சைக் காளாண்களும், குமட்டும் வாசனையும் புழுதியும் இருட்டும் அடைத்துக்கொண்டிருந்த நிலவறையில் ஏமன் தேசத்தின் சொத்து ஒரு கரும்போர்வைக்குள் சுருண்டு துவண்டு கிடந்தது. முகத்தைப் பார்த்துத் தனது தாயை உறுதிப்படுத்துவதற்குக்கூட இளவரசன் அஹ்மத்திற்கு அவகாசமிருக்கவில்லை. தான் குழந்தையாக இருந்தபோது எப்படி அஸ்மா கைகளில் தாங்கி யிருப்பாளோ அதேபோலத் தூக்கிக்கொண்டு அங்கிருந்து பாய்ந்து வெளியேறினான். “மகனே, என்னைக் கண்டுபிடித்து விட்டாய்” அவள் மகனின் கன்னங்களை வருடினாள்.

போர் முடிந்துவிட்டிருந்தது. ராணி அஸ்மாவையும் மீட்டா யிற்று. ஆனாலும் அவர்களால் உடனடியாகத் திரும்பிச் செல்ல

முடியவில்லை. இளவரசன் அஹ்மத் பலமான காயங்களுக்கு உள்ளாகியிருந்தான். நோய்ப்பட்டிருந்த அவனது நிலையால் படை, பரிபாரங்கள் தடுமாற்றம் கண்டன. சிறைவாசம் அனுபவித்து நோய்ப்பட்டு நலிந்திருந்த ராணி அஸ்மா, தனது மகனையும் படைகளையும் கண்டு உற்சாகமடைந்தவளாகக் காணப்பட்டாள். ஒரு வழியாக நோயுற்றிருந்த இளவரன் அஹ்மத்தையும் மீட்டுக்கொண்டு படைகள் மீண்டும் சனா நகருக்குத் திரும்பியது.

சிறைவைக்கப்பட்டிருந்த ராணி மீட்கப்பட்ட செய்தியால் நாடு விழாக்கோலம் கொண்டது. மக்கள் ஆரவாரத்துடன் ராணி அஸ்மாவையும் படைகளையும் வரவேற்றனர்.

கண்முன்னே கணவனை இழந்து, அனுபவித்த அதிர்ச்சிகரமான நிகழ்ச்சிகளாலும் சிறையில் அனுபவித்த இன்னல்கள் அவமானங்கள் கொடிய தண்டனைகளாலும் முன்னைய திறனில் செயற்படுவதற்கு ராணி அஸ்மாவால் முடியவில்லை. மூன்று மாதங்களுக்கும் மேலாகப் படுக்கையறையிலேயே சுருண்டு கிடந்தாள். திடீரென ஒரு நாள் ஏதோ உள்ளொளியின் தூண்டுதலால் தனது கணவருடன் பகிர்ந்துகொண்ட படுக்கையிலிருந்து வெளிப்பட்ட ராணி அஸ்மா அலுவலக அறைக்குள் சென்று ராஜ்யத்தின் விவரங்களை வரிசைப்படுத்தத் தொடங்கினாள். அரசர் அலியின் நெருங்கிய ஆலோசகர்களை அழைத்து இளவரன் அஹ்மத் எடுத்த அனைத்து முடிவுகளையும் மதிப்பாய்வு செய்ததில், தனது மகன் நம்பக்கூடிய நியாயமான ஆட்சியாளர் என்பதைக் கண்டறிந்து புளகாங்கிதம் அடைந்தாள்.

இதுவரை காலம், முடிசூட்டப்படாமலேயே ஆட்சிப் பொறுப்பிலிருந்த இளவரன் அஹ்மத்திற்கு ராணி அஸ்மா முடிசூட்டிவைத்தாள்.

தாயை மீட்கும் போரில் காயமுற்ற அரசர் அஹ்மத்தின் நோய் நிலை கணிசமாக முன்னேறிக்கொண்டேயிருந்தது. மருத்துவ சிகிச்சைகள் தற்காலிகப் பயனளிப்பதும் ஆழத்தில் வீழ்த்துவதுமாகப் பலவீனப்படுத்திக் கொண்டேயிருந்ததினால் அரசர் அஹ்மத் தனது ஆட்சி அதிகாரங்களில் கணிசமானதைத் தாய் அஸ்மாவுடனும் மனைவி அர்வாவுடனும் பகிர்ந்து கொண்டிருந்தான்.

இக்காலத்தில் ராணி அர்வாவுக்கும் அரசருக்கும் மூன்று குழந்தைகள் பிறந்தார்கள். முதலாவது பெண் குழந்தை. பிந்திய இரண்டும் ஆண் குழந்தைகள். நோய் காரணமாக மகன்களில் ஒருவரை இழக்கும் துன்ப நிலையையும் சந்தித்தார்கள்.

விரைவில், பொது வாழ்க்கையிலிருந்து முழுவதுமாக விலகிக்கொண்ட அரசர் அஹ்மத், பெயரளவிலான ஆட்சி யாளராக மட்டுமே இருந்தான். ராணி அர்வா ராஜ்யத்தை மிகுந்த புத்திசாலித்தனமாகக் கையாண்டாள். ராணியாக, தாயாக, மனைவியாக என எல்லா நிலைகளிலும் மதிப்புமிக்கவ ளாக, குடிமக்களின் மதிப்புகளை எப்போதும் பேணுகிறவளாக இருந்தாள். அறவுணர்ச்சி உள்ளவளாக அரியணைக்குத் தக்க மதிப்பைக் காண்பித்தாள். அதிர்ஷ்டவசமாகவும் தவிர்க்க முடியாமலும் சுலைஹி வம்சம், தமது ராஜ வம்சத்திலிருந்து வந்தவளல்லாத அர்வாவை ஏமன் தேசத்திற்குப் பொருத்த மானவளாக ஒருமனதாக ஏற்றிருந்தது. ஏமனில் உயர்பதவியில் இருந்த அதிகாரிகளுடனும், வட ஆப்பிரிக்கா, மத்திய கிழக்கு நாடுகளில் வசித்த இறையாண்மையாளர்களுடனும் தொடர்புகொள்ளும் துணிவும் திறனும் அர்வாவுக்கு இருந்தது. ஏமன் மக்களையும், தேசத்தைச் சுற்றியிருந்த பிற சமூகத்து மக்களையும், மக்களின் மதங்கள், நம்பிக்கைகள், குர்ஆன், ஹதீஸ்[1] உட்பட்ட அனைத்திலும் அறிவார்ந்தவளாக இருந்தாள். ராணி அஸ்மாவுடன் இணைந்து ராஜ்யத்தில் பல நல்ல மாற்றங்களைச் செய்தாள். அவள் ஏற்படுத்திய மிகச் சிறந்த மாற்றங்களில் ஒன்று பொதுக்கல்வி முறை. வகுப்பு வேறுபாடுகளின்றி எல்லாக் குழந்தைகளுக்கும் கல்வியை உரித்தாக்கினாள். ஏமன் பிரதேசத்துச் சாலைகள், நீர் நிலைகள், நாட்டின் உட்கட்டமைப்பு போன்ற பல திட்டங்களைக் கொண்டுவந்தாள். பொருளாதாரத்தை வலுப்படுத்தினாள். தொழில் வாய்ப்புகளை அதிகப்படுத்தும் வேலைத்திட்டங் களைக் கொண்டுவந்தாள். ராணி அஸ்மாவின் வெளிச்சத்தி லிருந்து விலகித் தன் சொந்த வழியில் ஆட்சியாளராக ஏமன் தேசத்தின் முத்தாக மாறினாள் அர்வா.

ராணி அர்வாவும் ராணி அஸ்மாவும் ஒன்பது ஆண்டுகள் ஒன்றாக ஆட்சி செய்தனர். ராணியாகத் தனியாகத் தேசத்தை ஆட்சி செய்யும் நிலை அர்வாவுக்கு நேரும் என்பதை ராணி அஸ்மா உணர்ந்திருந்தாள். பக்கவாதத்தில் படுக்க நேர்வதற்கு முன்னரே ராணி அர்வாவை வடிவமைப்பதில் ராணி அஸ்மா கவனத்துடன் செயற்பட்டாள். ராஜ்யத்தை ஆளும் தினசரிப் பணிகளில் பெரும்பகுதியை அர்வா கையாள்வதை நுணுக்கமாகக் கண்காணித்தாள். ராஜ்ய விவகாரங்களில் அர்வா ஒரு கடல் மீன், அதற்கு யாரும் நீச்சல் சொல்லித் தர வேண்டியதில்லை என்ற நிம்மதியோடே ராணி அஸ்மா உலக வாழ்விலிருந்து நீங்கினாள்.

---
1. முஹம்மது நபி அவர்களது வார்த்தைகள், கருத்துகள், உபதேசங்கள்

ராணி அஸ்மா ஏமனுக்கு ஒரு வளமான பாரம்பரியத்தை விட்டுச் சென்றாள். குடிமக்கள் தங்கள் அன்புக்குரிய மதிப்புமிக்க ராணிக்காகத் துக்கம் அனுசரித்தனர். ராணி அஸ்மாவைக் கௌரவிப்பதற்காக ராணி அர்வா பிரம்மாண்ட நினைவேந்தலை ஏற்பாடு செய்தாள். ஏமனுக்கு அருகிலுள்ள ராஜ்யங்களிலிருந்தும் பிரமுகர்கள், ஆட்சியாளர்களை அழைத்தாள். திரளான மக்கள் தெருவெங்கும் நிரம்பியிருந்து ராணி அஸ்மாவின் இறுதி யாத்திரைக்கு விடையளித்தனர்.

இதன் பிறகு ராணி அர்வாவுக்குப் புதுவித சவால்கள் காத்திருந்தன. மூத்த இராணுவ ஜெனரல்களும் மந்திரிகளும் ராணியின் அதிகாரத்திற்குப் போட்டியாக வந்தனர். தீர்க்கமான முடிவுகளை எட்ட முடியாதபடி அவளுடன் அவர்கள் தொடர்ந்து வாதிட்டனர். பெரும்பாலான சந்திப்புகளிலிருந்து அவள் இடைநடுவிலேயே விலகிச்செல்லும்படியான சூழல்கள் தொடர்ந்து உருவாகின. நாட்டில் பெரும் செல்வாக்குச் செலுத்தும் இந்த மூத்த அதிகாரிகளை எதிர்கொள்வது ஒரு தலைவலியாய் மாறிவிட்டிருந்தது. அரசர் அலிக்கும் ராணி அஸ்மாவுக்கும் கிடைத்த சமமான மரியாதை தனக்கு இல்லை என்பதை விரைவில் அவளுக்கு உணர்த்தும்படியாக எல்லாம் நடந்தன. அரச குடும்பத்தையும், ராஜ்யத்தையும் எதிர்மறையாகப் பாதிக்கும் எதனையும் தான் செய்துவிடக் கூடாது என்பதில் ராணி அர்வா கவனமாக இருந்தாள். வேண்டுமென்றே வில்லங்கம் பண்ணும் அரச குழுவின் மரியாதையை எப்படிப் பெறுவதென்று அவளுக்குப் புரியவில்லை. அவ்வப்போது ராணி அஸ்மாவின் இழப்பை எண்ணிப் பெரும் மனச்சோர்வடைந் தாள். ஆண்களால் கட்டியாளப்பட்ட ராஜ்ய அதிகாரத்தைக் கையில் வைத்திருப்பதற்காக அல்ல தன்னாலும் முடியும் என்பதை நிரூபணப்படுத்துவதற்காக வாழ்நாள் நெடுகிலும் ராணி அஸ்மா போராடியதை விடவும் கடுமையாகத் தான் போராட வேண்டியிருப்பதைத் தெரிந்துகொண்டாள்.

இதனிடையே நஜாஹித்கள் மீண்டும் கலவரங்களைத் தூண்டினார்கள். அரண்மனைக்குள்ளே நிகழும் வாக்குவாதங் களை முடிவுக்குக்கொண்டு வர முடியாது தவித்துக்கொண் டிருந்த அரசியின் நிலையை இது மேலும் சிக்கலாக்கியது. அரசர் அஹ்மத்துடன் கலந்தாலோசிப்பதற்காக அவனது அறையை நோக்கிக் குழப்பத்துடன் நடந்தாள்.

குணமடைய மறுத்து அழுகியபடியேயிருக்கும் காயத்தின் மீது மருந்துகள் வைத்து வெண் பருத்தித் துணியைப் பணியாள் கட்டிக்கொண்டிருந்தபோது ராணி அர்வா அரசர் அஹ்மத்தின் அறைக்குள் பிரசன்னமானாள்.

"நாம் ஏதாவது செய்ய வேண்டும்" என்றாள்.

"அப்பாஸியர்களின்[2] ஆதரவு நஜாஹித்களுக்குக் கிடைப்பதாகச் செய்திகள் உள்ளன"

"உங்கள் மனதில் இருப்பது என்னை கலங்கச்செய்கிறது" படுக்கையில் சாய்ந்தபடி கூறினான் அரசன் அஹ்மத்.

"நஜாவின் மகன்களுக்குப் பாடம் கற்பிக்க வேண்டும். நம்முடைய தந்தையை இழப்பதற்குக் காரணமாக இருந்தவர்களை நாம் மன்னித்திருந்தோம். ஆனால் அவர்கள் தொடர்ந்து அக்கிரமம் செய்கிறார்கள்"

அறைக்கு வெளியே தெரியும் செங்குத்தான பள்ளத்தாக்கையும் பசும் மலை முகடுகளையும் பார்த்தபடி அர்வா தொடர்ந்தாள்.

"இந்தப் பொல்லாதவர்களுடன் நீங்கள் சண்டையிடவில்லை என்றால், துடிப்பான ஆரோக்கியமான மனிதராக நீங்கள் இருந்திருப்பீர்கள்"

அரசர் அஹ்மத் பதில் சொல்லவில்லை. சில நிமிட அமைதியைக் கலைத்துக்கொண்டு அவளே தொடர்ந்தாள்.

"என்னிடம் ஒரு யோசனை உள்ளது. உங்களின் ஆசி இல்லாமல் அதனைச் செய்ய மாட்டேன்"

அடுத்த சில நிமிடங்களில் தனது திட்டத்தை விவரித்தாள் ராணி அர்வா.

"என்ன திட்டமிது, உங்களின் பெருமைக்கானதா? உங்களின் பெருமைக்காகவும், பழிவாங்குதலுக்காகவும் ராஜ்யத்தைப் பணயம் வைக்க முடியாது"

"இது ராஜ்யத்தைப் பாதுகாப்பதற்கான திட்டம். அதற்கு நாம் பாதுகாப்பாக இருக்க வேண்டாமா? அரண்மனையையும் தலைநகரையும் சனாவிலிருந்து ஜிப்லாவுக்கு மாற்றுகிறோம். நான் முதலில் செல்கிறேன். பின்னர் உங்களையும் மற்றவர்களையும் வரவழைப்பேன்" ராணி அர்வா உறுதியாகக் கூறினாள்.

"என் வாழ்நாள் முழுவதும் சனாவில் வாழ்ந்தேன்" அரசர் அஹ்மத்தின் குரலில் ஏமாற்றமும் கவலையும் தெரிந்தது. "வேறு எங்கும் வாழ்வதை என்னால் கற்பனை செய்தும் பார்க்க முடியாது".

---

2. இஸ்லாமிய அரசியல் வாலாற்றில் ஆட்சி நடத்திய ஒரு சமூகம். அப்பாஸியர் ஆட்சி கி.பி. 750-1258வரை நடந்ததாகக் கூறப்படுகின்றது.

“ஜிப்லா நகர், சனாவைவிடப் பாதுகாப்பானது. இங்கே நாம் தனிமைப்படுத்தப்பட்டிருக்கிறோம். இலக்கு வைக்கப் பட்டிருக்கிறோம். இது நாம் செயற்படவேண்டிய முக்கிய தருணம்”

சில மணிநேரங்கள் கலந்தாலோசனைக்குப் பிறகு ராணி அர்வாவின் முடிவுக்கு அரசர் அஹ்மத் இசைந்தார். எத்தனை பெரிய அரசர்களாயிருந்தாலும் நெருக்கடிகள் சூழும்போதெல் லாம் படையைப் பெருக்கித் தடையை மீற யோசிப்பார்கள். இவளோ, அதிரடியாய் ராஜ்யத்தின் தலைநகரையே மாற்றத் துணிந்துவிட்டாளே என்ற கலக்கம் அரசர் அஹ்மத்திற்கு இல்லாமலில்லை. நெருப்பலைபோல் சீறும் அர்வாவின் கண்களில் தலைகீழாய் நாடு புரளாமல் காக்கும் நம்பிக்கை ஒளியை அரசர் அஹ்மத்தால் பார்க்க முடிந்தது. கொள்கை நெறி மீறாமல் சில தீர்ப்புகளைத் திருத்தி எழுதுவதில் தவறில்லை எனவே ராணியின் முடிவுக்கு அவன் இசைந்தான்.

ராணி அர்வா இந்தத் திட்டத்தைச் செயற்படுத்துவதற்குச் சில ஆண்டுகள் எடுத்தன. அவள் தனது திட்டத்தைச் சமயோசிதமாக செயல்படுத்தி, ஏமன் கருவூலத்தை சனாவி லிருந்து ஜிப்லாவுக்கு மாற்றினாள்.

சனாவைவிட்டு விலகியிருப்பதால் நயவஞ்சக சூழ்ச்சி களுக்குள் அகப்படாமல் இருக்கலாம் என அவள் எண்ணினாள். கணவனைப் பாதுகாப்பாக வைத்திருப்பதற்கான கருவூலமாக வும் ஜிப்லாவை அவள் கருதினாள். தலைநகரை மாற்றிய கையோடு புதிய மந்திரிகள் சபையையும் ஏற்படுத்தினாள். நம்பக்கூடிய மந்திரிகளையும் ஆலோசகர்களையும் மட்டுமே தன்னுடன் வைத்திருந்தாள்.

ராணி அர்வாவின் இந்தத் திடீர் மாற்றங்கள், அவள் அரசாட்சியின் முடிவு காலத்தை நெருங்கிவிட்டாளென நஜாஹித்களை நம்பச் செய்யும்படியாக இருந்தது. அர்வாவிட மிருந்து ராஜ்யத்தை எடுத்துக்கொள்வதற்கான போருக்கு நஜாஹித்கள் தயாரானார்கள். திருப்பி அடிக்காமல் தீர்வு கிடைக்காதென எப்போதோ தெரிந்துகொண்டுவிட்ட அவளது வியூகம் கனகச்சிதமாக வேலை செய்தது. ஜிப்லாவிற்கு வெளியே நஜாஹித்களைத் தோற்கடித்தாள். செயத் இப்னு நஜா போரில் கொல்லப்பட்டான். தனது மாமனாரைக் கொன்றவர்களையும், கணவரின் உடல் நலக்குறைவுக்குக் காரணமானவர்களையும் பழிவாங்கும் இறுதிச் செயலைச் செய்வதற்கும் அவள் தவறவில்லை. செயத் இப்னு நஜாவின் அறுக்கப்பட்ட தலையை அவனது மனைவிக்கு அனுப்பி

வைத்தாள். சமரசமோ இரக்கமோ இல்லாமல் ஆட்சியாளர்கள் செய்வதைப் போலத் தானும் செய்வதற்காக அல்லாமல் தனது மாமியாரின் ஆத்ம சாந்திக்காகத் தான் செய்ய வேண்டியதொரு கடமையென இக்காரியத்தைக் கருதினாள். முன்மாதிரியாக மட்டுமில்லாமல் நல்ல இணக்கமான தோழியாகவும் இருந்தவரான மாமியார் ராணி அஸ்மா மரணத் தருவாயில்கூட, துண்டிக்கப்பட்டு இரத்தம் கொட்டும் அன்புக் கணவரின் தலையைக் கண்டு அடைந்த அதிர்ச்சியால் வருந்தியதைப் பார்த்திருக்கிறாள். ஆறாத மன வடுவுடன் போராடிய தனது மாமியார் கொடுங்கனவுகளுடன் நள்ளிரவுகளில் திடுக்கிட்டு எழுந்து கதறியழுததையும் பார்த்திருக்கிறாள். இனியென்ன, கடலை அடைக்கக் அணை போடலாமா?

அரசர் அலி கொல்லப்படுவதற்கு முன்பு இழந்த சில பிரதேசங்களைத் திரும்ப மீட்டு, வெற்றிப் பிரச்சாரத்தைத் தொடங்கினாள். இதெல்லாம் நிகழ்த்திக் காட்ட ஒருவர் அரண்மனையிலோ அரச வம்சத்திலோ பிறந்திருக்க வேண்டியதில்லை எனச் சொல்லாமல் சொல்லும் செயல் திறனால் அவளது புகழ் ராஜ்ஜியத்தின் எல்லை தாண்டியும் பரவியது.

எகிப்தில் உள்ள ஃபாத்திமித்[3] கலீஃபாக்களுக்கும்[4] இமாம்[5]களுக்கும் ஈடாக ஏமனில் அதிகாரம் செலுத்தினாள் ராணி அர்வா. அரசர் அஹ்மத் இறந்த சிறிது காலத்திற்குப் பிறகு, ராணி அர்வா ஏமனின் ஹூஜ்ஜா[6]வாக நியமிக்கப்பட்டாள்.

இடைப்பட்ட காலத்தில் ராணி அர்வாவின் மகன் அலி அப்த் அல் – முஸ்தான்சீர் முடிக்கு உரிய வயதை எட்டியிருந்தான். அவனும் தாயுடன் சேர்ந்தே ஆட்சி செய்தான். முழு அதிகாரத்தைத் தாய் வைத்திருந்தபடியால் அரசாங்கத்தில் ஒரு சிறிய பாத்திரத்தை மட்டுமே அவனால் வகிக்க முடிந்தது. சில ஆண்டுகளில் அலி அப்துல் முஸ்தான்சீர் போரொன்றில் இறந்தான்.

இது ராணி அர்வாவை மீண்டும் தனியாக அரியணையில் அமர்த்தியது. துரதிருஷ்டவசமாக, பெண் தனியாட்சி புரிவதை

3. இஸ்லாமிய அரசியல் வரலாற்றில் ஆட்சியாளர்களாக இருந்த சமூகம். தீர்க்கதரிசி முஹம்மது நபி அவர்களின் மகள் பாத்திமா, அவரது கணவர் அலி இப்னு அபிதாலிப் ஆகியோரின் பெயரால் இது பெயரிடப்பட்டது.

4. இஸ்லாமிய நாட்டை தலைமை தாங்கி நடத்துபவர்.

5. இஸ்லாமியர்களின் தலைமை.

6. "ஹூஜ்ஜா" என்றால் (இறைவனின்) ஆதாரம். அதாவது, ஒரு தீர்க்கதரிசி அல்லது ஒரு இமாம், மற்ற எவரையும்விட மேலானவர் என்ற அர்த்தத்தில் பயன்படுத்தப்படுகிறது. இது இஸ்லாமிய வரலாற்றில் ஒரு பெண் வகித்த மிக உயர்ந்த பதவியாகும்.

விரும்பத்தகாத காரியமாகத் துர்நிகழ்ச்சியாகச் சித்தரிக்கும் பாரம்பரியத்தினால் அரசி அர்வாவை மீண்டும் சங்கடங்கள் சூழ்ந்தன. இந்த முறை எகிப்திலிருந்தும் அழுத்தங்கள் உருவாகின.

எகிப்தின் ஃபாத்திமித் கலீஃபாக்களையும் இமாம்களையும் மகிழ்விப்பதற்காக, அர்வா தனது வளர்ப்புத் தந்தை அரசர் அலி வழியில் உறவினரான சபா இபின் அஹ்மதை இரண்டாவதாக மணந்தாள். இந்தத் திருமணம் காகிதத்தில் மட்டுமே வாழ்ந்தது; மேடையேறவோ, திருமணத்திற்கான வேறெந்த அர்த்தங்களையும் அளிக்கவோ இல்லை. அவளைப் பொறுத்தவரையில் ஆண்களின் அதிகாரம் ஓங்கியிருந்த அரபு தேசத்தில் தனது இருப்பைத் தக்கவைத்துக்கொள்ளும் கெட்டித்தனமான வியூகம் மட்டுமே இரண்டாவது திருமணம். ராணுவத் தளபதியாக இருந்த சபாவைக் காகிதத்தில் கணவராக அறிவித்த கையோடு அவரைத் தலைநகர் சனாவுக்குத் தலைவராக்கியும் வைத்தாள்.

ராணி அர்வாவின் விசுவாசத்திற்குரிய தளபதியும் கணவருமாக இருந்த சபா இறந்தபோது, சனாவிலிருந்து கலவரங்கள் வெடித்தன. அங்கு பழங்குடியின மக்களின் செல்வாக்கு அதிகம் இருந்தது. பழங்குடியினர் உள்நாட்டுப் போரில் ஈடுபடக்கூடும் என ஊகித்த ராணி அர்வா, உள்நாட்டுக் கிளர்ச்சியைக் கட்டுப்படுத்த கணவரினால் நேரடியாக நிர்வகிக்கப்பட்ட ராஜ்யத்தின் ஒரு பகுதியைப் பழங்குடித் தலைவர்களின் நிர்வாகத்திற்கு விட்டுத்தந்து, அவர்களது இனத்தவர் ஒருவரைச் சுல்தான் நிலைக்கு உயர்த்தினாள்.

நம்ப முடியாத அளவிற்கு ராணியாகப் பிரபலமாகி யிருந்த அவளைக் கொன்று ஆட்சியைக் கைப்பற்றுவதற்குப் பல்வேறு கோத்திரங்களினாலும் மதக் குழுக்களினாலும் சூழ்ச்சி களும் முயற்சிகளும் எடுக்கப்பட்டுக் கொண்டேயிருந்தன.

அனைத்தையும் முறியடித்து, தொண்ணூறு வயதில் இறக்கும் வரையிலும் அர்வா ராணியாகவே வாழ்ந்தாள். அவளே சுலைஹி வம்சத்தின் கடைசி ஆட்சியாளர். அரபு வம்சத்தில், கெய்ரோவைத் தளமாகக்கொண்ட ஃபாத்திமித் கலீபாவுடன் இணைந்ததாக நிறுவப்பட்ட சுலைஹி வம்சத்தின் ஆட்சி அர்வா அல் – சுலைஹியுடன் முடிவுக்கு வந்தது.

13

மர்ஜானி மறைந்து நாற்பதாம் நாளில், அமைதியற்ற வானத்தின் கீழ் கண்ணீர் நிறைந்த கண்களுடன் பலர் திரண்டிருந்தார்கள். புயலில் சிக்கிய கப்பலாகக் கலைந்து கிடந்தது, மர்ஜானியின் வீடு மட்டுல்ல. அக்கம்பக்கத்தாரும் அந்தப் பகுதி முழுவதுமேதான். இன்னதுதான் எனப் புரிபடாத மர்மத்தின் கனம் அவர்களது இதயத்தை அழுத்திக் கொண்டிருந்தது. அக்கம்பக்கத்தாரும் உறவினர்களும் பேசாத கேள்விகள் நிறைந்த பார்வைகளைப் பரிமாறிக்கொண்டார்கள். ஊகங்களின் தளங்கள் வழியாக வளைந்த ஒவ்வொரு உரையாடலும் மர்மத்தை அவிழ்ப்பதற்கான தற்காலிகப் படியாக மாறிவிட்டிருந்தன. மூடிய கதவுகளுக்குப் பின்னாலும், நட்சத்திரங்கள் ஒளிரும் வான விதானத்தின் கீழும் இதுவே பேசுபொருளாக இருந்தது. இந்த உரையாடல்கள் ஒரு பேயைப் போல ஊரைப் பிடித்துக்கொண்டிருந்தன. நாட்கள் இரவுகளாகவும், இரவுகள் வாரங்களாகவும் மாறியதே தவிர, மர்ஜானியின் புறப்பாட்டின் மர்மம் தெளியவில்லை. இலைகளின் மென்மையான சலசலப்பிலும் மாலைக் காற்றின் மென்மையான முணுமுணுப்பிலும் அதன் நிச்சயமற்ற தன்மைகளைக் கிசுகிசுத்தது. துக்கம் நீடித்த மூடுபனி அந்தப் பிரதேசத்தையே கவிழ்த்துப்போட்டிருந்தது.

துக்கத்தின் மூச்சு அடைக்கத் தள்ளாடி நடமாடிக்கொண்டிருந்தாள் ஜெய்நூர். தன் பிஞ்சு மகளை மரணம் இழுத்துக்கொண்டோடிய கறை படிந்த விதியின் கரங்களை வெல்ல முடியாமல் போன இயலாமை உள் புறமெங்கும் அவளை

நோவினைச் செய்வது கொஞ்சமும் குறையவில்லை. சதை வற்றி, உடல் தேய்ந்து, தொலைத்த பொருளைக்கூட நினைவுபடுத்த முடியாத பைத்தியக்காரியாக அவள் ஆகிவிட்டிருந்தாள்.

வாசல் மரங்களெல்லாம் இரகசியம் காக்கும் அமைதியைப் போர்த்திக்கொண்டன. இரகசியங்களைக் கிசுகிசுக்கும் குரலில் எப்போதும் தன்னோடு பேசியவளின் குரலைக் கேளாமல் பூக்கள் சொரிந்து துக்கத்தை அவிழ்த்துவிட்டிருந்தது முற்றத்து மல்லிகைச் செடி. சின்னஞ்சிறிய தோழியின் நினைவேக்கத்தில் வாசல் மரத்துப் பறவைகள் துயரமாக ஓய்வெடுத்துக் கொண்டிருந்தன.

பிரார்த்தனைக் கரங்களை முகத்துக்கு நேராக உயர்த்தி துஆ[1] ஓதிக்கொண்டிருந்தார் பரீத் மௌலவி[2].

“எங்கள் இறைவா! குர்ஆனை இவ்வுலகில் எங்களுக்கு கூட்டாளியாகவும், கப்றில் நற்துணையாகவும், ஸிராத் என்னும் பாலத்திற்கு ஒளியாகவும், சுவர்க்கத்திற்குத் தோழனாகவும், நரகத்தை விட்டுத் தடையாகவும் திரையாகவும் ஆக்கி அருள்வாயாக! மேலும் அனைத்து நன்மைகளின் அறிவிப்பாக வும் ஆக்கி அருள்வாயாக! எங்களை நிறப்பமானவர்களாக எழுதுவாயாக! எங்களுக்கு வாக்கு மனமொத்த நிலையைக் கொடுத்து விடுவாயாக! நன்மையையும், சீதேவித்தனத்தையும் நேசிக்கச் செய்வாயாக! இன்னும் எங்களுக்கு ஈமானுடைய நல் சோபன வார்த்தையையும் தந்தருள்வாயாக! ஆமீன்.

. . .எங்கள் இறைவா! எங்களுடைய கப்றில் எங்களுக்கு ஏற்படும் வெருட்சியை மருகுதலாக்கி வைப்பாயாக! இன்னும் எங்கள் இறைவா! மகத்தான இந்த குர்ஆனின் பொருட்டால் எங்கள் மீது அன்பு கூர்ந்து அதனை நீ எங்களுக்கு வழிகாட்டி யாகவும், பிரகாசமாகவும் நேரான வழியில் செலுத்தக்கூடிய ஓர் அருளாகவும் ஆக்கி வைப்பாயாக! இன்னும் எங்கள் இறைவா! அதில் நாங்கள் மறந்து விட்டதை எங்களுக்கு ஞாபகமூட்டி வைப்பாயாக! இன்னும் அதில் நாங்கள் அறியாதவைகளை நீ எங்களுக்கு அறிவித்து அருள்புரிவாயாக! இன்னும் இரவிலும் பகலிலும் நாங்கள் அதனை ஓதிவரக் கூடிய பாக்கியத்தை எங்களுக்குத் தந்தருள்வாயாக! இன்னும் அதனை எங்களுக்கு உதவிபுரியக் கூடிய ஆதாரமாக்கி வைப்பாயாக! இன்னும் உலகத்தார் யாவையும் படைத்துப் போசித்து வருபவனே எங்கள் பிரார்த்தனையை அங்கீகரித்து அருள்புரிவாயாக! ஆமீன்”

---

1. அல்லாஹ்வை அழைத்து அவன் அருளை வேண்டுதல்
2. மார்க்க அறிஞர்

"ஆமீன், ஆமீன், ஆமீன்"

கூடியிருந்தவர்கள் எல்லோரும் கூப்பிய இரு கைகளையும் விரித்து முகத்தில் அழுத்திக் கண்களிலிருந்து தாடை வரைத் தடவிக்கொண்டார்கள். விரக்தியோடு அங்கு குழுமியிருந் தவர்களின் கூட்டுப் பிரார்த்தனையை மீறி ஏவுகணையாக விண் ஏறியது ஜெய்நூரின் பெருமூச்சு. தன்னைக் கைவிட்ட இறைவனிடமே வெகு ஆழத்தில் புதைக்கப்பட்ட மகளுக்காகப் பிரார்த்திக்கும் கையறுநிலையைப் பரிசளிப்பது தவிர காலம் எதைச் சாதித்துவிட்டதென்று தனக்குள்ளேயே மன்றாடிக் கொண்டிருந்தாள். கைக்குட்டையை விரித்துத் தலையில் கட்டியபடி பால் கலந்த தேநீர் கோப்பையை எடுத்து மௌலவி பரீத்திடம் நீட்டினார் சக்கரியா.

தேநீரை உறிஞ்சிக்கொண்டு மௌலவி கேட்டார்,

"ஊரில் பேசுறதெல்லாம் உண்மையா?"

காது கேளாதவரைப் போல இறுகிய முகத்தோடு பதிலேதும் சொல்லாமலே அங்கிருந்து நகர்ந்தார் அவர்.

"பார்த்த புள்ளைகள் எல்லாம் சொல்றாங்க மௌலவி. அந்த மாஸ்டர் மிருகத்தனமா அடிச்சிருக்கார். இதனால பயந்துக்கிட்டு மத்த புள்ளைகள் பள்ளிப் பக்கமே போகாம கிடக்குதுகள். சில புள்ளைகளுக்குக் காய்ச்சல் புடிச்சிட்டு".

"அப்படியென்ன முரட்டுத்தனம் ஒரு பச்சப் புள்ளைமேல. அவர் இதுக்குப் பதில் சொல்லியே ஆகணும். இந்த உலகத்தில இல்ல என்றாலும் மறுமையில், அல்லாஹ்விடம் அவர் தப்பிக்கவே முடியாது" தேநீர் கோப்பையைக் கீழே வைத்து விட்டுச் சம்மணமிட்டிருந்த கால்களை ஊன்றி புறப்படுவதற்காக எழுந்தார் மௌலவி.

மர்ஜானிக்கு நிகழ்ந்த கொடிய திடீர் மரணம் ஊரைப் புதிரான இருளில் தள்ளியிருந்தது. இதுவரை அந்த ஊர் அறிந்திராத இந்தத் துர்ச்சம்பவத்தை எப்படி எதிர்கொள்வ தென்றுகூடத் தெரியாமல் ஆளாளுக்குப் பிதற்றித் திரிந்தார்கள். இந்தப் புதிரான நிகழ்ச்சியின் மர்மத்தை அவிழ்க்க வேண்டி யவர்கள் மர்ஜானியின் தாயும் தகப்பனும் தான் என அக்கம்பக்கத்தார் முணுமுணுத்துப் பேசுவது ஜெய்நூருக்கும் சக்கரியாவுக்கும் கேளாமலில்லை.

மர்ஜானியை அடக்கம் பண்ணிய காலைப் பொழுதின் சூரியன் உச்சிக்கு வருவதற்குள்ளாகவே கதை ஊரெல்லாம் பரவிவிட்டது.

காவல் நிலையத்தில் புகார் கொடுக்கலாம் என்று சக்கரியா உடனடியாகக் கிளம்பியதும், “புகார் கொடுத்திட்டு அப்படியே என்ட ராணியையும் கூட்டி வாங்க” என்றாள் ஜெய்நூர். இருளில் மூழ்கிப்போயிருக்கும் அவளின் துக்கத்திற்கு மதிப்பளித்து மூர்க்கமாகப் புடைத்தெழும் தன் நரம்பு மண்டலத்தைப் பூட்டிக்கொண்டு ஆற்றாமையோடு திரிந்தார் சக்கரியா.

மகளின் சிரிப்பொலி மறைந்துபோன தன் சின்ன வீடு நிலவில்லாத வானமாக இருண்டு கிடப்பதிலிருந்து இனியொருபோதும் விழித்துக்கொள்ளப்போவதில்லை என்று மட்டும் தெரிந்தது. இதற்கு மேல் இந்த வாழ்வு எப்படித்தான் நெருக்கிவிட முடியும் என்ற துக்கம் அவர்களை வெறுப்பின் ஒரு சுழலுக்குள் இழுத்துச்சென்றிருந்தது.

காட்டுப்பள்ளி மையவாடியில் மகளை அடக்கம் பண்ணிய இடத்தில் ஊதா நிற பட்டிப்பூக்களின் போர்வையைக் காணும் போதெல்லாம் சாலிஹ் மாஸ்டரின் கைகளை அறுத்துக் கொண்டுவந்து பூக்காட்டுக்கு உரமாகப் போடலாம் எனத் தோன்றுகிற எண்ணங்களை எல்லாம் அவர் ஸபூர்[3] செய்தபடி யிருந்தார். பஞ்சு உருண்டை போன்றவளான தனது மகளை ஒரு பாதகன் அடித்துக் கொன்றுவிட்டான் என்கிற நம்ப முடியாத துக்கம், வேட்டைக்காரனுக்குரிய தூண்டுதலை மனதினுள் அடிக்கடி கிளர்த்தினாலும், ஜெய்நூர் சொல்லியது போல மர்ஜானி வந்துவிடவா போகிறாள் என்ற கேள்வியால் தேற்றியபடி வாழப் பழகிக்கொண்டிருந்தார்.

அன்று –

மர்ஜானி மறைந்து இரண்டு மாதங்களாகிவிட்டது. சக்கரியாவும் ஜெய்நூரும் மீண்டும் சிற்றுண்டி வியாபாரத்தில் பாடுபடத் தொடங்கியிருந்தார்கள். எவ்வளவு கவனத்தைக் குவித்தாலும் முன்புபோல எதையுமே சீராகச் செய்ய முடிய வில்லை. நொறுக்குத் தீனிகள் செய்வதில் அடித்துக்கொள்வதற்கு ஆளே இல்லை என்று பாராட்டு எடுத்தவளான ஜெய்நூர், தேன் குழல் முறுக்குகளைக் கருக வைத்துக்கொண்டிருந்தாள். எரியும் மெழுகுவர்த்தியாக நடமாடும் அவள் முன்னெப்போதும்

3. பொறுமை

இல்லாதபடி வெடுக்கென்று கோபத்தைக் கக்கினாள். சக்கரியாவோ இன்னும் மோசமாகிவிட்டிருந்தார். அடங்கிக் கிடந்த கோப உணர்ச்சி புயல் அலையாக உயர்ந்தெழுந்து அவரைக் கடலில் ஒரு படகாக்கிவிட்டிருந்தது.

"கண் எங்க, பிடரியிலயா வச்சிருக்காய்... இப்பிடித் தீயவச்சால் போட்ட காசும் கைக்கு வராது" சக்கரியாவின் வார்த்தைகள் தடித்து வீழ்ந்தன.

விறகுக் கட்டைகள் சுடுபட்ட தங்கத்தின் மிடுக்குடன் பளிச்சென்று பற்றியெரிய வாய் அகன்ற கடாயில் எண்ணெய் கொதித்துக்கொண்டிருந்தது. அச்சு வைத்துப் பிழிந்த மாவை எண்ணெயில் போட்டு சடசடப்பு அடங்கிய சிறிது நேரத்தில் வெள்ளை நிறம் மாறுவதற்கு முன்பே முறுக்கை எடுத்துவிட வேண்டும். இதெல்லாம் தெரியாதவளா ஜெய்நூர்? சுட்டு இறக்கிய முறுக்கு சூடு ஆறப் பொறுக்காமல் வாயில் வைத்து விட்டு, "ஆ...உம்மா..." கத்திக் கால்களைத் தரையில் உதைத்து துள்ளும் தன் செல்ல மகள் கூரான அலகுடைய மரங்கொத்திப் பறவைபோல மனதைக் கொத்திப்போகிறாள். அடுத்த கணம், அழுக்குச் சுவரில் சாய்ந்து நிற்கிறாள், அவள் கையில் ஒரு பொட்டலத்தை இறுகப் பற்றியவாறு கண்களுக்குள் வெறித்துப் பார்க்கிறாள். குழப்பம் ஜெய்நூரின் உலகை ஆக்கிரமித்திருந்தது.

"ஓம், என்ட கண் பிடரிக்குப்போய் ரெண்டு மாசமாகிட்டு" நெருப்பு வெளிச்சம் அவள் கண்களில் பதுங்கித் துள்ளியது.

அவர்களுக்குள் ஏற்படவிருந்த போரை நிறுத்துவதற்குப் போல அழையா விருந்தாளியாக அவளது தாழ்வான கூரை வீட்டின் முன் அவர்கள் தோன்றினார்கள். மிகப் பெரிய வாக்குவாதத்திற்குத் தயாராகிவிட்டிருந்த சக்கரியா அதனைத் தற்காலிகமாக இடைநிறுத்திவிட்டு வாசலைப் பார்த்தார்.

மொழுமொழுப்பான சப்பாத்துக்களும் மடிப்புக் கலையாத முழுக்கைச் சட்டைகளும் அடர்த்தியான நிறமுள்ள காற்சட்டைகளும் வந்திருப்பவர்களுக்கு அதிகாரிகள் தோரணையைத் தந்தது.

கொஞ்சம் தண்ணீரைச் சிலாவி அடுப்பை நூர்ந்து போகச் செய்துவிட்டு சக்கரியாவுக்குப் பின்னால் ஜெய்நூரும் வாசலுக்கு வந்தாள். தெருவின் கவனத்தை மொத்தமாகத் தன்பக்கம் திருப்பியபடி ஒன்றுக்குப் பின் ஒன்றாக மூன்று வாகனங்களில் வந்திருக்கும் அவர்களுக்குப் பின்னால் பட்டாளமாகப் பலர்

வேடிக்கை பார்க்கக் கூடியிருப்பதை ஜெய்நூரும் சக்கரியாவும் அப்போதுதான் கவனித்தார்கள்.

"சக்கரியா, ஜெய்நூர் வீடு இதுதானே?" வந்தவர்களில் ஒருவர் சிங்கள மொழியில் கேட்டார். மொழிபெயர்ப்பு உதவிக்காக டி ஷர்ட் அணிந்த இளைஞன் ஒருவனும் வந்திருந்தான்.

ஆம் என்பதாக கணவனும் மனைவியும் தலையை அசைத்தார்கள்.

சூரியனின் தங்க வளைவுகள் வாசல் மரங்களின் மீது நீண்ட நிழல்களை வீசிக்கொண்டிருக்க, கடுமையான தோற்றத்தி லிருந்த ஒரு அதிகாரி தனது கையிலிருந்த சில காகிதங்களைப் பிரித்துக்கொண்டிருந்தார். அவர்களின் வருகை கேள்விகளின் புயலையும், குழப்பமான சந்தேகங்களையும் வெளிப்படுத்த எல்லோருமே திகைத்துப்போய் நின்றார்கள். துக்கத்தின் உருவப்படம் பொறிக்கப்பட்டவளாக நின்றுகொண்டிருந்த ஜெய்நூரின் கண்களில் நொறுங்கிய பிரபஞ்சத்தைப் பார்த்தவாறு வந்திருந்தவர்களில் அதிகாரி ஒருவர் கேட்டார்.

"உங்கள் மகள் எப்படி இறந்தாள்?"

காற்றின் அமைதிகூடக் கனமாக மாறியிருந்த தருணத்தில் மூச்சை இழுத்துப் பிடித்தபடியே கூட்டு அமைதியில் அங்கே நின்றிருந்த அக்கம்பக்கத்தார் எல்லோரது கண்களும் ஜெய்நூரிலேயே மொய்த்திருந்தது. ஏற்கெனவே உறக்கமற்ற இரவுகளின் குரூரம் அவளைச் சித்தப்பிரமை நிலைக்கு ஆளாக்கிவிட்டிருக்கிறது. எப்படியோ இன்னமும் இயங்கிக் கொண்டிருப்பவளின் இதயத்தில் மகளைப் பற்றிய கேள்வி கல்லைப் போல விழுந்தது.

தடுப்பை உடைத்துப் பாய்ந்து வரும் நதியின் வேகத்துடன் ஜெய்நூரின் கண்களிலிருந்து கண்ணீர் புறப்பட்டது. ஆன்மாவின் பாதியை மூடி பள்ளத்தாக்கில் தள்ளிவிட்ட அந்த நாளைக் கிளறும் திராணி அவளுக்கில்லை.

"அம்மா அழாதீர்கள்... உங்களின் துக்கத்தை ஆற்றுப் படுத்தவே நாங்கள் வந்திருக்கிறோம். உங்கள் மகள் பள்ளி ஆசிரியர் ஒருவரினால் தாக்கப்பட்டதனாலேயே இறந்த போனாள் என்று எங்களுக்கு ஏகப்பட்ட புகார்கள் வந்துள்ளன. நாங்கள் குற்றப்புலனாய்வு திணைக்கள அதிகாரிகள். அந்த ஆசிரியரின் குற்றம் நிரூபிக்கப்பட நீங்கள் ஒத்துழைத்தால் அவருக்குத் தகுந்த தண்டனை அளிக்க முடியும்..."

"என் மகள் மர்ஜானி திரும்ப வருவாளா ஐயா..." மெல்லமாகத் தொடங்கி ஆர்ப்பரித்து நின்றது ஜெய்நூரின் குரல். விழுந்துவிடுபவள்போலத் தடுமாறிய அவளைத் தாங்கிப் பிடித்தார் சக்கரியா. கணவனின் நெஞ்சில் முகத்தைப் புதைத்துக் கொண்டு விசும்பலைத் தொடர்ந்தாள் அவள்.

"அம்மா, உங்களின் துக்கம் புரிகிறது... நான் மட்டக்களப்பு மாவட்ட கல்விப் பணிப்பாளர். கல்வித் திணைக்களத்திற்கும் அந்த ஆசிரியர் குறித்துப் புகார்கள் வந்துள்ளன. உங்கள் மகளின் வகுப்பிலிருந்த மற்றப் பிள்ளைகளின் பெற்றோர்கள் புகார் அளித்துள்ளார்கள். ஆனால் அவர்கள் யாரும் நேரடியாக நடவடிக்கை எடுப்பதற்கு முன் வருகிறார்கள் இல்லை. நேரடியாகப் பாதிக்கப்பட்ட நீங்கள் புகாரளித்தால் மட்டுந்தான் நடவடிக்கை எடுக்க முடியும்..."

தூய தமிழில் ஆதங்கப்பட்ட அந்த மனிதரைப் பார்த்து விட்டு சக்கரியா சொன்னார்.

"ஐயா, அன்று மகள் பள்ளியிலருந்து வந்த புறவு எங்களோடு எதுவுமே பேசல்ல. அன்று பள்ளியில என்ன நடந்தென்டு உண்மையிலே எங்களுக்கு எதுவும் தெரியாது. நாங்க எல்லாரும் அன்று யாவாரத்திற்குத் தயாராவுற வேலையில மூழ்கிப் போய் இருந்திட்டம். மாலை மங்கிய நேரத்திலதான் புள்ளை காய்ச்சலடிக்க துவைச்சுப் போட்ட துணி போலக் கிடந்தாள்..." நாவு குழற அப்படியே நிறுத்திவிட்டார். பகலிரவாய்க் கேட்டுக் கேட்டுப் புளித்துப் போய்விட்ட கதை என்று நிராகரிக்க முடியாத அந்தக் குரூர நிகழ்ச்சியை விவரிக்க அங்கே பலர் தயாராக இருந்தார்கள். இப்படியொரு பரீட்சை நாளை எதிர்பார்த்துத் தயாராகிவிட்டிருந்தவர்களைப் போல, வந்திருந்த அதிகாரிகளிடம் பலர் எதையெதையோ பேசிக் கொண்டிருந்தார்கள். அந்த ஆசிரியர் மிகவும் கண்டிப்பானவர்; அடிக்கிறவர்; பிள்ளைகளின் தோலில் தன் கைவிரல்களால் அச்சுப் பதிப்பதொன்றும் அவருக்குப் புதிதில்லை என்றெல்லாம் கூடியிருந்தவர்கள் சொல்லிக்கொண்டிருந்த விஷயங்களின் உண்மைகளையும் வதந்திகளையும் பிரித்தறியும் நிர்ப்பந்தம் அதிகாரிகளுக்கு ஏற்பட்டது.

"பிள்ளையின் உடலில் காயங்களைப் பார்த்தீர்களா இரத்தம், அல்லது வேறு அடையாளங்கள்..."

அன்று, வெற்றுடலாகப் படுக்கவைக்கப்பட்டிருந்த மர்ஜானியைப் பார்த்துக் கதறியது போலவே ஜெய்நூர் பெருங்குரலெடுத்துக் கத்தினாள். அடக்கிவைத்த துக்கத்தின்

திரைச்சீலையைக் கிழித்துவிட்டாற்போல அந்த இடத்தின் முகம் திடீரென ஒப்பாரிக்கு மாறியது. புன்னகை மங்கி அச்சம் உலர்ந்த உதடுகளின் பின்னால் மகளுக்கு நிகழ்ந்த கதையைக் கேளாமல் போய்விட்ட, அவளை அப்படியாகச் சாகவிட்ட துக்கத்தில் சக்கரியாவும் அங்கிருந்தவர்களும் விம்மி வெடித்துக் கொண்டிருக்க கூட்டத்திலிருந்து வெளிப்பட்ட ஜெய்நூரின் மூத்த சகோதரி ஸீனத் சொன்னாள்.

“ஐயா, நான் மர்ஜானிக்குப் பெரியம்மா. புள்ளைய நானுந்தான் சேர்ந்து குளிப்பாட்டினன். அதுட மேனியில காயம்டு சொல்ற மாதிரி எதுவும் இருக்கலை. . . கன்னம் சிவந்து தாடையெல்லாம் வீங்கியிருந்திச்சி. நெஞ்சில சிவப்பேறி யிருந்திச்சி... கழுத்து, பிடரி, முதுகு, இடுப்பு எல்லாம் சொல்லப் போனா உடம்பே அங்கங்க சிவந்துதான் இருந்திச்சி, புள்ளை மௌத்தான நேரம் பள்ளியில நடந்த சம்பவம் ஒன்றும் எங்களுக்குத் தெரிஞ்சிருக்கில்ல. . . கூவாக்கட்டு, காய்ச்சல் என்று நினச்சிட்டம். டாக்குதர்கிட்ட கொண்டு போறதுக்குள்ள எல்லாம் முடிஞ்சிட்டு. . . இதுக்கு முதல் புள்ளைக்கி வருத்தம் வாதையென்டு எதுவும் வந்ததெயில்ல... அடக்கினப் புறவுதான் அரசல்புரசலாகக் கதைகள் வெளியவந்திச்சி. . . புள்ளைய அறைஞ்சு, தூக்கி வீசினானாம். மேசைக்குள்ளயே பூத்தி வெச்சிட்டு இருந்திருக்கான். பார்த்த புள்ளைகள் சொல்றாங்க... அந்தப் பச்ச மண் இதெல்லாம் எப்படித்தான் தாங்கினாளோ... இவ்வளவுக்குப் புறவும் புள்ளை நடந்துதான் ஐயா வீடு வந்து சேர்ந்தாள்... அவனெல்லாம் பள்ளிக்குள்ளவே விடக் கூடாது ஐயா, அடக்கம் பண்ணின புறவு இனி என்ன ஐயா செய்ய ஏலும். . .”

“அதுதான் அம்மா, இறந்த சிறுமியின் தாய் தகப்பன், இருவரில் ஒருவர் சம்மதித்தால்கூட உண்மையை வெளியே கொண்டுவந்திடலாம். இப்பவும் ஒன்றும் தாமதமில்லை. நீங்கள் ஒத்துழைத்தால், பிள்ளையின் அடக்கம் பண்ணிய உடலைத் திரும்ப எடுத்து உடற்கூறு ஆய்வு செய்தால் உண்மையைக் கண்டறிந்து விடலாம்”

கூட்டு அமைதியுடன் மூச்சைப் பிடித்துக்கொண்டு நின்ற கூட்டத்திலிருந்து திடீரெனக் குரல்கள் கிளம்பின. எதையும் தவறாகச் சொல்லிவிட்டேனா என்பதுபோல அதிகாரியின் கண்கள் மற்றையவர்களைக் குத்தி நின்றது. அதிகாரிகள் தோண்டுதலைப் பரிந்துரைத்ததைக் கேட்டு நினைத்துப் பார்க்க முடியாத வாதையில் விழுந்துவிட்டிருந்தார்கள் ஜெய்நூரும் அவள் குடும்பத்தாரும். தன் மகளின் இறுதி ஓய்வின் புனிதத்தைக்

சீர்குலைக்கும் இந்த யோசனையை ஜெய்நூரால் தாங்கிக் கொள்ளவே முடியவில்லை.

"உண்மையைக் கொண்டுவரலாம், என்ட மகளைக் கொண்டுவரலாமா?" என்று அவள் கேட்கவும் அதிகாரிகள் சொல்ல வார்த்தையற்று நின்றார்கள்.

"என்னங்க, இவங்க என்ன சொல்றாங்க கேட்டிங்களா.... என்ட புள்ளை என்ன பாவஞ்செஞ்சாள்மா? மண்ணுக்குள்ளேயும் என்ட ராணிய நிம்மதியா விட மாட்டாங்க போலிருக்கே. . . இவங்களை இங்க இருந்து போகச் சொல்லுங்க. . . போகச் சொல்லுங்க..." சக்கரியாவின் பிடியிலிருந்து நழுவி மண்ணில் விழுந்தாள் ஜெய்நூர்.

தாயின் அன்பைத் தொலைத்த குழந்தை, கப்றுக் கோட்டையில் மென்மையான உறக்கத்திலிருப்பாள். அவளைத் தொந்தரவு செய்யக் கூடாது. ஜெய்நூரும் சக்கரியாவும் உறுதியாக மறுத்தார்கள். அங்கு கூடியிருந்தவர்களும் எதிர்ப்பையே முழங்கினார்கள்.

"ஐயா, நாங்க முஸ்லிம்கள். எங்கள் மதத்தில் உடற்கூறு பரிசோதனை என்று நீங்கள் சொல்வதெல்லாம் இறந்தவரின் உடலை இழிவுபடுத்துவதற்குச் சமம். . ." அங்கிருந்த ஒருவர் மென்மையான குரலில் அடக்கமாக எடுத்துக் கூறினார்.

"புரிந்துகொள்ளுங்கள், இங்கு வந்த பிறகு உடல்கூறு பரிசோதனை மிகவும் அவசியம் என்று உறுதியாக நம்புகிறோம். சிறுமியின் உடலில் ரத்தக் காயமேதுமில்லை. ஆனால் உள்காயங்களால் உடலுறுப்புகள் செயல் இழக்கும்படியாகக் கடுமையாகத் தாக்கப்பட்டிருக்கலாம் அல்லது அவள் மரணத்திற்கு வேறு காரணங்கள் இருந்ததா என்று கண்டறிவது அவசியம். இது மிக மோசமானது. அவர் ஒரு ஆசிரியர். கடமை தவறியதோடு அவர் பாரிய குற்றச் செயலையும் புரிந்துள்ளார். இந்த அநீதி வேறெந்தப் பிள்ளைகளுக்கும் இனி நடக்கக் கூடாது. கொஞ்சம் புரிந்துகொள்ளுங்கள்".

"நிறைய புகார்கள் வந்துள்ளதாகச் சொன்னீர்கள் அல்லவா, அதையெல்லாம் வைத்துக்கொண்டு நடவடிக்கை எடுக்க முடியாதா?" இன்னொருவர் கேட்டார்.

"புகார்களை உறுதிப்படுத்துவதற்கான ஆதாரங்கள் இல்லாமல் எப்படி நடவடிக்கை எடுக்கலாம், சொல்லுங்கள்?" அதிகாரியின் குரல் கொஞ்சம் தடித்தும் உறுதியாகவும் வெளிப்பட்டது.

"ஐயா, இங்கிருந்து போங்கள் ஐயா... போய்விடுங்கள்... நீங்கள் சொல்வதையெல்லாம் கேட்கவே என்னால் முடியல்ல ஐயா... என் நெஞ்சு ஈரற்குலை எல்லாம் பதறுது..." மண்ணைக் கைகளால் வாரித் தூற்றினாள் ஜெய்நூர்.

"நீங்களெல்லாரும் வெறுங்கையோடு விசாரிக்க வந்ததை ஊரே திரண்டு வேடிக்கை பார்க்கிறது. என் மகளின் கப்றுஸ்தானத்தைத் தோண்டி இந்த வாய்களுக்கெல்லாம் அவல் தான் போடுவீங்க... என்ட மகளத் திரும்பத் தருவீங்களா?"

"என் மகளுக்கு என்ன நடந்தது என்று தெரியாத பாவியாய் இருந்திட்டேனே..." முகத்தைப் பொத்திக்கொண்டு உடல் குலுங்கக் கதறினார் சக்கரியா. குருத்தாக இருந்த மகளைப் பூத்துக் காயாக கனியாகக் காண்பதற்கில்லாமல் செய்தவனை வெட்டிக் குதறிவிடப் பரபரக்கும் கைககளையும் எறும்பு ஏறினாற்போலக் குறுகுறுக்கும் மனத்தையும் பூட்டிக்கொண்டு தான் அவர் வாழ்கிறார். அவனைத் தண்டிப்பதற்கு வாசல் தேடிவந்த பொன்னான சந்தர்ப்பத்தைக் கால்களில் விழுந்தென்றாலும் பிடித்துக்கொள்ளத்தான் விரும்பினார். என்னதான் கோபமும் துக்கமும் என்றாலும் மகளின் உடலைத் தோண்டுவதை அவரால் ஏற்கவே முடியாது. இது தாங்கிக்கொள்ள முடியாத துக்கம்தான். நிலத்தில் அழுந்தப் புதைத்துவிட்டவளின் உடலைத் தோண்டுவது ஒன்றுதான் நீதியை அடையும் மார்க்கமென்றால் நேர்ந்ததை ஏற்றுக் கொண்டு துக்கத்துடனே மூச்சடைத்துத் திணறி நாங்களும் செத்துவிடுகிறோம் என்பதே அவர்களது முடிவாக இருந்தது.

தாய் தகப்பனின் துக்கமெனும் புனித மண்டலத்தினுள் அனுமதியில்லாமல் ஊடுருவல் சாத்தியமில்லை என நம்பிய அதிகாரிகள் அவ்விடத்தைவிட்டுக் கனத்த இதயங்களுடன் திரும்பினார்கள்.

"அல்லாஹ்! என்ட பச்சை மண்ணை எங்கள்ட்ட இருந்து பிரிச்சியே, அவளைச் சாக்காட்டிய பாவியயும் உன் பொறுப்பிலயே விடுறேன்".

மணிக்கட்டை அழுத்திப் பிடித்தால்கூட ரத்தம் சுண்டி சிவக்கும் ரோசாப் பூ இதழ் தோல் மர்ஜானிக்கு. திட்டியோ கண்டித்தோ வளர்க்கும்படியான நடத்தைக்குறைப்பு எதுவுமே அறியாத குருத்து வாழை அவள். அப்படியாகப்பட்டவள் ஊரின் முதல் அகால மரணமடைந்தவள் என்கிற கதையாக மாறிவிட்டாள். பாவம் அறியாத அவளின் கண்களைத் தாண்டி

துன்புறுத்திய அந்த நபர்மீது அல்லாஹ்வின் கோபமும் சாபமும் இறங்கும் என உறுதிபட நம்பினாள் ஜெய்நூர். ஐந்துவேளை தொழுகையிலும் நெற்றி தரையில் பட ஸுஜூது[4] செய்து அவள் பிரார்த்தனை செய்ததெல்லாம் இதுவொன்றையே.

"மர்ஜானி எப்படி மறைந்தாள்" என்ற கேள்விக்கான விடையை அறியாமலேயே ஜெய்நூர் சக்கரியாவைப் போலவே ஏறாவூரும், தீர்க்கப்படாத புதிருக்குக் காவலர்களாகச் சொல்லப் படாத கதையின் பாரத்தைச் சுமந்தபடி அவளது மையவாடியை மூடியிருக்கும் ஊதாநிற பட்டிப்பூக்களும் இருப்பைத் தொடர்ந்தது.

4. தலையைத் தரையில் வைத்துப் பணிதல் என்று பொருள். தொழுகையில் ஒரு நிலை.

14

முழு நிலவின் மயக்கும் ஒளியில் பளபளக்கும் இலைகள் தெரியும் ஜன்னலையே பார்த்தபடி இருந்தாள் அய்லி. கேட்கத் துணிந்த வர்களுக்கு அதன் ரகசியங்களைக் கிசுகிசுப்பது போல் தோன்றியது இரவு. இலைகளின் மென்மை யான சலசலப்பு இரவின் உயிர்ப்பிற்கும் அவள் எதிர்பார்த்துக் காத்திருந்த சந்திப்பிற்கும் முன்னுரை எழுதிச்சென்றது. இரவு வானத்தில் வெள்ளிப் பந்து ஊர்ந்து உலவியதைப் பார்த்துக்கொண் டிருந்தவளின் முகத்தைக் குளிர்ந்த காற்றுத் தழுவிச் செல்லக் கண்களை மூடிக் காற்றை உள்ளிழுத்தாள். நெருப்பில் சூடேறிய மாட்டுத் தோல் பறைபோல இதயம் பிரபஞ்சத்தின் தாளத்தை எதிரொலித்தது. அவளிடம் முணுமுணுப்பது போல நட்சத்திரங்கள் மின்னின. இரவின் இறக்கைகள் சொற்களைத் தூக்கிச் செல்லத் தயாராகிவிட்டதை உணர்ந்தாள்.

நிசப்தத்தை ஊடுபாய்ந்து ஒலித்தது, அவள் காத்திருந்த குரல். நிலவொளியில் நடனமாடும் மின்மினிகளாகக் குறிப்புகள் அவளைச் சுற்றிச் சுழன்றுகொண்டிருப்பதைக் கண்கள் விரியக் கண்டாள் அய்லி. பூமிக்குரிய இருப்பின் எல்லையைத் தாண்டிய பிரகாசமான வெளியில் அவள் இருந்தாள். நிலவு அதன் உச்சத்தை எட்டியதும், குரல் ஒலித்தது. பொருளுக்கும் மனோதத்துவத்திற்கும் இடையிலான எல்லைகள் மங்கலாகிவிட்டன.

அவ் அதீத தருணத்தில், மன்னித்தல் என்பதன் பொருளை அதன் ரகசியங்களைச் சூசகமாகப் பேசத் தொடங்கியது குரல்.

"ஆழ்ந்த துக்கத்தைத் தந்த ஒருவரை எப்படி மன்னிப்பது?" இந்தக் கேள்வியின் பொருளைப் பற்றி முன்னெப்போதுமே சிந்தித்துக்கூட அறியாத அய்லி, அவ்வளவு துணிவாகத் தெரிந்தவள்போலக் கேட்டாள்.

"தாங்கிக்கொள்ளவே முடியாத ஒரு மீறலை ஏற்றுக் கொள்ளச் செய்யும் மோசமான செயல்; பலவீனமான செயல்; அல்லது தீயசெயல்களைச் செய்பவர்களுக்கு எதிராக நிற்க முடியாத தோல்வியாளர்களின் ஆயுதம்; மன்னிப்பதால் மற்றவர்களை மன்னிக்க அனுமதிப்பதால் நீதி கைவிடப்படும்; இவையெல்லாம் மன்னிப்பு குறித்த தவறான புரிதல்கள். உண்மையில் மன்னிப்பு என்பது, வேறெந்த வழிகளும் இல்லாத நிலையில் ஏற்றுக்கொள்வது, விட்டுக்கொடுப்பது, சரணடைவது, பலவீனமானது அல்லது நீதியின் விலையைத் தவிர்ப்பது – இதெல்லாம் இல்லை. அது ஒரு தவறைத் திருத்துவது; அது மீண்டும் நிகழாமல் தடுப்பது; மோசமானதொரு வடுவை இதயத்திலிருந்து அகற்றுவது"

"வெறுப்புணர்ச்சியிலிருந்து ஒருவரைத் தடுக்கக் கூடியது, மன்னிப்பு. உணர்ச்சிகளால் வழிநடத்தப்படுவதிலிருந்து விடுபட்டுவாழ்வின் மோசமான நிகழ்ச்சிகளுக்கான அர்த்தத்தைக் கண்டறிவதே மன்னிக்கும் நடைமுறை. மன்னிப்பைப் பயிற்சி செய்கிற ஒருவர், கோபத்தின் உள்ளார்ந்த வன்முறையிலிருந்து விடுபட்டுச் சரியான செயலைத் தொடருவதைக் கைவிட மாட்டார். மன்னிக்கும் இயல்பு தெளிவான பார்வையைப் பெற, நிலையான அமைதியைப் பெற அனுமதிக்கும்"

"மன்னிப்பைப் பயிற்சி செய்வதா?"

"ஆம்! கோபம், பயம், மனக்கசப்பு இவற்றில் சிக்கிக் கொள்ளாமல் இருப்பதற்காக உன் சொந்த நலனுக்காக மன்னிப்பைக் கடைப்பிடி. மனக்கசப்பு, கோபம் இவை யெல்லாம் உன் உணர்ச்சிகளை இறுக்கமாக்கும். வாழ்வை எதிர்கொள்ளும் விருப்பங்களைச் சுருக்கிவிடும். உன் கூர்மையை மழுங்கடிக்கும். வாழ்க்கையை அனுபவிக்கும் ஓட்டத்திலிருந்து உன்னைப் பூட்டி வைக்கும். உன் கவனத்தை முக்கியமான வற்றிலிருந்து புறக்கணிப்பவர்களின் பக்கம் மாற்றிவிடும். உன் ஆன்மாவை அழித்துவிடும். நீ மன்னிக்க முடியாத மனதுடன் இல்லாமல் கோபத்துடனும் வெறுப்புடனும் வாழும்போது, உனக்கு அநீதி இழைத்தவர்களுக்கு அவர்களின் அசல் செயலை விடப் பெரிய வெற்றியை அளிக்கிறாய். உலகில் முடிவில்லாத வெறுப்பின் சுழற்சியை நிறுத்த நீ செய்யக்கூடிய நல்ல காரியம்

மன்னிக்கும் நடைமுறையைக் கடைப்பிடிப்பதே. வெறுப்பினால் வெறுப்பு அகலாது. அன்பினால் மட்டுமே வெறுப்பை அகற்ற முடியும். உன்னை நேசிப்பவர்களையே பதிலுக்கு நேசிப்பதில் என்ன பெருமை? உன்னை வெறுப்பவர்களை நேசிப்பதுதான் தைரியமான வாழ்க்கை முறை".

"வாழ்வில் மன்னிப்பைப் பயிற்சி செய்வதொன்றும் அவ்வளவு எளிது கிடையாது. வலி, இழப்பு, குழப்பம் இவை மனத்தை மழுங்கடிக்கும். வலி, துக்கம் இவற்றிற்கான காரணத்தினை அகற்றுவதுதான் அவற்றைப் போக்குவதற்குச் சிறந்த வழி. எனினும், ஒரு துன்பம் நிகழும்போது பதில்கள் பூட்டப்பட்டுவிடும். இழப்பு தரும் வேதனை உணர்ச்சி மீண்டும் மீண்டும் மேலெழுந்து மனத்தில் அறையும். பாதிப்பை ஏற்படுத்தியவரைப் பழிவாங்குவதன் மூலமாகத்தான் தனக்குண்டான துக்கத்தைப் போக்க முடியும் என்று நம்பச் செய்யும். இழப்பினால் ஏற்படும் துக்க உணர்ச்சிகள் தன்னிச்சையானவை, இயற்கையானவை. ஆனால் மன்னிப்பைப் பயிற்சி செய்வதனூடாக அதிர்ச்சியான துன்பத்தின் வியத்தகு மாற்றத்திலிருந்தும் குழப்பத்திலிருந்தும் ஒருவர் விடுபட முடியும். கோபத்தில் வாழக் கூடாது என்ற உறுதிப்பாட்டை நினைவில் வைத்துக்கொள்வதன் மூலம் உண்மையான மதிப்புகளுக்கு மனம் பழக்கப்படும். அவ்வாறில்லாமல், வலி, இழப்பு, குழப்பம் ஆகியவை மனத்தை மூடிமறைத்தால், அவை நேரடியாக வேலை செய்யத் தொடங்கிவிடும். கோபம், பழிவாங்குதல், வெறுப்பு உணர்ச்சிகள் ஒருவரது அடையாளத்தை மாற்றியமைக்கக் கூடியது. துரதிருஷ்டமாகச் சிலர் கோபத்தோடு ஒன்றித்துப்போவார்கள். இத்தகையவர்களால் குணமடைய முடியாது. ஏனெனில் அவர்கள் கோபத்திற்குப் பணியாளாகியிருப்பார்கள்".

"மன்னிப்பினால் நீதி கிடைக்குமா?"

"மன்னிப்பு கோபத்தின் சுமை அழுத்துவதிலிருந்து விடுதலைபெற அனுமதிக்கும். அமைதியைக் கொண்டுவரும். ஆனால் நிகழ்ந்த குற்றத்தை முற்றிலும் மறைக்காது. நீதியானது, பொறுப்புக்கூறலையும் தீங்குகளைத் தடுப்பதையும் பற்றியது. சமூகச் சமநிலையைப் பராமரிக்க நீதி அவசியம்".

"நீதி கிடைக்காத இடத்தில் என்ன செய்வது? மன்னிப்பதன் மூலம் மட்டுமே குணப்படுத்தலைக் கண்டடைய முடியுமா?"

"இதுவொரு கடினமான சூழ்நிலை. மன்னிப்பு வெளிப்புறக் காரணிகளைச் சார்ந்தது அல்ல. இது உள்ளார்ந்த செயல்முறை;

மனக்கசப்பின் பிடியிலிருந்து ஒருவர் தன்னை விடுவிப்பதற்கான தெரிவுதான் மன்னிப்பு. இது உனது சக்தியை மீட்டெடுப்பது; மற்றவர்களின் செயல்களால் வரையறுக்கப்பட முடியாதது".

"இது ஒரு ஆழமான விசயம். மன்னிப்பு சுய நேசிப்பைக் குறிக்கிறது. அது மறப்பதையும் குறிக்கிறதா ?"

"இல்லை! மன்னிப்பு காயத்தின் நினைவை அழிக்காது. மாறாக, அந்த நினைவகத்துடனான உறவை மறுவடிவமைக்கும். நீ நினைவில் கொண்டிருப்பதை, வேண்டாம் என்று நீயே தேர்வு செய்வதையே இது குறிக்கிறது. இது ஞானத்துடனும் வலிமையுடனும் முன்னேறுவதாகும்".

"ஆக, மன்னிப்பு, குணப்படுதல், நீதி இந்த மூன்றும் ஒன்றோடொன்று பின்னப்பட்ட வலை. இது கடந்த காலத்தை அழிப்பதல்ல, மாறாக அதை மாற்றுவது. உண்மையில் ஒரு நுட்பமான சமநிலை என்பதாகப் புரிந்துகொள்கிறேன்".

"இது ஒரு நீட்சி; பரிணாம வளர்ச்சி. இப்பயணத்தில் குணமடைவதற்கான வலிமை மன்னிக்கும் தைரியம் நீதிக்கான அர்ப்பணம் மூன்றும் கைகோர்த்திருக்கும்."

"ஆனால் இவற்றுக்கெல்லாம் அடிப்படையான கெட்ட விஷயங்கள் ஏன் நடக்கின்றன ..?"

"நேரடியாகவோ மறைமுகமாகவோ வாழ்க்கையைப் பாதிக்கும் மன்னிக்க முடியாதவை என்கின்ற மனப்போராட்டத்தைத் தரும் கொடூரமான வன்முறையான விஷயங்களை ஒவ்வொருவரும் சந்திக்க நேருகிறது. கொடூர வன்முறை என்பது நேரடியாக உனக்கேதான் நிகழ வேண்டும் என்றில்லை. ஒருவேளை அது உன் குடும்பத்திலோ நண்பர்களுக்கோ நிகழலாம். ஏன் அந்நியருக்கே நிகழ்ந்தாலும் அது ஒவ்வொருத்தரையும் பாதிக்கக் கூடியதே. அது மரணத்தை விளைவித்த பாலியல் வன்கொடுமையாக இருக்கலாம்; கொள்ளை, ஏமாற்று, துரோகம், துன்புறுத்தல் எதுவாகவும் இருக்கலாம். தவிர்க்க முடியாத இப்படியான இழப்புகளால் வடிவமைக்கப்பட்டதுதான் வாழ்வு. ஒருவர் குழந்தைப் பருவத்தை இழந்திருக்கலாம், நம்ப இயலாதபடி சீற்றத்தை அளிக்கும் பிரச்சினைகளைத் தீராமல் அனுபவித்திருக்கலாம். எந்த வகை அதிர்ச்சியிலும் வேதனையிலும் இறுதிவரை மீட்சிக்காகப் போராடுகிறவர் பாதிக்கப்பட்ட நபர்தான். குற்றம் புரிந்தவர் அதற்கான தண்டனையை நீதி வழியில்

பெற்றிருந்தாலும், சிறையில் அடைக்கப்பட்டாலும், அதிர்ச்சியி லிருந்தும் வேதனையிலிருந்தும் விடுபடாதவரையில் பாதிக்கப் பட்டவர் ஒருபோதும் சுதந்திரமாக உணரவே முடியாது

இத் தீராத துன்பத்தின் பிடியிலிருந்து குணமடைந்து சுதந்திரம் பெறும் மகா அதிசயம் மன்னிப்பினால் மட்டுமே சாத்தியம். அது மிகவும் மோசமான துயரத்தின் எடையைக் கூடத் தாங்கும். மன்னிப்பு நீண்ட காலம் எடுக்கும் ஒரு செயல்முறை. இழப்பும் நிச்சயமற்ற தன்மையும் இருக்கும்போது, மிகவும் உறுதியான அர்த்தமுள்ள இருப்பைத் தெளிவாகக் காண முடியாது. வாழ்க்கை அனுபவங்களின் மேற்பரப்பில் பெரும்பாலும் எல்லோருமே உறுதியாக இருக்கிறார்கள். ஒரு மோசமான விசயம் நடந்த பிறகு நிர்க்கதி நிலையை அடைந்த பிறகு எல்லாம் மாறுகிறது. வாழ்வின் மேற்பரப்பைத் தாண்டி ஆழமாகப் பார்க்கத் தவறுகிறார்கள். எல்லா நிகழ்வுகளும் இனிமையானவை மோசமானவை எல்லாமுமே ஒன்றுக்கொன்று சார்ந்திருக்கும் காரணங்கள் நிலைமைகளி லிருந்து எழுகின்றன. வாழ்க்கையில் நல்ல விசயங்கள் நடப்பது போல், கெட்ட விசயங்களும் நடக்கின்றன. ஆனால் இங்கு ஒரேயொரு விசயம்தான் ஆணி வேர். இந்த வாழ்க்கை உனது வாழ்க்கை. மற்றவர்களின் செயல்கள் எவ்வளவு மோசமானதாக இருந்தாலும், எவ்வளவு பெரிய காயத்திற்கும் இழப்பிற்கும் ஆளாகினாலும் நீ உன்னைச் சிறையில் அடைக்கக் கூடாது. பலசமயங்களில் கெட்ட விசயங்கள்தான் உனக்குள்ளிருக்கும் நல்ல தன்மைகளை, நேர்மறைகளை வெளிக்கொண்டு வரும். உனக்குள் இருக்கும் அசாதாரணத்தைக் கண்டுபிடிக்கச் செய்யும். மன்னிப்பிலிருந்தும் பழிவாங்கும் உணர்விலிருந்தும் சுதந்திரமாக நேர்மையாகச் செயற்படத் தூண்டும்".

இரவின் இரகசிய மண்டலத்தில் அய்லி நிகழ்த்தும் இந்த உரையாடல்களுக்கு மென்மையாகப் பளபளக்கும் நிலவு மட்டுமே சாட்சியும் ரகசியக் கூட்டாளியும். பூமியின் நிலப்புரப்புக்கு மேலே விசித்திரமான உரையாடலில் மிதப்பவள், வீட்டின் தாழ்வாரங்கள் வழியாக அமைதியாகச் செல்லும் காலடிகள் கூடக் கேட்கும் நுட்பமான இணைப்பில் இருந்தாள். நினைவுக்கும் வாழ்வுக்குமிடையே ஏமாற்றங்களின் தோல்வியின் துக்கத்தின் காயங்களை ஆற்றும் ஓர் ஔஷதம் அவளது கனவில் தயாராகிக்கொண்டிருந்தது. அடர்நீல வானின் நட்சத்திரக் கூட்டங்களின் நடுவே களி நடனம் புரிந்தபடி கலையாத கனவுகளைச் சமைக்கும் தனது ஊற்றுத் திறனை அவள் ரகசியமாகக் காப்பதற்குப் பழகிவிட்டிருந்தாள். தொன்ம

வேரிலிருந்தும் நிகழ் கணங்களிலிருந்தும் இரகசியங்களின் மௌனமாகத் திறக்கும் கனவை பொய்மை நிரம்பியவர்கள் காப்பாற்றுவது கடினம். ஏனெனில் கனவுகள் மெய்யையே விரும்புகின்றன. அவை மெய்யிலிருந்தே உருவாகின்றன. ஒரு மெய்யை மெய்யின் மெய்யியலை மெய்யெனக் காண்பிக்கவே கனவுகள் வருகின்றன.

கனவுகளின் மயக்கத்திற்கும் விழித்திருக்கும் உலகத்திற்கும் இடையே பாலத்தை நெய்திருந்த குரல், முணுமுணுப்பை நிறுத்தியது. மனத்தின் அற்புதமான பகுதிகளை இணைத்திருந்த இழைகள் நுட்பமாக அவிழ்ந்து கனவு உலகின் அணைப்பிலிருந்து அவளை விடுவித்தது.

விடியலின் மென்மையான ஒளியில் விரியும் இதழ்கள் போல மெதுவாக அவள் கண்கள் படபடத்தன. யதார்த்தமான உறுதியான தொடுதலை உணர்ந்து, கனவு நிலப்பரப்பிலிருந்து ஆதிக்கத்தை மீட்டெடுத்தவள் தகப்பனாரைக் கண்டு திகைத்து எழுந்தாள்.

கனவுகளில் நீந்தும் மகளைப் பற்றி நிஸா எழுப்பும் புகார்களைச் சாதாரணமாகக் கடந்து போகும் பேசப்படாத அசாதாரண உடன்படிக்கை தந்தைக்கும் மகளுக்குமிடையில் எப்போதோ ஏற்பட்டிருந்தது. அவள் சொல்லும் பிறர் அறிந்திராத கதைகளால் அதிகப்பிரசங்கி, அடாங்காப்பிடாரி எனப் புகார் சொல்கிறவர்களை இப்போதெல்லாம் தாவூத் கண்டுகொள்வதே கிடையாது. "அவள் கனவு காண்பதால் உங்களுக்கெல்லாம் என்ன பிரச்சினை" என்று கேட்டு எல்லார் வாயையும் அடைத்துவிடுவது தவிர அவரால் வேறொன்றும் செய்ய முடியாதென்று தெரிந்துகொண்டிருந்தார்.

"இப்ப இதெல்லாம் சிக்கலில்ல, இவளுக்குக் கல்யாணம் காட்சி என்டு பண்ணிப் பார்க்கிறல்லியா?" இப்படிக் கேளாமல் விட்டால் தாயின் பொறுப்புணர்ச்சியைக் குறித்த பழிப்புக்கு ஆளாக நேருமோ என்பதுபோல வாய்ப்புக் கிடைக்கும்போதெல்லாம் நினைவுபடுத்திக்கொண்டேயிருந்தாள் நிஸா. தன்னுடைய அவஸ்தையை அவர் உணர்கிறாரா இல்லையா என்று அவளுக்குக் குழப்பமாக இருந்தது. அவளால் கணவனைப் புரிந்துகொள்ள முடிந்தாலும் ஒரு வித பயம் இருந்தது.

"நபிமார்கள் அவர்களுக்கு வஹி[1] வந்ததாகச் சொல்லிய போது, அவர்களுக்குக் கல்யாணம் நடக்குமா? யார் பொண்

---

1. அல்லாஹ்விடமிருந்து வரும் தூது அல்லது இறைகட்டளை

தருவார்கள் என்றெல்லாமா இந்த உலகம் கவலைப்பட்டது? என்ட மகள் கனவுதானேடாப்பா காணுகிறாள்? நான் நபி என்று சொன்னாளா, இல்லை வஹி வருகிறதென்றாளா?" எச்சரிக்கையும் கவனமுமில்லாமல் குறும்பும் சிரிப்பும் கொப்பளிக்கும் உரையாடலால் இதுபோன்ற சந்தர்ப்பங்களைக் கடந்துவிடுகிறார், தாவூத்.

"அஸ்தஃபிருல்லாஹ்[2]! என்ன பேச்சு இது, இப்படிப் பேசுவது ஆகுமா?" நிஸா படபடத்தாள். இதெல்லாம் மத நிந்தனை. இந்த மனுசனுக்கு நல்ல புத்தியைக் கொடு யா அல்லாஹ் என்று அவ்விடமே கைகளை வானத்திற்குத் தூக்கிப் பிரார்த்தித்தாள். இப்படியெல்லாம் பேசிவிடும் துணிச்சல் இவருக்கு எங்கிருந்துதான் வருகிறதோ, யார் காதிலாவது கேட்டுவிட்டால் என்ன நடக்குமோ என்பதெல்லாம் தான் அவளது கவலைகளாக இருந்தன.

உம்மா – வாப்பாவுக்கிடையில் தன்னைப் பற்றிய திட்டமிடல்களால் உண்டாகும் வாக்குவாதங்களால் தூண்டப்படாமலிருக்க அசிரத்தையாகவும் அமைதியாகவும் குழந்தையைப் போலக் காதுகளைப் பொத்திக்கொள்வாள் அய்லி. அவர்களது ஆசைகளை எழுதும் எழுதுபலகையாகத் தான் ஒருபோதும் இருக்கப்போவதில்லை என்பதில் அவள் உறுதியாக இருந்தாள்.

"வாப்பா, எப்ப வந்திங்க"

"என் மகாராணி கோட்டையிலிருந்து புறப்படுவதற்கு முதலே வந்திட்டன்"

"போங்க வாப்பா... நான் யாருக்கும் மகாராணியில்லை" செல்லம் சிணுங்கியபடி படுக்கையிலிருந்து எழுந்தவள் கட்டிலின் ஓரத்தில் அமர்ந்திருந்த வாப்பாவின் மடியில் தலைவைத்து மீண்டும் படுத்தாள்.

"இந்தப் புள்ளைகளுக்கெல்லாம் சொல்லுற கதைகள்ல வருகிற மகாராணி யாராக்கும்..." இந்தக் கேள்வியை வாப்பா கேட்டதும் துள்ளிக்கொண்டு மடியிலிருந்து தலையைத் தூக்கி எழுந்து அவரை அப்பால் தள்ளிவிட்டாள். கவனக் குவிப்போடு வாப்பாவின் கண்களை ஊடுறுவிக் கேட்டாள்.

"வாப்பா நீங்களும் நான் சொல்லும் கதைகளைக் கற்பனையான கதைகள் என்டா நினைக்கிறீங்க..."

---

2. அல்லாஹ் பிழைபொறுப்பானாக

"எனக்கென்ன மகள் தெரியும். . . உங்க உம்மாதான் சொல்றா. . ."

"சொந்த தங்கச்சி ராணிக்கு நடந்த கெதியவே தெரியாத உம்மாக்கு எங்கேயோ ஏமன் தேசத்தில வாழ்ந்த ராணிகளைப் பத்தியெல்லாம் தெரிஞ்சிருக்க நியாயமில்லதான். . ." நிலைக்கண்ணாடியை மர்மமாகப் பார்த்துக்கொண்டு கூறினாள். கூர்மையான பற்களைக் கொண்ட பழைய கத்தியைப் போல அவள் முகம் கண்ணாடியில் தெரிந்தது.

"ஏன் உம்மாவ வம்புக்கு இழுக்கிறீங்க மகள். நல்ல காலம் உம்மாட காதுல கேக்கலை. காலையிலேயே அதகளம் பார்த்திருக்கணும். அது சரி உம்மாட தங்கச்சி ராணியப் பத்தி யார் சொன்னாங்க?" காயங்களைக் குணப்படுத்தும் மென்மையான குரலில் பேசினார்.

"இங்க ராணியைப் பத்தி யார் பேசுறாங்க. பழங்காலப் பொக்கிசம்போல ரகசியமாகப் பூட்டித்தானே வச்சிருக்காங்க..." ரகசியங்களின் தொடக்கமும் முடிவும் தெரிந்தவளைப் போல வெகு சாதாரணமாகச் சொல்லிக்கொண்டிருந்தாள் அய்லி. கனவுகளால் பாதுகாக்கப்பட்டு கனவுகளால் கற்றுத்தரப்பட்டுப் பொருள் அறியமுடியாத பறவையொன்றின் மொழியைப் பேசுகிறவளைப் போலத் தோற்றமளித்த மகளை ஆழமாகப் பார்த்தார். ஏனோ, 'என் குழந்தையைப் பிழைக்க வை' என்று மன்றாடித் திரிந்த அந்தக் கடந்த காலம் சட்டென்று நினைவில் வந்துபோனது. பிரார்த்தனைகளில் பிழைத்த அந்தக் குழந்தை இவள்தானா என ஆராய்வதைப் போல மகளையே பார்த்துக்கொண்டிருந்தார். பல விசயங்களை ஒருபோதும் கண்டறியவே முடியாது என்று தோன்றியது. எல்லாம் வித்தியாசமாயிருக்கிறது, ஒரு கனவில் இருப்பதைப் போல.

"அதெல்லாம் விடுவோம். நான் இன்டைக்கு கொழும்புக்குப் போறன் மகள். திரும்பி வர ஒரு கிழமையாகும். சொல்லிட்டுப் போறதுக்குத்தான் உங்கள எழுப்பினேன். உம்மாவோட சண்டை சச்சரவுக்குப் போகாம இருங்க. . ." மகளின் நெற்றியில் இதழ் பதித்துக் கொஞ்சிவிட்டு வெளியேறிப் போய்க் கொண்டிருந்த வாப்பாவில் வினோதப் பார்வையை வீசியபடி நின்றுகொண்டிருந்தாள் அய்லி.

தாவூத் அங்கிருந்து கிளம்பிப் போய்விட்ட பிறகும், காலையிலேயே அவர் கிளர்த்திவிட்டதன் பொருட்டோ

என்னம்மோ அவள் சிந்தனையெல்லாம் ராணிகளைச் சுற்றியே யிருந்தது. புரானக் கதைகள், வரலாற்றுக் கதைகள், புனித நூல்களில் ஓதப்படும் ஒவ்வொரு கதைகளிலும் தங்களுக்கான ஒன்றை எடுத்துப் பத்திரப்படுத்திக்கொள்ளும் மனித குணத்தின் அர்த்தங்கள் எல்லாம் கைக்கெட்டும் தூரத்தில்தான் இருக்கின்றன. இந்த வாழ்வில் ராஜாக்களைக் குறித்து யார் கேள்வி எழுப்புகிறார்கள்? அர்வா, ஒரு பெண்ணாகப் பிறந்தாள். ஏழைப் பெண்ணாகப் பிறந்தாள். அந்த இடத்திலிருந்து அவள் உயரத்தை மட்டும் அடையவில்லை, அவளுக்கேயான தனித்த பிரகாசத்தை அடைந்தாள். அவளது பிரகாசத்தை ஒளித்து வைக்கக் காலங்காலமாக முயன்று கொண்டிருப்பவர்கள் ராஜாக்கள். முதலில் அவள் பெண். இங்கே ராணிகள் எல்லோரும் சந்திக்கும் அத்தனை சவால்களுக்கும் மூலகாரணமே அவள் பெண்ணாக இருப்பதுதான் என எண்ணினாள் அய்லி. மார்க்கத்தில் சுலைகாவின் உணர்ச்சிகளைத் திரிவுபடுத்தியதும் பல்கிஸ் ராணியைச் சரணடையச்செய்ததுவும் வரலாற்றில் ராணி அஸ்மா அர்வாவின் புகழ் மங்க எடுக்கப்பட்ட அத்தனை முயற்சிகளும் இவர்கள் பெண்கள் என்பதால் என்று கத்திச் சொல்ல விரும்பியவளாக ஜன்னல் வழியாக அறையை ஊடுறுவிய காலைச் சூரியனின் மென் மஞ்சள் வெளிச்சத்தைப் பார்த்தபடியிருந்தாள்.

அவளது கவனத்தைத் திருப்புவதற்குப்போல எங்கிருந்தோ பறந்து வந்த வண்ணத்துப்பூச்சியொன்று ஜன்னல் திரைச் சீலையில் ஓய்வெடுத்துக்கொண்டிருந்தது. படபடத்த அதன் சிறகுகளின் ஓரம் பிய்ந்திருந்தது. நீல வானத்தின் முகடுகளை முத்தமிடும் ஏக்கத்தில் உயர்ந்தபோது காற்றின் எல்லையற்ற சுதந்திரம் ரகசியமாகத் தன் சிறகுகளைப் பதம் பார்த்துவிட்டதை சோகமாக இசைத்துக் கொண்டிருந்தது.

பன்னிறவுருக் காட்டிக்குள் ஒரு நுட்பமான ரசவாதம் உள்ளது. வண்ணத்துப்பூச்சி ஒன்றின் அழகிய தோற்றத்தைப் பிறப்பிக்கும் கண்ணுக்குத் தெரியாத உருமாற்றத்தைக் காண்பதற்கு இது உதவும். வண்ணத்துப்பூச்சி ஒன்றின் கிசுகிசுக்கும் மொழி, சாயல்கள், வடிவங்கள் யாவுமே ஊர்ந்து செல்லும் கம்பளிப்பூச்சியொன்றின் மீளுரு. அருவருப்பான தோற்றத்தையும் முட்களாக நேராகக் குத்தி நிற்கும் முடிகளையும் பார்த்துச் சிறு கம்பளிப்புழுக்களை நசித்துக் கொல்லும் மனிதர்கள், அது கூட்டிலிருந்து வண்ணத்துப்பூச்சியாக உருவெடுத்து வெளியே வந்து பறக்கிறது என்பதை மறந்து

போகிறார்கள். ஒவ்வொரு ஆன்மாவும் அதற்குண்டான நேரத்தில் அதன் இறக்கைகளை விரித்தே தீரும்.

மேசையில் கிடந்த குறிப்பேட்டின் தாள்கள் எழுத அழைத்துப் படபடத்தன. 'கம்பளிப்பூச்சி மனிதர்களுடன் பட்டாம்பூச்சி மொழியில் பேச முடியாது' என்று எழுதி வைத்தாள்.

15

ஆயிரத்துத் தொள்ளாயிரத்துத் தொன்னூற்றி ஆறாம் வருடம். மார்ச் மாதத்தில் அதுவொரு வெப்பம் மிகுந்த நாள். பொது நூலகத்தின் இடைகழிகளுக்கு இடையில் புத்தக மொன்றைத் தேடுவதில் பல மணி நேரங்களாக முயன்றபடியிருந்தாள் அய்லி. நூலகத்தின் அலுமாரிகளில் அழகாக அடுக்கிவைக்கப் பட்டுள்ள புத்தகங்களின் முதுகுத்தண்டில் அவளது விரல்கள் நட்டுவாக்காலியின் கால்களாக ஊர்ந்துகொண்டிருந்தன. எதைத் தேடுகிறேன் என்பதை மறந்துவிட்டிருந்த அவள் பண்டைய கையெழுத்துப் பிரதிகள் இருந்த அலுமாரிகளை யும் விட்டுவைக்கவில்லை.

நீண்ட நேரமாகத் தேடிய, மிகப் பழைய ஆனால் ஒருபோதும் இரவல் போனதற்கான அடையாளங்கள் இல்லாதிருந்த அந்தப் புத்தகத்தைப் புரட்டிக்கொண்டு ஜன்னலோர மாகப் போடப்பட்டிருந்த சிறிய மேசையில் போய் அமர்ந்தாள். பேருந்துகளின் பரபரப்புக்கும் வாகனங்களின் பேரிரைச்சலுக்கும் இடையே தவநிலையில் இருக்கும் நூலகத்தில் அமர்ந்து ஜன்னலுக்கு வெளியே சில நிமிடங்கள் பார்த்துக் கொண்டிருந்தாள்.

இரு கண்கள் தன்னைப் பின்தொடர்வது போலவொரு உணர்வு அவளுக்கு நீண்ட நேரமாக இருந்தது. யாரது? பதிலளிக்கும் விதமாய் கண்களைத் தேடவிட்டாள் அய்லி. அப்படியும் இப்படியுமாய் நடந்துகொண்டிருந்த ஒருவர் தயக்கத்துடன் அவளை நெருங்கி வந்தார்.

சீராக வெட்டப்பட்ட அவருடைய தலைமுடி வகிடு எடுக்காமல் எண்ணெய் வழிய கவனமாக வாரப்பட்டிருந்தது. தாடி மீசை இல்லாமல்

சுத்தமாக மழிக்கப்பட்ட மழமழப்பான முகம். இடுங்கிய கண்கள். அவரது நெற்றியில் மெல்லிய சுருக்கங்கள் விழுந்திருந்தன. அவருடைய சட்டைப்பையிலிருந்து நீலத் தொப்பி எழுதுகோலொன்று வெளியே நீட்டிக்கொண்டிருந்தது. அவரது இடது கை, நூலொன்றை இறுக்கமாகப் பற்றி யிருந்தது. பேரனுபவம் கொண்ட ஆசிரியரைப் போல இருந்த அவரைப் பார்த்ததும் அய்லியின் முகம் வியர்க்கத் தொடங்கியது. கடினமாகச் சுவாசித்தாள். அவளுடைய இதயம் வேகமாகத் துடித்துக்கொண்டிருந்தது. அவளுடைய கண்கள் அவரையே வெறித்துப் பார்த்துக்கொண்டிருந்தன. அவருக்குப் பின்னால் புத்தக ராக்கையின் மீது ஒட்டப்பட்டிருந்த ஒரு சிறிய வண்ண ஒட்டுத்தாள் அவளை வெறித்துப் பார்த்தது. "உங்கள் குரலை அல்ல, உங்கள் சொற்களை உயர்த்துங்கள். மழைதான் பூக்களை வளர்க்கிறது, இடி அல்ல". – மௌலானா ரூமி என்று அதில் எழுதப்பட்டிருந்தது.

"இதற்கு முன் உன்னை இங்கு நான் பார்த்ததில்லையே. . ."

அவர் அவளது முகத்தை உற்றுப் பார்த்தார். அய்லியும் அவரை நேராகப் பார்த்தாள். அவளுடைய பார்வை பிரகாச மாகவும் தெளிவாகவும் இருந்தது. அவளுக்கு அருகாமையில் தீப்பிழம்பு இருப்பதாக அவருக்குத் தெரிந்தது.

கிணறொன்றின் அடியாழத்தில் கிடக்கும் கல்போல், அவரது மனத்தில் மூடப்பட்டுக் கிடந்த நினைவு பளிச்சென்று மின்னக் கண்டார். எதிர்த்துப் போராடும் அவசியம் ஏதுமில்லாத அந்த இடத்திலிருந்து வெளியேறிச் செல்வது அவருக்கு முடியும். ஆனால் அவர் அப்படிச் செய்யவில்லை. அந்தக் கண்களை நேருக்கு நேராகப் பார்த்துவிட்ட பிறகும் அவரால் அதனை எண்ணிப் பார்க்கவும் முடியவில்லை. இந்தச் சின்ன ஊரில் இதற்கு முன்னொருபோதும் பார்த்திராதவளைப் பார்த்துக் கொண்டிருப்பது துன்பக் கதையொன்றைக் கேட்டுக்கொண் டிருப்பதைப் போல சிந்தனையிலும் அதிக மௌனத்திலும் அவரை ஆழ்த்திவிட்டிருந்தது. அழுகிய புண்ணில் விரல்களை ஆழ இறக்கிவிட்டாற்போல சுளீரென்ற வலி எங்கும் பரவுவதை உணர்ந்தார். அதிவிபரீதமாய் கொந்தளிக்கும் மனசாட்சியை ஓரங்கட்ட முடியாத ஒரு அமானுஷ்ய வலையில் அவர் வீழ்ந்திருந்தார்.

சுற்றுமுற்றும் அவர் பார்த்ததில் இருந்து அங்கே தொடர்ந்து இருப்பதற்கு அசௌகரியமாக உணர்ந்தார் என்று அய்லி புரிந்துகொண்டாள். அவரை நெருங்கி எதையோ சொல்ல எண்ணினாள். உடனே எழுந்துகொள்ள நினைத்தாலும்

அவளுடைய உடலில் அதற்கான வலு இல்லாமல் போனதை உணர்ந்தாள்.

"நீங்கள் யாரை இப்போது பார்த்துக்கொண்டிருக்கிறீர்கள் என்று தெரிகிறதா? நீங்கள் மறைத்துக்கொண்டிருக்கும் ரகசியம் நினைவுக்கு வருகிறதா? நிரூபிக்கப்படாமல் போன அந்த உண்மையை மறைத்துவிட்டதாக எண்ணிக்கொண்டு நீங்கள் வாழ்கிறீர்கள். ஓர் உண்மையானது வெட்டவெளிக்கு வர வில்லை என்பதால், உண்மை இல்லை என்றாகிவிடாது. காலணிகளைக் கூட அணிந்துபார்த்திராத ஏழைச் சிறுமியை புதைகுழிக்குப் போக வழிகாட்டிய உங்களை எங்கே ஒளித்து வைக்க இயலும்?"

திடுமென தன் காதுகளை நிறைத்த ஒரு குரல் உள்ளிருந்தா வெளியேயிருந்தா கேட்கிறதென்று அவரால் பிரித்துணர முடியவில்லை. எல்லாவற்றையும் விசிறித் திறக்கும் காற்றுப் போல கலைத்துப்போடும் இந்தப் புதிர் என்னவென்று தெரியாமல் திகைப்பில் ஆழ்ந்திருந்தார்.

"மர்ஜானி!" அவரது குரல் நடுக்கத்துடன் முணுமுணுத்தது. இரண்டு தசாப்தங்களுக்கு முன்னர் நிகழ்ந்த துர்ச்சம்பவத்தின் பிடியிலிருந்து தப்பிக்க முடியாதபடி காலத்தின் சுமை கண்ணெதிரே அழுத்திக்கொண்டிருப்பதைக் கண்டார். ஆள் நடமாட்டம் இல்லாமல் மௌனத்தின் சரணாலயமாக இருந்த நூலகம் மௌன சாட்சியாக நடப்பதைப் பார்த்துக் கொண்டிருந்தது.

மர்ஜானியைப் பிரதிபலிக்கும் கண்களுடன் அவளையே ஊடுறுவித் தெரியும் முகத்தோற்றத்தில் இருப்பவள் வேறொருத்தி என்று தெள்ளத் தெளிவாக அவருக்குத் தெரிந்தது. ஆனால் கடந்த காலத்திலிருந்து எழுந்து வந்த நிழல் போன்ற மர்மமான ஏதோவொன்றை இவள் வைத்துக் கொண்டிருக்கிறாளென நம்பும்படி எல்லாமிருந்தன. சமச்சீரான சாந்தப் பார்வை கொண்டவளான சிறுமி மர்ஜானியின் மென்மையான இதயத்தில் தான் ஏற்படுத்திய தழும்புகளை ஒப்புக்கொள்ளும் ஆன்மாவாக மாறி நின்ற அந்தப் பெரிய மனிதர், செயலற்ற ஒப்புதல் வாக்குமூலங்களை அவிழ்ப்பதைக் கேட்டுக்கொண்டிருந்தாள், அய்லி. குற்றஉணர்ச்சியில் ஒரு வெள்ளைக் காகிதமாகத் தெரிந்த வயதான மனிதர் கோரும் மன்னிப்புக்கும் வேட்டையாடும் அரூபத்திற்கும் இடையில் அய்லி சிக்குண்டிருந்தாள்.

என்றைக்குமாய் தொலைந்துபோய்விட்டதாக எண்ணி யிருந்த கணங்களின் புதிய பதிப்பு கண்டு, பெரிய மனிதருக்குப்

பயத்தில் சுவாச நாளங்கள் தாறுமாறாக இயங்கத் தொடங்கியது. மறக்கப்படாத ரகசியங்களின் அழுகை வெளிப்பட்ட அந்த நொடியில் அவர் தன்னை மிகவும் குரூரமாக உணர்ந்தார். மீட்பைத் தேடும் ஆன்மாவின் ஜன்னல்களாகத் தெரிந்த அவர் கண்களிலிருந்த மாலை மாலையாகக் கண்ணீர் இறங்கி கன்னத்தை ஈரமாக்கியது.

மர்ஜானியின் துயரமான மறைவுச் செய்தி காட்டுத்தீ போல ஊரெல்லாம் பரவிய அன்றும் அதற்கடுத்த நாட்களிலும் நடந்தவை எல்லாம் கண்முன்னே நிழலாக மாறியது. பயங்கரமான மீறுதலின் அடையாளமாகவும் ஆசிரியப் பணிக்குக் களங்கமான மரபையும் ஏற்படுத்திய கடந்த காலத் துக்கம் வெறுமையுடன் எதிரொலித்தது. மர்ஜானியின் முடிவை அடுத்து, அவருக்குக் கடுமையான பாடம் படிப்பிக்கப் புறப்பட்ட பொதுமக்கள் கொடுத்த நெருக்கடிகளால் மக்காமடி அரசினர் முஸ்லிம் கலவன் பாடசாலையின் அதிபர் பதவியிலிருந்து அவர் உடனடியாகத் தூக்கப்பட்டார். ஜெய்நூரும் சக்கரியாவும் இறந்துபோன மகளின் உடலைத் தோண்ட முன்வந்தால் அவர் சிறைக்குப் போவார் என்றும் இந்தப் பதவி நீக்கம் தற்காலிகம் என்றும் ஊரார் நம்பினார்கள். தம் பிள்ளைகளுக்கு இதே கதி வந்துவிடக் கூடாதென்று அஞ்சியவர்கள் மர்ஜானியின் பெற்றோரிடம் போய், உடற்கூறுக்கு ஒத்துக்கொள்ளும்படி எவ்வளவு எடுத்துக் கூறியும் பயன் கிடைக்கவில்லை. மகளது ஆத்மா நீதியைத்தான் விரும்பும் என்பதை உணர முடியாத தூரத்தில் அவர்களைத் துக்கம் மூடியிருந்தது. இறைவன் கைவிட்டுவிட்டான் என்ற தீராத கோப உணர்ச்சி அவர்களை அபகரித்துக் கொண்டிருந்தது.

அகால மரணத்தைச் சந்தித்த மர்ஜானியின் ஆன்மா நீதியைக் கேட்டது. அது ஊர் மக்களின் கனவுகளை ஆக்கிரமித்துக்கொண்டு தனது திசையை எல்லோருக்குமான வானமாக மென்மையாகவும் பலமாகவும் வெளிப்படுத்தியது.

விரைவில், கல்வி அமைச்சராக இருந்த தனது நெருங்கிய நண்பன் பதியூதீன் மஹ்மூத்தின் ஆசியோடு எம்.எம். சாலிஹ் மீண்டும் மற்றுமொரு பள்ளிக்கு அதிபராக நியமிக்கப்பட்டாலும் மக்களின் எதிர்ப்புக் குரல்கள் பேயைப்போல அவரை விரட்டிக்கொண்டேயிருந்தது. வெறும் ஐந்தே மாதங்களில் மீண்டும் அதிபர் பதவியை இழந்தார். நிரூபிக்கப்பட முடியாத குற்றமொன்றின் புகார்களுக்குப் பதிலாக ஐந்தாண்டுகள் காலம் அவர் ஆசிரியத் துறையிலிருந்து ஒதுக்கித் தள்ளப்பட்டார். அடுத்து வந்த தேர்தலில் மட்டக்களப்புத் தொகுதியில் தனது அரசியல் நண்பன் பதியூதீன் மஹ்மூத் தோற்கடிக்கப்பட்டார்.

அதன் பிறகு அவர் தீவிர அரசியலிருந்து ஒதுங்கியே வாழ்ந்தார். பதியூதீன் மஹ்மூத் ஏறாவூரைச் சேர்ந்தவரில்லை. கறை படிந்த சாலிஹின் கரங்களை அவர் தொட்டுக்கொண்டிருந்தார். கர்ம வினைகள் காரணமாகத் தாங்கள் விரும்பிய உலகின் பாதையிலிருந்து விலகி எங்கு சென்று கொண்டிருக்கிறோம் என்பதையே மறந்துவிட்டவர்களைப் போல நண்பர்கள் இருவரும் வெவ்வேறு திசைகளில் வாழ்ந்துகொண்டிருந்தார்கள்.

இவ்வளவுக்குப் பிறகும், கர்ம வினைப் பயன் ஒவ்வொரு அடுக்காக இறக்கிவைக்கப்பட்ட போதும் தவறுதலாகவும் தன் குற்றத்தை சாலிஹ் உணர்ந்ததில்லை. 'புரட்சிக் கமால்' எனும் கவிஞனாகவும் ஆசிரியராகவும் புகழ் பெற்றிருக்கும் தனது பிரகாசமான வாழ்வில் இருளைப் பதித்துவிடக் கூடாதென்கிற கவனம் மட்டுமே அவருக்கிருந்தது. கடுஞ்சினத்திற்குப் பலியாக்கப்பட்ட சிறுமி மர்ஜானியை நினைவூட்டும் எல்லா வற்றையும் முற்றிலுமாக மறந்து இயல்பாக வாழ்ந்துகொண் டிருந்தாலும் மனசாட்சியை உலுக்கும்படியான கனவுகள் அவரை ஆக்கிரமித்திருந்தன. உறக்கத்தில் உலுக்கி எழுப்பிய கனவுகள் உயிர் பெற்றுக் கண் முன்னே காட்சியாகியிருக்கக் கண்டார். கூர்மையான ஆயுதம் முழுவதுமாக இறக்கப்பட்ட பிறகு மன்னிப்புக் கோரும் இழிந்த நிலையை எண்ணி எண்ணி உடல் குலுங்க கைகளைக் கூப்பிக்கொண்டு யாரிடமோ மன்னிப்பு கேட்பது போல உடைந்து தேம்பி அழுதார். துயரம் ஒரு புழுவைப் போல மனத்தில் நெளிந்துகொண்டேயிருந்தது. மேசையை வெறித்துப் பார்த்தபடி கண்களில் நீர் வழியத் தேம்பிக்கொண்டிருந்தார்.

16

இருபது ஆண்டுகளாகிவிட்டாலும் நேற்றுத் தான் சம்பவித்ததாகத் தோன்றும் அந்த நினைவுகளி லிருந்து ஜெய்நூர் விடுபடவில்லை. மர்ஜானியின் ஆத்மா ஆசிர்வதிக்கப்பட்டதாக இருக்கும். அவள் உடலைப் புதைத்த இடம் பட்டிப்பூக்களின் பூக்காடாகி வாகை மரத்தின் கீழ் குளிர்காய்ந்து கொண்டுமிருக்கிறது. அவளின் சிரிப்பு அழிந்து போய்விடவில்லை. அவள் மறக்கப்படவே முடியாதவள். என் வாழ்க்கையை அது இன்றிருக்கும் நிலையில் கண்டுணர முடிந்திருக்குமாக இருந்தால் மர்ஜானிக்கு அன்று அந்த முடிவு ஏற்பட்டிருக்காது என்ற எண்ணம் தோன்றும் போதெல்லாம், ஜெய்நூரின் கண்களிலிருந்து கண்ணீர்த் துளிகள் உருண்டோடிக் கொண்டுதானிருக்கிறது. இருண்ட ஞாபகங்களில் தட்டுத் தடுமாறியவாறே இத்தனை ஆண்டுகளைக் கழித்துவிட்டாள். தன்னிலிருந்து விடைபெற்ற உயிர்களை ஞாபகங்களாக்கிக் கொண்டு புதிராக ஓடி நகர்கிறது காலம். கடந்த காலத்தை அந்த வாழ்வின் எல்லைப் பகுதிக்குள் அடக்கி வைக்க முடியாதென்பதைத் தவிர இந்த இருபது ஆண்டுகளில் அவள் தெரிந்துகொண்டது ஒன்றுமில்லை.

எல்லாம் இருந்தும் எதுவும் இல்லாமல் இருப்பது விசித்திரமானது. ஆனால் இப்படியொரு உணர்வுதான் ஜெய்நூரைப் பிடித்தாட்டுவது. மர்ஜானியின் மரணத்திற்குப் பிறகு எல்லாவற்றி லிருந்தும் அப்பால் திரும்பிவிட்டாள் ஜெய்நூர். நீரில் மிதக்கும் ஒரு பழைய அடிமரக் கட்டையாக மட்டுந்தான் அவள் நாள்களை எண்ணிக் கொண்டிருக்கிறாள். மரணத்தருவாயிலும் ஒரு சிவப்புச் சட்டைக்கு ஆசைப்பட்ட மகளின் இழப்புக்குப் பிறகு இன்றளவும் ஒரு புதுத்துணியை ஒப்ப முடியவில்லை. இந்த இருபது ஆண்டுகளும்

ஜெய்நூர் ஒரு பண்டிகை, பெருநாள் கொண்டாடியதில்லை. பெருநாளுக்கென்று பிள்ளைகள் ஆசையாக வாங்கும் புடவை, உடுதுணிகளை ஒன்றுக்கு இரண்டு முறை துவைத்துக் கழுவி புதுமணம் நீங்கிய பிறகு அணிவதை அவள் வழக்கமாக்கிக் கொண்டாள். இந்தப் பூமியில் மனிதர்கள் ஒவ்வொருவரும் சொற்பகால விருந்தினர்கள்; வாழ்க்கை என்பது மனிதர்கள் தரித்துக்கொண்ட உடுப்பு என்று பலர் சொல்லக் கேட்டிருக் கிறாள். விருந்தினர்கள் எவ்வளவு கண்ணியமாக உபசரிக்கப்பட வேண்டியவர்கள்! மர்ஜானிக்கு என்ன உபசரிப்புக் கிடைத்தது, வாழ்ந்த சொற்ப காலத்தில் ஒரு நல்ல சட்டைக்கு ஏங்கினாள். பசியாற நல்ல உணவுக்கு ஆசைப்பட்டாள். அளிக்கப்பட்ட ஒரு தீர்ப்பின் முடிவைத்தான் நாம் காணுகிறோமா? இகழ்ச்சி யாகப் புன்னகைத்தாள் ஜெய்நூர்.

‘இந்த இருபது ஆண்டுகளில் ஏறத்தாழ எல்லாமும் மாறி விட்டது. நீ வளர்ந்த வீட்டின் சுண்ணாம்புச் சுவர்கள் சீமெந்துச் சுவர்களாகவும் தரைகள் பளிங்குக் கற்கள் பதிக்கப்பட்டும், ஓலைக் கூரை ஓட்டுக் கூரையாக, வளவைச் சுற்றி மதில்கள், நவீன சமையலறை, நீ அறிந்திருக்கவே முடியாத பல உபகரணங்கள், இயந்திரங்கள் என்று எல்லாமும் மாறிவிட்டது. நெல் காயவைத்த வெட்டவெளி வளவுகளில் இப்போது மூன்று கல் வீடுகள். உன்னோடு விளையாடிய பிள்ளைகள் எல்லாம் தம் பிள்ளைகளைப் பள்ளிக்கு அனுப்புகிறார்கள். என்னவெல் லாமோ, எப்படியெல்லாமோ மாறிவிட்டது. உன் உம்மாவாகிய நானும் வயோதிகத்தை அடைந்துவிட்டேன். என் தலை மயிர்கள் எல்லாம் நரைத்துவிட்டன. ஆனால் என் மகளே ராணி நீ எப்பொழுதும் இங்கே இருந்துகொண்டிருக்கிறாய். என்னுடைய ஆன்மாவில் பாதியைப் பறிகொடுத்து விட்டதாய் எனக்குத் தோன்றுகிறது’.

அடர் சிவப்பு வண்ணத்திலிருக்கும் ஆகாயத்தின் விளிம்பை வெறித்துக்கொண்டிருக்கும் ஜெய்நூரின் மனம் அன்றைக்கிருந்தவாறே எரிந்துகொண்டிருந்தது.

“உம்மம்மா”

“ஏன் உம்மம்மா இங்க தனியாக இருக்கிறீங்க”

மகள் மர்ஜானி விட்டுச் சென்ற நிழல் போலத் தன்னை அவ்வப்போது உலுக்குகிறவளான அய்லியைப் பார்த்ததும் பாய்ந்து அவளைத் தளுவினாள். மரக்கட்டையைப் போல மாற்றப்பட்டிருந்த இதயத்தில் அலைகளை எழுப்பியவள் அய்லி. மிக நுட்பமான காரியங்களை இவ்வளவு நெருக்கமாக, இவ்வளவு சுருக்கமாகச் செய்துமுடிக்கும் வாழ்வின் புதிரைப்

பற்றி ஜெய்நூருக்கேதும் புரியவில்லை. என்றுமே உலர்ந்திடாத அழுகையொன்றைத் தந்துவிட்டு வெறுமனே பார்த்துக் கொண்டிருக்கும் இறைவனோடு தன் மன்றாட்டங்களை அவள் என்றும் முடித்துக்கொள்ள மாட்டாள். பேத்தி அய்லி எந்தளவுக்குத் தன்னைப் புதுப்பித்திருக்கிறாள் என்பதை தான் இன்னும் தொலைந்து போகாமலிருப்பதிலிருந்து தெரிந்து கொள்கிறாள், ஜெய்நூர். அதிமென்மையான மழையைப் போல தனது மகளின் உயிர் அடங்கிப்போன போது இந்தக் கிரகத்தில் எல்லாமே அடங்கிவிட்டதைப் போலத்தான் ஜெய்நூர் உணர்ந்தாள்.

மகளின் மரணத்திற்குக் காரணமானவனுக்குச் சட்டப்படியான தண்டனை வாங்கித் தந்து சிறைக்குத் தள்ளும் முயற்சிகளில் இறங்கவிடாமல் சக்கரியாவை ஜெய்நூர் கட்டிப் போட்டிருந்தாள். தன் கோப உணர்ச்சியையும் பழிவாங்கும் எண்ணத்தையும் கட்டுப்படுத்திக்கொண்டு ஒரு மனிதனாக இதே ஊரில் வாழ முடியாது என்பதை விரைவில் சக்கரியா புரிந்துகொண்டபோது துக்கத்தில் ஆழ்த்திய ஊரை விட்டு வேறெங்காவது போய் வாழலாம் என்று கூப்பிட்டார், பின்னர் வற்புறுத்தியும் பார்த்தார். மகளின் புனித ஆத்மா பாடிப் பரவித் திரியும் இந்த ஊரைவிட்டு, மகளின் மூச்சுக் காற்று பூக்களாகப் பூத்துக் குலுங்கும் ஊரைவிட்டுச் செல்கின்ற திருப்பத்தை எண்ணியும் பார்க்க முடியாத ஜெய்நூர் காலப்போக்கில் கணவனைப் பிரிந்து தனி மனுஷியாகினாள். ஒன்றின்மேல் ஒன்றாக மர்ஜானியின் மரணம் ஏற்படுத்திய காயம் ஜெய்நூருக்குத் தூக்கத்திலும் மறக்க முடியாத இழப்பு.

“உம்மம்மா, உங்களுக்கு என்ன”

“ஒன்றுமில்லடா தங்கமே. . . உன்னைக் கொஞ்சுறதுக்குக் காரணம் கேட்கிறியா?” முத்துச் சிப்பி போலத் தெளிந்த பேத்தியின் முகத்தைப் பார்த்துக்கொண்டு சொன்னாள். புதிரான மௌனத்தில் மலர்ந்த தூய பூ; தொன்மையான உள்ளாற்றலுடன் பிறந்தவள் என்றெல்லாம் விடலைப் பருவத்துக்கு வந்துவிட்ட பேத்திமீது நன்மதிப்புக் கொண்டிருந்தாலும் ஜெய்நூருக்கு அய்லி சிறுமியாகவே தெரிந்தாள்.

“உம்மம்மா நீங்க ஏதோ யோசனையில் இருந்தீங்க. உங்கட துக்கம்தான் என்ன, மறைக்காம சொல்லுங்க..?”

“ஒரு துக்கமும் இல்லடா... அங்க எல்லாரும் என்ன செய்றாங்க... சாப்பாடு முடிந்ததா?” ரகசியத்தைப் பாதுகாக்கும் சாதுர்யத்தோடு விர்றென்று எழுந்து போகும் ஜெய்நூரைப் புன்னகைக்கும் கண்களோடு பார்த்தபடி நின்றாள் அய்லி.

மர்ஜானியின் நினைவேந்தலுக்கு, இன்னதுதான் என்று காரணம் சொல்லாமலே உறவினர்களை எல்லாம் உம்மம்மா அழைப்பதும், அவர்கள் எல்லோரும் ஒவ்வொரு முறையும் புதிய ஒரு விருந்துக்குப் போலத் தயாராகி வந்து, சட்டென முள் குத்தும் கண்ணீர் துளிகளை இமைகளிலிருந்து தள்ளிவிட்டு, மிக விசாலமான இத்தினத்தில் வகைவகையாகப் பரிமாறுப்படும் உணவுகளை உண்டு கைகளைக் கழுவிக்கொண்டு வீடு திரும்புவதையும் அய்லி எப்போதிருந்தோ பார்த்து வருகிறாள்.

அன்புக்குரியவர்களின் இழப்பினால் உண்டாகும் துயரம் என்பது ஒரு இயல்பான உணர்ச்சிபூர்வமான வெளிப்பாடு. இழப்புத் துயரம் கடும் சோகம், அதிர்ச்சி, உணர்வின்மை, நம்ப முடியாத மறுப்பு, ஏமாற்றம், கோபம் இதெல்லாவற்றினதும் கோர்வை. காலப்போக்கில் இது குறையக்கூடியது. உம்மம்மா மோசமாகக் காயமடைந்திருக்கிறாள். மிக மோசமான சோகத்தில் கைவிடப்பட்டிருக்கும் அவளை மீட்க அவள் எந்தவொரு முயற்சியும் எடுக்கவில்லை. மர்ஜானியின் காலத்திலேயே தேங்கிப்போன ஜெய்நூரை மீட்க வேறு யாரும் முயலவுமில்லை. இயற்கையின் மாற்ற முடியாத நியதிகளிலொன்றான மரணத்திற்கு எதிர்ப்புக்காட்டி நிகழ்கால வாழ்வை அழித்துக் கொள்வது பொதுவாக இயல்பாக நடப்பதுதான். ஆனால் ஏமாற்றத்தையும் இழப்பையும் அவநம்பிக்கைகளையும் ஏறியும் மிதித்தும் இடைவிடாது நகர்ந்து செல்வதைத்தான் யதார்த்த வாழ்வு குறிக்கிறது. அன்புக்கு உரிய ஒருவரை இழந்து விட்டதன் காரணமாகக் குழந்தை பெறுவதையும் குடும்பம் நடத்துவதையும் சமுதாயம் செழுமையடைவதையும் மறுத்து உறை நிலைக்கு ஒருவர் செல்வதற்கு அந்த மரணம் அவரது வாழ்வையே அபகரித்துச் சென்றிருக்க வேண்டும்!

துக்கம் ஒவ்வொருவரையும் வித்தியாசமாகப் பாதிக்கும் என்பார்கள். ஒவ்வொருவரும் துயரத்தை வெவ்வேறு முறைகளில் எதிர்கொள்வார்கள். இத்தனை காலம் இவ்வளவு சுறுசுறுப்பாக வாழ்ந்தும், ஓய்வு ஒழிச்சல் இல்லாமல் உழைக்கிறவளாக இருந்தும் இழப்பிலிருந்து உம்மம்மா வெளியேறுவதைத் கடினமாக்கும் அந்த விசயத்தை அய்லி அறிய விரும்பினாள்.

இதை உம்மம்மாவிடம் கேட்டுவிட வேண்டியதுதான் என்று தீர்மானித்துக்கொண்டு வரவேற்பறை பக்கமாக வந்தாள். சார்ஜஹான் சாச்சியின் வீடு ஆட்களால் நிரம்பியிருந்தது. பகலுணவு முடித்துக்கொண்டு சிலர் கிளம்பிக்கொண்டிருந்தார்கள். சிலர் அரட்டைகளில் இறங்கியிருந்தார்கள்.

வாசலில், பரீத் மௌலவியை வழியனுப்பிக்கொண் டிருக்கும் உம்மம்மாவைப் பார்த்துவிட்ட அய்லி தர்க்க மொன்றுக்குத் தயாராகியவளாகத் திடுமென துணிச்சலான குரலில் கூறினாள்.

“வீடு வீடாப் போய் ஹத்தம்[1], பாத்திஹா[2] ஓதி தின்று தின்று பரீத் மௌலவி நல்லாப் பெருத்திட்டார்”

“ஏய், என்ன பேசுறாய். . . உனக்கு அதெல்லாம் என்ன தெரியும். சும்மா உன் வேலையைப் பாரு” பதற்றமுறச் செய்யும் தோரணையில் நிற்கும் அய்லியைக் கோபத்துடன் தடுத்தாள் சார்ஜஹான்.

“என்ன தெரியாது... நீங்க எதை மறைக்கிறீங்களோ அதைத் தெரிஞ்சுதான் பேசுறேன். இந்த ஹத்தம் மர்ஜானிக்குத்தானே ஓதுறீங்க. இப்படி வருசா வருசம் ஹத்தம் ஓதுங்க என்று மர்ஜானியா கேட்டாங்க..?”

“அய்லி என்ன பழக்கமிது? பெரியாக்கள் இருக்கிற இடத்தில் வந்து என்ன பேச்சுப் பேசுறாய். ஹா... நட வீட்டுக்கு” மகள் அருகே வந்து காதருகில் பற்களை நறநறவென்று கடித்தாள் நிஸா.

ஆண்டாண்டு கால ரகசியம் அதன் பிரகாசத்தை இழந்து கொண்டிருப்பதை ஜெய்நூர் கண்டாள். மற்றெல்லாரையும் போல அய்லியை அவளால் முறைக்கவோ கோபிக்கவோ முடிவதில்லை. அலைகள் பல ஒன்றுகூடி நிற்பதைப் போல எல்லோரும் உறுமிக்கொண்டிருந்தார்கள். தன் துக்கத்தின் கண்ணீர் ஒரு மரமாக வளர்ந்து பின் தன்னிடமே வந்து நிற்கும் ஒரு செடியைப் போலத் தெரிந்தாள் அய்லி. யார் தொட்டாலும் உடனே கால்களை உள்ளிழுத்துக்கொள்ளும் சங்குமுட்களைப் போல எவர் பேச்சும் இக்கணத்தில் அய்லியின் காதுகளில் ஏறாது என்பதை அவளது கண்களைப் பார்த்துத் தெரிந்துகொண்ட ஜெய்நூர், “என்ன பிரச்சினை... விலகுங்க, நான் பேசிக்கிறேன்” என்று சொல்லிக் கொண்டு பேத்தியை நெருங்கினாள்.

“ஏன் உம்மம்மா, இதெல்லாம்? நீங்க உங்களை வருத்திக் கிறதை நிறுத்துங்க உம்மம்மா. உங்களுக்குள்ள இருக்கிற கோபத்தை இறக்கி வைங்க. அப்பதான் உங்களுக்கு இந்தத் துக்கத்திலிருந்து விடுதல கிடைக்கும். ஹத்தம், பாத்திஹா

1. நிறைவு செய்தல் என்று பொருள். அதாவது குர்ஆனை முழுவதுமாக ஓதி நிறைவு செய்தல்.
2. அல்குர்ஆனிலுள்ள முதல் அத்தியாயம்

உங்களுக்கு நிவாரணம் தராது. நீங்க நினைக்கிற எதுவும் அதால நடக்காது. முக்கியமா நீங்க இழந்து தவிக்கும் உங்க மகளுக்கு இதுகளால் ஒரு பயனுமில்ல...”

“என்ன கோபம், யார் மேல?” உம்மா, சாச்சிமார், பெரியம்மா எல்லோரும் ஒரே நேரத்தில் அலறினார்கள். முன் வாசலிலும், வரவேற்பறையிலும் பேசிக்கொண்டிருந்த ஆண்களும், மற்றவர்களும் அங்கு குழுமிவிட்டார்கள். கடல்மீது கல்லெறியும் சிறுவர்களைப் போல ஆளாளுக்கு அய்லியை ஏசத் தொடங்கினார்கள்.

அங்கிருந்தவர்கள் யாரையுமே தெரியாதவளைப் போல தன்னை மட்டுமே உற்றுக் கவனித்துக்கொண்டிருக்கும் அய்லியின் கண்களை ஜெய்நூர் சந்தித்தாள்.

‘அய்லி சொல்வதெல்லாமே உண்மை! எனக்குக் கோபம், அடங்காத கோபம். என் மகள் மர்ஜானிக்கு வாழக் கொடுத்து வைக்கலை என்கின்ற கோபம். அசாதாரணத்தை வெல்ல முடியாத காலத்தின் மீதும், வாழ்வின் மீதும் கோபம். என் மகளின் சின்ன ஆசைகள் அப்போது ஏன் தோள்களை அழுத்திய தென்று கோபம். எல்லா வசதிகளும் உள்ள இந்தக் காலத்தில் அவள் ஏன் இங்கு இல்லை என்று கோபம். அவளைச் சாக்காட்டியவர் எந்தத் தண்டனையும் இல்லாமல் இப்போதும் நிறைவாக வாழ்கிறாரே என்று கோபம். என் மகளுக்கு நீதி வாங்கித் தரலையே என்று கோபம்’.

என்றுமே யாரிடமும் சொல்லியிராத இந்த வார்த்தைகளைத் தனக்குள்ளேயே எண்ணி எண்ணி வெதுவெதுப்பான மழையில் நனைவதாக உணர்ந்தாள் ஜெய்நூர். இத்தனை ஆண்டுகளாகத் தன்னை உறங்கவிடாமல் செய்த கோப உணர்ச்சியின் மீது யாருமே கல் எறிய முன் வந்ததில்லை. எதைப் பற்றிப் பேசினால் ஜெய்நூரின் துக்கம் கிளறப்பட்டு மேலெழும் என்று அஞ்சி அவளின் மக்கள் பேசாமலே மறந்து போயிருந்தார்களோ அதைக் கிளறுவது பாறையாக இறுகியிருந்தவர்களை இதமாக்கியது. ஒரு புத்தகத்தின் முடிக்கப்படாத பக்கத்தை நிறைவு செய்வதுபோல உணர்ந்தாள் ஜெய்நூர்.

மூச்சுவிட மறந்து, தொண்டை பீதியிலும் பயத்திலும் இறுகியிருக்க அங்கிருந்தவர்கள் திகைத்து நின்றார்கள். பாறையைப் போல உறைந்துவிட்ட தாயின் அமைதி மக்களைத் தொந்தரவு செய்ய ஒருவரையொருவர் துக்கத்துடன் பார்த்துக் கொண்டார்கள்.

“உம்மம்மா! நான் உங்கள துக்கப்படுத்திட்டேனா? உம்மம்மா, உங்களப் பிடித்துவைத்திருக்கும் துயரத்திலிருந்து நீங்க விடுதலை பெறணும். உங்க மகள நினைவுகூருவது உங்களிட உரிமை உம்மம்மா. அதை யாரும் தடுக்க ஏலாது. ஆனால் உம்மம்மா, கடந்த காலத் துன்பத்தைச் சுமந்துகிட்டேயிருந்தால் வாழ்வின் அர்த்தத்தைக் காண ஏலாது. உங்களயே நீங்க இழப்பது தவிர ஒன்றும் ஆகப்போறதில்ல. கோப உணர்ச்சி உங்கள அழித்துவிடும் உம்மம்மா. உங்க ஆன்மாவைச் சிதைத்துவிடும். கடந்த கால யதார்த்தத்தை ஏற்று மன்னிப்பது தான் உங்களுக்கு நீங்க செய்யக்கூடிய சிறந்த விசயம்”

ஜெய்நூர் அமர்ந்திருந்த நாற்காலி அருகாகப் போய் முழந்தாழிட்டாள் அய்லி. இறுக்கம் தளர்ந்த கருங்கடல் அலையென கைகளை நீட்டி பேத்தியை அணைத்தாள் ஜெய்நூர். கிணற்றில் போட்ட கல்லாக மனதின் ஆழத்தில் எதிர்த்துப் போராட முடியாமல் புதைந்து கிடந்த நினைவுகளை மீட்கவும் வெளியேற்றவும் இருபதாண்டுகள் காத்திருந்து விட்டாள். தன் அன்புக்குரிய மகளுக்கு நேர்ந்த துன்பத்திற்கு அன்றைக்கிருந்த வறுமையான வாழ்க்கையும் காரணம் என்ற குற்றவுணர்ச்சியில் இன்றுவரைக்கும் தன்னையே தண்டித்துக் கொண்டு வாழ்ந்தவளிடம் யாரும் கேள்வி எழுப்பியதில்லை. அதிக துயரார்ந்து மௌனமாகிவிடுவதற்கும் ஊமையாகிப் போவதற்கும் என்ன வித்தியாசம் என்று ஜெய்நூர் புரிந்து கொண்டாள். தன்னை இந்த வாதையிலிருந்து விடுவிப்பதற் கென்று, கொடுங்கனவாக மாற்றப்பட்டுவிட்ட மகளே தான் அய்லியாக வந்துவிட்டாற்போல நீண்ட நேரமும் நிறைவமைதி யோடும் பார்த்துக்கொண்டிருந்தாள். இந்தக் கருணை மிகுந்த மாறுதலைக் கண்டு மீண்டும் கண்ணீர் விடும் நிலைக்குச் சென்றனர் எல்லோரும். மூடிய வீட்டிலுள்ள அழுகையைத் திறந்து விடுவதுபோல, உடைந்து நொறுங்கிய இதயத்தை ஒட்ட வைப்பதைப் போல வேறெந்த அற்புதங்களும் உலகின் கைவசமில்லை.

○○○

இலையுதிர்காலம் மழைகாலத்தில் போலக் குளுகுளுப்பான வானிலைக்கு மாறிய அன்றைய நாளில் ஊஞ்சலில் ஆடியபடி எதையோ பாடிக்கொண்டிருந்தாள் அய்லி. ஒவ்வொரு சொல்லாகத் தேடி எடுத்து அவள் முணுமுணுக்கும் பாடலின் அர்த்தங்களைக் கேட்டபடி ஊஞ்சல் ஆடியது. தனக்குள் மூழ்கி எழுந்திருக்கும் எவரையும் ஞாபகம் வைத்துக்கொள்ளாத

நதியைப் போல நடந்தவற்றின் எந்த சுவடுகளும் தெரியாமல் இருந்தாள் அவள்.

சில நாட்களுக்கு முன் பொது நூலகத்திலிருந்து வீடு நோக்கி நடந்து வந்துகொண்டிருந்தபோது காட்டுப் பள்ளி வீதியில் ராணுவ சீருடையில் அந்த இளைஞனை அவள் மீண்டும் பார்த்தாள். துப்பாக்கியும் கையுமாக வந்து நின்று சுட்டுக் கொல்வேன் என்று அவன் அவளை அச்சுறுத்தி ஆண்டொன்றோ அதற்கும் மேலோ காலம் ஓடி விட்டதென்று அய்லி எண்ணினாள். அவ்வளவு ஆக்ரோசமாக "உன்னை சுட்டுத் தள்ளத்தானடி ராணுவத்திற்கே போனேன்" என்று வீராய்ப்புரைத்தவன் அவளைக் கண்டுவிட்ட பிறகும் எதுவும் பேசாமலிருந்தான் என்பதும், இவ்வளவு காலத்தில் ஒரு முறை கூட அவன் அவளைச் சுடுவதற்கு முயற்சி எடுத்ததாகவும் தெரியவில்லை என்பதும் அய்லிக்கு விசித்திரமான ஒன்றாகத் தோன்றியது. அவ்வளவு முரட்டுத்தனத்துக்கு இடையில் அவனை உணர்ச்சிமிக்கவனாக மாற்றியது எது என்று தெரிந்து கொள்ள விரும்பினாள். விதிகளை மீறுகிறவள், அது குறித்துக் கவலைப்படாத அஜாக்கிரதையானவள் என்றெல்லாம் அவளைப் பற்றித் தெரிந்துகொண்டு திட்டத்தைக் கை விட்டானா? ஒரு வேளை தனது தவற்றை அவன் உணர்ந்திருக்கலாம். அல்லது ஒரு உயிரை எடுப்பதிலுள்ள சிக்கலான கோணங்களை ராணுவத் தொழில் அவனுக்கு உணர்த்தியிருக்கலாம். ஒரு குண்டுக்கு இலக்காகிச் சாகும்படியான தவறை அவள் செய்யவில்லை என்றோ அல்லது ஒரு குண்டை வீணாக்கக் கூடாது என்றோ, உபயோகப்படுத்தும் ஒவ்வொரு குண்டுக்கும் பொறுப்புக்கூற வேண்டும் என்கிற கட்டாயமோ எதுவோ அவனைத் தடுத்து வைத்திருக்கிறது. உண்மையில் அவன் பயன்படுத்தும் ஒவ்வொரு குண்டுக்கும் அது பலி எடுக்கும் ஒவ்வொரு உயிருக்கும் அவன் பதில் சொல்ல வேண்டியவனாகிறான். நீதிக்கும் பிற மனிதர்களுக்கும் பதில் சொல்வதிலிருந்து தப்பித்துக்கொண்டாலும் தனக்குத் தானே பதில் சொல்வதிலிருந்தும் அவனால் தப்பிக்கவே முடியாது. தன் முன் நிற்பவைகளின் அற்புதத்தை மறைக்காத காலம் அதற்குண்டான நேரம் நெருங்கும்போது அனைத்தையும் புதிராக்கிக் காண்பிக்கிறது.

திடீரென மடியில் விழுந்த கருமஞ்சள் நிறப் பூவை கையில் எடுத்தாள் அய்லி. அது எங்கிருந்து வந்திருக்கும் என்று சுற்றுமுற்றும் பார்த்தாள். கால்களை நிலத்தில் உராய்ந்து ஊஞ்சலின் ஆட்டத்தை நிறுத்திவிட்டு அண்ணார்ந்து

பார்த்தாள். பூ என்றும் காய் என்றும் கணிக்க முடியாத நுண்ணிய குழல் வடிவத்திலிருந்த சின்னஞ்சிறிய அதனைத் தொட்டுத் தடவினாள். வழுவழுப்பாக வெல்வெட் துணிபோல மிருதுவாக இருந்தது அது.

“உம்மா! உம்மா இஞ்ச வாங்களேன்”

“இங்கேதான் இருக்கேன்” எதற்கு அய்லி இப்படி பரபரக்கிறாள் என்ற புதிரோடு வாசலில் முருங்கை இலைகள் ஆய்ந்து கொண்டிருந்த நிஸா திரும்பிப் பார்த்தாள். அய்லியின் கைகளில் இருக்கும் அதைக் பார்த்ததும், “இது பலா மூசு, எங்கயிருந்து வந்திச்சி” சொல்லிக்கொண்டு நம்ப முடியாமல் பலா மரத்தை அண்ணார்ந்து பார்த்தாள். “அல்லாஹூ அக்பர்[3]” என்று கத்தினாள். அவள் கண்களிலிருந்து கண்ணீர் சொரிந்தது. கவனம் தப்பியிருந்த பொழுதுகளில் நடந்தேறிய இந்த அதிசயத்தைக் காணவேண்டியவளான ஜெய்நூரை அழைத்துக்கொண்டு வருவதற்கு கூப்பிட்டால் கேட்கும் தூரத்திற்கு ஓடினாள் அய்லி.

வௌவால்களும் பறவைகளும் சிறகுள்ள உயிரினங்கள் பலவும் பலா மரத்திற்குப் புதிய விருந்தாளிகளாக வந்து சேர்ந்திருந்தன. இயற்கையின் சிக்கலான தன்மைகளை இரகசியங்களை இணைக்கின்ற அற்புதம் அங்கே நடந்தேறி யிருந்தது.

வேர்களில் ஆழமாகப் புதைந்ததொரு துயரத்தின் சாட்சி யாகக் கிளைகளில் சோகத்தின் பாரத்தைச் சுமந்திருந்த பலா மரம் மகரந்தச் சேர்க்கைக்குத் தயாராகிவிட்டது. விரக்தியோடு பூட்டிக்கொண்டிருந்ததிலிருந்து தன்னைத் தானே விடுவித்துக் கொண்டது. துயரத்தின் போர்வையில் மூடப்பட்டிருந்த மரத்தின் நினைவு வடுக்கள் குணப்படுத்தப்பட்டதன் அடையாளமாகக் கிளைகள் எங்கும் கரும்பச்சை இலைகளின் தண்டுகளில் வடுக்கள் தோன்றியிருந்தன.

பலா மரத்தை அண்ணாந்து பார்த்த ஜெய்நூர் அழுகையும் சிரிப்பும் ஒருசேரக் காட்டாற்று வெள்ளமாகி ஆர்ப்பரித்தாள். காலத்தின் பெருங் கருணையா நீண்டகால அமைதியின் முடிவா என்ற குழப்பத்துடன் மரத்தில் தெரியும் வடுக்களை ஒவ்வொன்றாகப் பார்த்தாள். தன்னைத் துக்கத்தின் பிடியி லிருந்து விடுவிப்பதற்கெனவே போராடியதைப் போன்ற நெருக்கத்தை உணர பலா மரத்தின் கொரகொரப்பான உடலை மிருதுவாகத் தடவினாள்.

---

3. அல்லாஹ் மிகப் பெரியவன்

இன்று அதிகாலை தொழுகைப் பாயில் இருந்தபடி, நீதியின் தேவையை உணராமல் இருந்துவிட்டதற்காக வருந்தி அழுதுகொண்டிருந்தபோது,

"எனக்காகத் தேம்பி அழ வேண்டாம், உம்மா" என்று கூறும் மர்ஜானியின் சின்னஞ்சிறு குரல் ஜெய்நூருக்குக் கேட்டது. முடிவற்ற பாதைகளின் பிரம்மாண்டங்களுக்குள்ளிருந்து வெளியேறும் தன் மகளின் சின்னஞ்சிறு குரல் கேட்க முடியாத ஆழத்தில் இத்தனை காலமும் தன்னை மூழ்கடித்திருந்த ஆற்றாமை, வெறுப்பு, கோப உணர்ச்சிகளை எண்ணி எண்ணிக் குழைந்தாள்.

கருணையின் சாயலில் பிரகாசிக்கும் மரத்தை, அழுது கொண்டிருக்கும் சிறுமியின் பிஞ்சுக் கைகளை இறுக்கமாகப் பற்றிக் கொண்டிருப்பதுபோல, தழுவி அரவணைப்பதுபோல எல்லோரும் தொட்டுத் தொட்டு அணைத்தார்கள்.

"பலா மரத்திற்குப் பெயர் வைக்கட்டுமா, உம்மம்மா" அய்லி கேட்டாள். அங்கிருந்தவர்கள் யாரினது பதிலையும் எதிர்பாராமலேயே,

"ராணி" என்றழைத்துப் பலா மரத்தை இறுகத் தழுவினாள். அவள் சூட்டிய அந்தப் பெயர் கேட்டு ஜெய்நூரும் அவள் மக்களும் புன்னகைத்தார்கள்.

இவ்வுலகிற்கும் மறுவுலகிற்கும் இடையிலே பிறிதோர் உலகம் இருக்கின்றது. ஆலமுல் பர்ஸஹ் என அழைக்கப்படும் இவ்வுலகில்தான், மரணித்த அனைவரது உயிர்களும் மறுமைவரை வைக்கப்பட்டிருக்கும்.

"இன்னும் அவர்கள் மரணித்ததிலிருந்து எழுப்பப்படும்வரை அவர்களுக்குப் பின்னால் பர்ஸஹ் இருக்கின்றது."
(அல்குர்ஆன் 23:100)